குரவை

சிவகுமார் முத்தய்யா

யாவரும்
பப்ளிஷர்ஸ்

The views and opinions expressed in this book are the author's own. The facts contained herein were reported to be true as on the date of publication by the author to the publishers of the book, and the publishers are not in any way liable for their accuracy or veracity.

- குரவை ● நாவல் ● சிவக்குமார் முத்தய்யா ©
- முதல் பதிப்பு : டிசம்பர் 2022
- Kuravai ● Novel ● Sivakumar Muthaiya ©
- First Edition : December 2022
- Pages : 242 ● Price : ₹ 290/-
- ISBN : 978-93-92876-52-3

Released by :

M/s. Yaavarum Publishers
24, Shop no - B, S.G.P Naidu Complex,
Dhandeeswaram Bus Stop
Opp: Bharathiar Park
Velachery Main Road
Velachery, Chennai - 600 042

90424 61472 / 98416 43380
editor@yaavarum.com
Url : www.yaavarum.com; www.be4books.com

Designed by :

Y Creations

All rights, including professional, amateur, motion pictures, recitation, public reading, broadcasting and the rights of translation into foreign languages are strictly reserved. No part of this book may be reproduced in whole or in part or utilized in any form or by any means electronic or mechanical, including photocopying, recording or by any information storage and retrieval system now known or hereafter invented, without the prior written permission of the author/publisher.

பன்முக நாட்டுப்புறக்கலைகளில் ஈடுபட்டுவரும்
அத்தனை கலைஞர்களுக்கும்

சிவகுமார் முத்தய்யா (1978)

நெற்களஞ்சியமான கீழ தஞ்சை திருவாரூர்– விளமல்– தண்டலை சேர்ந்தவர். விவசாயம் சார்ந்த மக்களின் வாழ்வியலை நுட்பமாக எழுதி வருகிறார். மருத நிலம் குறித்த கதையாடல்கள் முக்கியத்துவம் வாய்ந்தவை.

கதை, கவிதை, கட்டுரை என இயங்கி வருகிறார். தன்னுடைய படைப்புக்காக பல்வேறு விருதுகளும் பரிசும் பெற்றவர். தற்போது பத்திரிக்கையாளராக பணியாற்றி வருகிறார்.

இதுவரை வெளிவந்துள்ள படைப்புகள்;

1. கிளிவரும்போது – சிறுகதைகள்
2. ஆற்றோர கிராமம் – குறுநாவல்கள்
3. செறவிகளின் வருகை – சிறுகதைகள்
4. செங்குருதியில் உறங்கும் இசை – சிறுகதைகள்
5. ஞாபக குறிப்புகள் – கட்டுரைகள்
6. இளையராஜாவின் காதலிகள் – சிறுகதை தொகுப்புகள்
7. தூண்டில் முள் வளைவுகள் – குறுநாவல்கள் தொகுப்பு.

muthaiyasivakumar@gmail.com

துயர்மிக்க நெடும் இரவுகளில் ஏற்றி வைக்கப்படும் சுடர்

படைப்பை விடவும் அது குறித்து படைப்பாளி பேசுவது அத்தனை ஆகச்சிறந்த ஒன்று இல்லையென்றே எனக்குத் தெரியும். அப்படி இல்லையெனினும் ஏதோ ஒரு நிர்பந்தம் எழுத வைக்கிறது. தஞ்சை வட்டாரத்தில் மரபார்ந்த கலையான கரகாட்டம் உள்ளிட்ட கலைகள் நீண்ட நெடுங்காலமாக நிகழ்த்தப்பட்டு வருகிறது. அது ஒரு காலத்தில் உன்னதமான கலையாக இருந்தது. காலப்போக்கில் அது தனது அழகியலை மறந்து வெறும் பொழுதுபோக்கு அமசங்களைக் கொண்ட ஒரு நிகழ்ச்சியாகச் சுருங்கிவிட்டது. அந்தக் கலையில் திறன்மிக்க கலைஞர்களாக இருந்தவர்கள் காலச்சூழலில் அடையாளமற்று போனார்கள். அவர்கள் குறித்து நான் தொடர்ந்து பதிவுசெய்து வந்தாலும், ஒரு நீண்ட கலை மரபுக்கு அவர்கள் ஆற்றிவந்த கலைச்சேவையைப் போற்றும் வகையில் இந்த நாவலை எழுதத் தொடங்கினேன். எனது இளமைக் காலத்தில் எங்கள் பகுதி முழுவதும் தை மாதம் தொடங்கி ஆடி மாதம் வரை நடக்கும் கோவில் திருவிழாக்களில் நாட்டுப்புற கலைநிகழ்ச்சியே பிரதானமாக நடக்கும்.

இளமைக் காலங்களில் நண்பர்கள் புடைசூழ சுற்று வட்டார ஊர்களில் நடக்கும் ஆட்டங்களுக்குக் கிளம்பி விடுவோம். அப்போது பல கிலோ மீட்டர்கள் அலைந்து அந்தக் கூத்தைக் கண்டு திளைத்திருக்கிறோம். அந்த நாட்டுப்புறக் கலைஞர்கள் ஒப்பனை செய்யும் முன் எப்படி இருப்பார்கள், அதற்கு பின் அவர்கள் எப்படி பார்வையாளர்களிடம் நடந்துகொள்வார்கள். ஆட்ட களத்தில் எப்படி சுயரூபம் எடுப்பார்கள் எனப் பல இரவுகளில் பல ஆட்டக் கச்சேரிகளை நேரில் பார்த்தவன் என்ற முறையில் அதனை எழுத முயன்றேன். ஆட்டம் முடிந்த பிறகு அவர்களுக்குக் கிடைக்கும் சொற்ப வருமானத்தில் வாழ்க்கை நடத்தும் அவலம் குறித்து நான் அவர்களுடன் ஏதோ ஓர் ஆர்வத்தில் பழகி அறிந்திருக்கிறேன். அவர்கள் எதைக் குறித்தும் பெரிதாக அலட்டிக்கொண்டதில்லை. கிடைக்கும் வருமானத்தில் சந்தோஷமாக வாழப் பழகிக்கொண்டவர்கள். ஏதோ ஒரு ஈர்ப்பில் சில ஆட்டக்காரப் பெண்களிடம் பழகி அவர்களின் துயர்மிக்க வாழ்க்கை அனுபவங்களை அறிந்திருக்கிறேன். அப்போது எனக்குத் தெரியாது..

அவர்களின் வாழ்க்கைப் பாடுகளை நான் எழுதுவேன் என்று. ஆனால் சாத்தியப்பட்டு இருக்கிறது. நாட்டுப்புறக் கலைஞர்கள் கலை தாகத்துடன் பல்வேறு நெருக்கடிகளில் அவர்கள் இயங்கிக்கொண்டிருக்கிறார்கள். அவர்களிடம் எத்தனை கதைகள் இருக்கின்றன. பாடல்கள் இருக்கிறது. ஆளுமை இருக்கிறது. தேர்ந்த நடிப்பு இருக்கிறது. இத்தனை இருந்தும் ஏன் அவர்கள் கண்டுகொள்ளப்படவில்லை என்ற ஆதங்கமும் வருத்தமும் அவர்களை போல எனக்கும் உண்டு.. இந்த நாட்டுப்புற கலைஞர்கள் அசிங்கமானவர்கள், கெட்ட வார்த்தை பேசுபவர்கள் என்கிற பொதுப்புத்தி தமிழ்நாட்டு மக்களிடம் இருக்கிறது. நாட்டுப்புறக் கலைஞர்கள் பெரும்பாலோர் பூர்வகுடி சமூகத்தைச் சார்ந்தவர்கள் என்பதாலோ என்னவோ அவர்களுக்கான அங்கீகாரம் மறுக்கப்படுகிறதோ என்ற கேள்வியும் என்னை நச்சரிக்கின்றன. கலை என்ற தாகத்தில் தங்களது வாழக்கையைத் துவங்கிய அவர்கள் இருட்டையே வெளிச்சமாக்கிக் கொள்ள முயன்று தோற்றுப் போனவர்கள். கடைசியில் தங்களது பயணத்தை இருளுக்கிக் கொண்டவர்கள். அவர்களுக்கான வெளிச்சம் தரும் ஒளிச்சுடராக இந்த நாவல் அமையும் என நம்கிறேன். என் எழுத்தோடு கூடவே வரும் உங்கள் அனைவருக்கும் மேலதிகமான அன்பும் நன்றியும். இந்தப் படைப்பை மிகச் சிறப்பாகப் பதிப்பித்திருக்கும் யாவரும் பதிப்பகத்திற்கு நான் என்றும் கடமைப்பட்டவன் ஆவேன்.

என்று உங்கள் அன்புடன்

சிவகுமார் முத்தய்யா

அவன்

அந்த காலைப்பொழுதில் கீழ்வானத்தைப் பார்த்தான். பிரகாசமான ஒளியில் கண்கள் கூசின. தீர்க்கமான முடிவில் இருந்து அவனால் பின்வாங்க முடியவில்லை. சூரியன் மெல்ல வெளிச்சக்கதிர்களை பாய்ச்சத் தொடங்கியிருந்தது. வெகு நாட்களுக்குப் பிறகு அப்படியொரு ஆசை துளிர்விட்டிருந்தது. நடந்தே சென்றுவிடலாம் என்று நினைத்தான். பேருந்துகளில், ரெயில்களில் எத்தனையோ பயணங்களைப் பார்த்தவன். ஏன் நாலைந்து தடவை கலை விழாக்களுக்காக விமானத்திலும் பறந்து இருக்கிறான். இப்போது அவற்றின் மீது வெறுப்பு ஏற்பட்டிருந்தது. நடக்க வேண்டும் என்று அவனுக்குள் பெரும் தீவிரம் பீறிட்டது. பத்தாண்டுகளுக்கு முன்பு பார்த்த சாலைகள் எல்லாம் இப்போது எவ்வளவோ மாற்றம் அடைந்துவிட்டன. குறுகிய நடைபாதை போன்று இருந்த சாலையை அகலப்படுத்தியிருந்தார்கள். பாதசாரிகள் நடந்து செல்வதற்கு என்று வெள்ளை நிறத்தில் கோடு போட்டிருந்தார்கள். சாலையோரங்களில் போதிய அளவுக்கு மரங்கள் வளர்ந்து நின்றன. தினந்தோறும் ஒரு மாற்றம் நடந்துகொண்டிருந்தது. இப்போது இவன் பார்ப்பது பழைய தஞ்சாவூர் இல்லை. அவன் கண்களில் மாற்றத்தைப் பார்த்தாலும் மனது பழைய தஞ்சாவூரின் மண் சாலைகள் மீதே நாட்டம் கொண்டிருந்தது. இப்போது பிரகதீஸ்வரர் கோவில் மட்டுமே நூற்றாண்டு கம்பீரத்துடன் எழுந்து நிற்கிறது. காவேரியின் அகலம் கூட முன்பைவிடப் பன்மடங்கு குறுகிவிட்டது. சின்ன வயதில் ஆண்டுக்கு ஒருமுறை வேளாங்கண்ணி திருவிழாவுக்கு கொடியேற்றிவிட்டால் போதும் விரதம் இருந்து பாத யாத்திரை போவார்கள். இப்போது எல்லாம் அப்படிப் போவது குறைந்து போயிருந்தது. போக விருப்பம் உள்ளவர்கள் வாடகைக்கு வேன் எடுத்தோ அல்லது பஸ்சிலோ சென்று வருகிறார்கள்.

நாகப்பட்டினம் செல்லும் சாலை என்று சாலையின் வலது புறத்தில் நட்டு வைத்திருந்த போர்டைப் பாரத்தான். அவனுக்குள் விரிகுடாகடலின் பேரோசை கேட்கத் தொடங்கியது. திடீரென ஏற்பட்ட மனக்கிளர்ச்சியில் அவன் கண்களில் இருந்து இரண்டு சொட்டுக் கண்ணீர் உதிர்ந்து விழுந்தது. எல்லாவற்றிலிருந்தும் தன்னை அவன் விடுவித்துக்கொள்ள விரும்பினான். அவன் மனமெங்கும் காயத்தின் தழும்புகள் மின்னிக்கொண்டிருந்தன. அதனை எத்தனையோ முறை தனது கண்ணீரால் அழுகையால் வருடிக் கொடுத்து இருக்கிறான். அவன் கற்ற கலை வெகு தொலைவுக்கு அப்பால் ஒளிந்துகொண்டு கண்ணாமூச்சி ஆடிக்கொண்டிருந்தது. எத்தனையோ துயர்மிக்க இரவுகளில் தெருவில் நடந்து வானத்தை வேடிக்கை பார்த்து பாடியிருக்கிறான். அப்போதெல்லாம் அவனது குரல் துயரத்தில் கட்டிக்கொண்டு விடும். வார்த்தைகள் தொண்டைக்குள் சிக்கிக்கொள்ளும். அன்பின் வலி பெருக்கெடுக்கும் போது தனக்குத்தானே பேசி தன்னைச் சமாதானம் செய்துகொள்வான். தனது வாழ்வு குறித்து அவனுக்கு என்று எந்தக் கோட்பாடும் இருந்ததில்லை. ஆனால் வாழவேண்டும் என்கிற வேட்கை மட்டும் இருந்தது. ஆனால் எப்படி வாழ வேண்டும் என்றுதான் தெரிந்திருக்கவில்லை. அவனது தொழிற்முறை கூட்டாளிகள், கலை சொல்லிக் கொடுத்த வாத்தியார்கள் ஒருநாளும் இப்படி நீ வாழ வேண்டும் என்று அறிவுரை சொன்னதில்லை. ஏனெனில் அவர்களும் இவனைப் போலத்தான் வாழ்ந்தார்கள். அவர்களுக்குத் தெரிந்தது கலை மட்டும்தான் அதைப் பற்றித்தான் பேசினார்கள். அவர்களிடம் பாடம் கற்ற இவனும் அதையே செய்தான். இவனுக்குள் கலைத்திமிர் பொங்கி வழியும் தருணங்களில் சாராயம் குடித்துவிட்டு காவேரியாற்றின் கரையில் அமர்ந்து சீறிப்பாயும் நீரோட்டத்தைப் பார்ப்பான். அல்லது இளவரசியைத் தேடிக்கொண்டு போய் அவளுடன் இரவுகளைக் கழிப்பான். அவளுக்காக பழைய மெட்டுகளில் புதிய வார்த்தைகளைப் போட்டு பாட்டு படிப்பான். சந்திரபாபு குரலில் காதல் ராகம் இசைப்பான். அவள் இவனுக்காக எப்போதும் கதவைத் திறக்கும் அந்தப்புரத்து இளவரசியாகவே இருந்தாள். அவள் எப்படி இவன் வாழ்வில் இருந்து விலகிப்போனாள் என்றுதான்

விளங்கவேயில்லை. காவேரியாற்றுக்கு அந்தக்கரையில் இருந்தாள். அவளைக் காணச் செல்லும் நேரங்களில் வயற்காடுகளுக்குச் சென்று விறகு பொறுக்கிக்கொண்டோ அல்லது நண்டையோ, நத்தையையோ உணவுக்காகப் பிடித்து வருவாள். இவனுக்காக பால் நண்டுகளை வறுத்துத் தருவாள். நத்தையில் கோலா உருண்டை செய்துகொடுப்பாள். அவளைப்போல் சுவையாகச் சமைப்பவர்கள் இந்த உலகத்தில் இல்லவே இல்லை என்பது இவன் கருத்து. அவள் முகம் சுளித்து இவன் ஒருநாளும் கண்டதில்லை. அவள் இவன்மீது தீராத மோகம் கொண்டிருந்தாள். பிறகு ஏன் அது தீர்ந்துபோனது. இவனுக்குத் தெரியவில்லை. அந்தப் பிரிவு புள்ளியின் மர்மம் பிடிபடவேயில்லை.

வெயில் அப்படி ஒன்றும் மோசமில்லை. நடக்கலாம். நடக்க நடக்க அவனுக்குள் இருந்த பல தழும்புகளில் கசிவு ஏற்பட்டது. அவளற்ற பல ராத்திரிகள் எத்தனை வலிமிக்கதாக மாறியது என்று அவனால் வரையறுக்கவே முடியவில்லை. காவேரியாற்றின் கரைகளில் அவர்கள் பேசிக்களைத்த தருணங்கள். இவன் கேட்கக்கேட்க அவள் கொடுத்த மாங்காய் வாசனை மிக்க முத்தங்கள். உறவின்போது அவள் வியர்வையில் கசிந்துவரும் வெந்தய வாசனை. அவளுக்குப் பிறகு அவனால் எந்தப் பெண்ணுடனும் இயல்பாக மோகம் கொண்டு போகம் செய்ய முடியாமல் போனது. ஆட்டக்களங்களில் சந்தித்த ஆட்டக்காரிகளிடம் அவளின் முகத்தைத் தேடினான். பாவனையை, நளினத்தை, நெக்குருகும் வார்த்தைகளை, கனிவைத் தேடினான். சலிப்பே மிஞ்சியது. இந்த உலகத்தில் ஒருவரைப் போல் வேறு ஒருவர் இல்லை என்று விளங்கியது. அவளற்ற பகல்களை விட இரவே நரகமாக இருந்தது. அந்தி சாயும்போது மனதின் அடியாழத்தில் பதுங்கிக் கிடந்தவள் அன்புச்சுடர்களை ஏற்றிவைத்து பெரும் தனிமையின் வலியைத் தருவாள். அவளை நினைத்து நினைத்து இரவுகளில் சோம்பிப் போவான். அல்லது சாராயம் குடித்துவிட்டு வெட்டவெளியில் நின்று நீ எங்கே இருக்கிறாய். என்னை விட்டுப் பிரிந்து செல்ல உனக்கு எப்படி மனது வந்தது. நீ எப்படி இருக்கிறாய். என்னைப் போல் நீயும் பிரிவில் வதங்கிக்கொண்டிருப்பாயா?. உனக்கு நான் மெட்டுக் கட்டிய பாடலை பாடி அனுப்பவா..?

என்று பேசிக்கொண்டிருப்பான். பிறகு தனக்குத் தெரிந்த கெட்ட வார்த்தைகளால் அவளைத் திட்டிவிட்டுப் போய் படுத்து உறங்கிவிடுவான். இப்படித்தான் நாலைந்து ஆண்டுகளை நகர்த்திக்கொண்டிருந்தான். ஆட்டக்களத்துக்கு வரும் சிலர் ஒருநாள் சந்திப்பிலேயே இவன்மீது இச்சை கொள்வர்கள். ரகசியச் சந்திப்புக்கு அழைப்பு விடுப்பார்கள். அப்போது அவள் முகத்தை அவர்களுக்கு சில நிமிடங்கள் பொருத்தி வைத்துப் பார்ப்பான். சில தடுமாற்றங்களுடன் விலகி நடக்கத் தொடங்குவான்.

2

கலை உள்ளம் படைத்தவனுக்கு குடும்பம் சாபக்கேடு என்பது இவனுக்கு நன்றாகத் தெரியும் ஆனாலும் அதிலிருந்து இவனால் விலக முடியவில்லை. ஆட்டத்துக்குச் செல்வது, மனைவி, குழந்தைகள் என்று அவனது உலகம் ஒரு வட்டத்துக்குள்ளே இருந்தது. இவன் பணம் சம்பாதிக்காத நாட்களில் வீட்டுக்குள் தேவையற்ற சண்டைகள் எழுந்தன. குழந்தைகள் வளர்ப்பில் அடிக்கடி கணவனும் மனைவியும் முரண்பட்டார்கள். அவளுடன் இயல்பாக அவனால் இருக்க முடியவில்லை. அடிக்கடி ஒரு முகமூடியை அணிந்துகொண்டான். அவள் இயல்பாகப் பேசினால் கூட அதில் உறைந்திருக்கும் அர்த்தம் ஒன்றைத் தேடினான்.

மனைவி இவனது கடந்த காலங்களை எப்படியோ யார் யாரிடமோ பேசி அறிந்துகொண்டிருந்தாள். அது குறித்து பச்சையாக இவனை விமர்சனம் செய்தாள். இவன் ஆட்டத்துக்குச் சென்றுவரும் பகல் பொழுதுகளில் கடுமையான வாக்குவாதம் செய்தாள். இவன் குடித்துவிட்டு வந்து பசியுடன் உறங்கினான். அவமதித்து எழுப்பி சோறு சாப்பிட அழைத்தாள். அரிதாக எப்போதாவது காக்கா குளியல் போடுவது போல் கணவன் மனைவி தாம்பத்திய உறவுகொண்டார்கள். இப்படித்தான் தனது நாட்களை நகர்த்தினான். காலம் உருண்டோடி விட்டது. திரும்பிப் பார்க்கையில் ஒன்றுமில்லை. இவன் கற்றிருந்த கலை அவனுக்கும் அவனது குடும்பத்துக்கும் இரண்டு வேளை சோறு போட்டது. இரண்டு மகன்களும் பெரியவர்களாகி விட்டார்கள். படித்த படிப்புக்கு ஏற்ற வேலையோடு தொலைதூர நகரம் ஒன்றில் இருக்கிறார்கள். அவர்களோடு மனைவி போய்விட்டாள். இவனால் இந்த மண்ணை விட்டும், காவேரியாற்றில் குளிப்பதை விட்டும், தஞ்சாவூர் பெரிய கோவிலை அதே பிரமிப்புடன் பாரப்பதை மறந்தும் அவர்களுடன் போகப் பிடிக்கவில்லை.. முன்பு போல் ஆட்டத்துக்கும் போக முடியவில்லை. களத்தில் சாகசம் காட்டி மணிக்கணக்கில் ஆட முடியவில்லை. குரலும் முன்போல் தெளிவாக ஒலிக்கவில்லை. நாலைந்து

சிவக்குமார் முத்தய்யா

பாட்டுகளுக்கு மேல் பாட முடியவில்லை. அவர்கள் முன்புபோல் மெனக்கெட்டு அழைப்பதும் இல்லை. இப்படியாகத்தான் ஆண்டுகள் கடந்துகொண்டிருந்தன. மனைவி, மகன்களிடம் அவனைப் பற்றி சொல்லிவிட்டாள். அவர்களும் முன்புபோல் முகம் கொடுத்துப் பேசுவது கிடையாது. எப்போதாவது செலவுக்குப் பணம் அனுப்பி வைப்பார்கள்.

அதனைப் பெற்றுக்கொள்வதற்கு தயக்கமாக இருந்தது. இருந்தாலும் வேறுவழியில்லை. அதனை வாங்கித்தான் நாட்களை நகர்த்திக்கொண்டிருந்தான். வாய்ப்பு கிடைக்கும்போது உதிரி வேலைகளுக்குச் சென்று அதில் கிடைத்த சொற்ப வருமானத்தில் நாட்களை நகர்த்தினான். மகன்கள் வாஞ்சையுடன் தன்னை அழைப்பார்கள். அவர்களுடன் சிலநாட்கள் தங்கிவிட்டு வரலாம் என்று நினைப்பான். அப்படி அவர்கள் ஒருநாள் கூட அழைத்ததில்லை. மனைவிக்கு இவன்மீது தீராத வெறுப்பு இருப்பது மட்டும் உண்மை என்று தீர்க்கமாக நம்பினான். அது அநேக நேரங்களில் இவனது மனசாட்சிக்கு சவாலை அளித்தது.

3

நாகப்பட்டினம் செல்லும் சாலையில் வாகனங்கள் அதிவேகமாகப் போவதும் வருவதுமாக இருந்தன. எதிரே வருபவர்களில் தனக்குத் தெரிந்தவர்கள் யாரும் இருக்கக்கூடாது என்று வேண்டிக்கொண்டான். அவர்கள். "எங்கே செல்கிறீர்கள்" என்று கேட்டால் பதில் சொல்ல வேண்டி வரும். அதுபோன்ற பதிலைச் சொல்லும் மனநிலை அவனுக்கு இல்லை. இந்தச் சாலையில் இந்தப் பகுதிக்கு எத்தனையோ தடவை ஆட்டத்துக்கு கோஷ்டிகளிடம் சென்று திரும்பி இருக்கிறான். அவளை சைக்கிளில் அமரவைத்து இயக்கிக்கொண்டு ஒருதடவை நீடாமங்கலத்துக்கு அவள் உறவுக்கார வீட்டு காதணி விழாவுக்கு சென்றுவந்த நினைவு ஏனோ வந்து தொலைத்தது. அன்று அவள் கொசுவம் வைத்த நீலநிற பூப்போட்ட புடவை அணிந்திருந்தாள். அன்று அவள் வீட்டுக்கு தூரமாகியிருந்தாள். அதனால் கவனமாக சைக்கிளை இவன் இயக்கினான். அன்று அளவுக்கு அதிகமாக உணர்ச்சிவசப்பட்டாள். "நான் உன்னோடு செத்துட்டா போதும் வேற ஒன்னும் எனக்கு வேணாம். உன் மடியில என் உயிரு போயிடணும்.." உடைந்தாள். அது இப்போது அவனுக்கு நினைவுக்கு வந்தது.

இந்த கிராமியக் கலையில் ஒன்றையும் அவன் சாதிக்கவில்லை என்றோ, பணம் சேமித்து செழிப்பான வாழ்க்கை வாழவில்லை என்றோ அவனைச் சார்ந்தவர்கள் குற்றம் சொல்லியபோது அவனிடம் பதில் இல்லை. சிலநேரங்களில் அவன் நினைத்துக்கொண்டான். நான் அவ்வாறு வாழவேண்டும் என்று வலியுறுத்துவதற்கு இவர்கள் யார்? இதுபோல எத்தனையோ முறை தனக்குத்தானே சொல்லிக்கொண்டிருக்கிறான். சில நெருக்கமான நண்பர்களிடம் சொல்லி அழுது இருக்கிறான். வாழ்க்கை என்பது ஒரு சித்து விளையாட்டு என்பது அவனுக்குத் தெரியும். அதனை விளையாட இவன் விரும்பவில்லை. சிறுவயது முதலே தன்னை ஆட்டக்காரன் என்று அறிவித்துக்கொண்ட கணத்தில் சதங்கையை அவனது கால்களில் கட்டிக்கொண்ட போது

பேரானந்தம் கொண்டவனாக களத்துக்கு வந்தான். முதல் ஆட்டத்திலேயே தனது முத்திரையைப் பதித்து பாராட்டையும் பரிசையும் அள்ளினான். அன்று முதல் அதனைக் கட்டும் அந்த நிமிடத்துக்காகக் காத்துக் கிடப்பான். ஆட்டம் முடியும் வரை அவன் பாட்டுக்காரன், ஆட்டக்காரன், கோமாளி என்று மாறிமாறி தனது ரூபத்தை மாற்றிக்கொண்டே இருப்பான். களத்துக்கு வந்துவிட்டால் எது குறித்தும் அவனுக்குச் சிந்தனை இருக்காது. எதிரே பார்வையாளர்கள் மகிழ்ச்சியடைய வேண்டும் என்பதை மட்டுமே அவன் விரும்பினான். அவர்கள் மகிழும் வகையில் தனது சாகசத்தை நிகழ்த்துவதில் மட்டும் கவனமாக இருந்தான். தனது கடைசி ஆட்டத்தின் நிகழ்வில் கூட அப்படித்தான் நடந்துகொண்டான்..

சாலையில் நடந்துகொண்டே இருந்தான். அம்மாப்பேட்டை அருகே வந்தபோது கிட்டதட்ட இளம் மதியப் பொழுதாகியிருந்தது. வயிறு பசிப்பது போலிருந்தது. சட்டைப்பையில் இருந்த பணத்தை எடுத்து எண்ணிப் பார்த்தான். வேளாங்கண்ணி செல்லும் வரைக்கும் இதுபோதுமான தொகைதான் என்று தோன்றியது. சாலையோர டீக்கடையில் தயிர் சாதமும் வடையும் சாப்பிட்டான். மீண்டும் நடக்கத் தொடங்கினான். ஓய்வு எடுக்கத் தோன்றவில்லை. பீடி பற்ற வைக்கலாம் என்று ஆசை வந்தது. பெட்டிக்கடையில் இரண்டு ரூபாய்க்கு வாங்கி வைத்துக்கொண்டான். சிறுவயதில் புகைத்தது. இடையில் நிறுத்திவிட்டான் ஆனால் குடிக்காமல் இருக்க முடியவில்லை. இரவில் கண்விழித்து ஆடுபவர்களின் உடம்பு வலிக்கு உடனடி நிவாரணம் தரும் ஒரே மருந்து மது மட்டும்தான் என்பது இவனைப்போல ஆட்டக்களத்தில் இருக்கும் அத்தனை பேருக்கும் தெரியும் அதில் இவன் மட்டும் என்ன விதிவிலக்கு?.

கீழ்வேளூர் வந்து சேர்ந்தபோது அந்திப்பொழுதாகியிருந்தது. தொடர்ந்து நடக்க முடியவில்லை. திடீரென்று தனது பயணத்தை மாற்றினான். திடீர் சிந்தனையில் நாகூர் செல்லும் பஸ்சில் ஏறி அமர்ந்தான். அவனது எண்ணங்கள் பலவிதமான சிந்தனையிலும் குழப்பத்திலும் மூழ்கிப் போயிருந்தன. பஸ் விரைவாக நாகூருக்கு வந்துசேர்ந்திருந்தது. கீழே இறங்கி

வடக்குப் பக்கமாக நீளும் சாலையில் நடந்தான். வெட்டாற்றுப் பாலத்தில் நின்று தூரத்தில் அலையடித்துக்கொண்டிருக்கும் கடலையும் அந்தப் பக்கத்தில் அலையின்றி உறங்கிக்கொண்டிருக்கும் ஆற்றையும் பார்த்தான். காரைக்கால் எல்லையான சில மீட்டர் தொலைவில் இருந்த வாஞ்சூருக்கு நடக்கத் தொடங்கினான். பாலத்தின் கரையில் மீனும் கருவாடும் விற்றுக்கொண்டிருந்தார்கள்.

அந்தப் பகுதியில் பக்கத்து கிராமத்து ஆட்கள் காணப்பட்டார்கள். அவர்களிடம் சாராயக்கடை எங்கே இருக்கிறது என்று அருகில் சென்று விசாரித்தான். அவர்கள் காட்டிய திசையில் கடல் நோக்கி நடக்கத் தொடங்கினான். இருள் சூழ்ந்து கிடந்தது. சற்று தொலைவில் ஆஸ்படாஸ் சீட்டு போட்ட கட்டிடம் தெரிந்தது. அதுதான் கடை என்று அந்த சூழல் உணர்த்தியது. அதன் அருகில் இருந்த மின்கம்பத்தில் ஒளிர்ந்த வெளிச்சம் ஆற்றுக்கரையின் பாதைக்கு வழிகாட்டியது. இவன் வேகமாக நடந்தான். ஆட்கள் அங்கேங்கே கும்பலாக அமர்ந்து ஊர்க்கதைகள் பேசியபடி மதுவருந்திக்கொண்டிருந்தார்கள். பணத்தை கொடுத்து இரண்டு பாட்டில்களை வாங்கினான். அதற்குத் தேவையான சோடா, நண்டு வறுவல், ஊறுகாய் மற்றும் ஊற்றிக் குடிக்க தேவையான தம்ளருடன் கடற்கரை மணலுக்கு வந்தான். வானில் மங்கலான நிலா மினுங்கிக்கொண்டிருந்தது. அவசர கதியில் பாட்டிலை திறந்து திரவத்தை ஊற்றிக் குடித்தான். நண்டு வறுவல் அதற்குப் பொருத்தமாக இருந்தது. அலையடிக்கும் கடலை தீராத மோகத்துடன் பார்த்தான். கடலில் இருந்து வெதுவெதுப்பான சூடான காற்று வந்துகொண்டிருந்தது அப்போது அவளை நினைத்துக்கொண்டான். வேளாங்கண்ணி போக வேண்டாம் என்று நினைத்தான். அது அவனுக்குள் உறைந்து கிடக்கும் இன்னும் பல கசப்பான நினைவுகளை உயிர்ப்பிக்கும் என்று அஞ்சினான். தீவிரத்துடன் மதுவைப் பருகினான். நெடிமிக்க பானம் அவனுக்குள் ரசவாதங்களை நிகழ்த்தத் தொடங்கியது. காரம் மிக்க நண்டின் மணமும் சுவையும் இன்னும் அருந்த வேண்டும் என்று கோரியது. மீண்டும் ஒரு பாட்டிலை வாங்கிக் குடித்தான். தன்னிடமிருந்த பணம் அனைத்தையும் செலவழிக்க வேண்டும் என்று

தோன்றியது. அங்கே இருந்த முதியவர்களிடம் கொடுத்தான். மீண்டும் தீவிரமாக தன்னை இளக்கினான். குடித்தான். கடலின் அலையோசை இப்போது சத்தமற்று கேட்டது. மணலில் இருந்து எழுந்து தனது பயணத்தை முடித்துக்கொள்ளலாம் என்று முணுமுணுத்தான். நிலா இப்போது சற்று வெளிச்சத்தை அளித்தது. கால் பதிய மணலில் நடந்து கடலில் இறங்கினான். தீராத குளியலின் மோகத்துடனும் மீளாத் துயரத்துடனும் அலைகள் அவனை தழுவத் தொடங்கின.

ஒன்று

பேரோசையின் அலைவரிசையும் சதங்கையின் முடிவுறாத முத்தங்களும்...

1

எட்டு மணிக்குள் சுற்றுவட்டார கிராமங்களில் இருந்து வரத்தொடங்கியிருந்த கூட்டம் அலைமோதிக்கொண்டிருந்தது. தங்களுக்கு வசதியான இடத்தைப் பிடித்துக்கொண்டிருந்தார்கள். அவ்வளவு சீக்கிரத்தில் அதிகளவில் ரசிகர்கள் கூடியிருந்தார்கள். கசாலையில் படுப்பதாகச் சொல்லிவிட்டு வாடகை சைக்கிள் எடுத்துக்கொண்டு கிளம்பியிருந்தான் சந்திரன். இவனுடன் நாலைந்து பேர் வந்திருந்திருந்தார்கள். அப்பாவுக்குத் தெரியாமல் வாடகை சைக்கிள் எடுத்துக்கொண்டு கூட்டாளிகளுடன் கிளம்புவது சமீப நாட்களில் அதிகரித்து இருக்கிறது. அடிக்கடி ஆடப்போகும் ஆட்டக்காரிகள் பற்றி மைக்கில் விளம்பரப்படுத்திக்கொண்டிருந்தார்கள். நிகழ்ச்சியைத் துவக்கிவைக்க ஊர் முக்கியஸ்தர்கள் வந்துகொண்டிருந்தார்கள். அவர்களை வரவேற்று சிலர் நாற்காலியில் அமர வைத்தனர். வண்ண விளக்குகள் மின்னியது. ஆங்காங்கே அலங்காரத் தட்டிகள், தோரண வாயில்கள் அமைத்து இருந்தனர். ஆட்டம் நடப்பதற்கான மைதானம் ஊரின் மையத்தில் இருந்த பெரிய திடலில் அமைக்கப்பட்டு இருந்தது. சற்று தொலைவில் ஜென்ரேட்டர் நிறுத்தி அதன் மூலம் மின்சாரம் வந்துகொண்டிருந்தது. சதுர வடிவத்தில் ஆட்டக்களத்தை அமைத்து ஆட்டக்காரர்களையும் அவர்களது கோஷ்டியைச் சேர்ந்தவர்களையும் தவிர மற்ற ஆட்கள் உள்ளே சென்றுவிடாத வண்ணம் தடுப்புக் கயிறுகள் கொண்டு கட்டி இருந்தனர். உள்ளே மைக் செட் அமைப்பாளர் வரிசையாக இடைவெளியிட்டு மைக்குகளை அமைத்து செக் பண்ணினார்.

அம்மாவாசைக்குப் பிறகான வளர்பிறையில் திருவிழா வைத்திருந்தார்கள். நல்ல அடர்த்தியான இருட்டு. சந்திரன் தனக்குப் பின்னால் அமர்ந்திருக்கும் தனது கூட்டாளிகளைச் சரிபார்த்தான். அவர்கள் இவனைப்போல சுற்றும்முற்றும் வேடிக்கை பார்த்துக்கொண்டிருந்தார்கள். சைக்கிளைப் பாதுகாக்கும் இடத்தில் நிறுத்திவிட்டு ஒரு ரூபாய் கொடுத்து பாதுகாப்புச்சீட்டு வாங்கிக்கொண்டு வந்திருந்தார்கள். நேரம் கூடிக்கொண்டே போனது. அறிவிப்பாளர் ஒரு கட்டத்தில், சற்று கடுப்பாகி நேரமாகிவிட்டதால் சிக்கிரம் நிகழ்ச்சியைத் தொடங்க வேண்டும் என முக்கியஸ்தர்கள் சொல்கிறார்கள். ஆகவே ஆட்ட கோஷ்டியினர் விரைந்து கோவிலுக்கு வந்து அர்ச்சனையில் கலந்துகொள்ள வேண்டும் எனக் கேட்டுக்கொள்கிறோம் என்று அறிவித்தார். அறிவிப்பாளரின் கீச்சுக்குரல் சந்திரனுக்கு சிரிப்பை உண்டாக்கியது. பக்கத்தில் அமர்ந்திருந்த குள்ள பாண்டி தனது இடத்தில் இருந்து எழுந்து பார்த்துவிட்டு, “எப்போ.. எம்புட்டு கூட்டம்” என்று வாய் பிளந்தான். அவனைத் தொடர்ந்து வேறு சிலரும் எழுந்து பார்த்தார்கள். மக்களின் நடமாட்டத்தால் தெற்கில் இருந்து வீசும் காற்றில் புழுதி மிதந்தது. சந்திரனுக்கு லேசாக வியர்த்தது. காற்று உறைக்கவில்லை. தெற்கில் இருந்து வந்த காற்று சற்று ஆசுவாசமாக இருந்தது. கூட்டத்தில் இருக்கும் ஆட்களில் அப்பாவுக்குத் தெரிந்தவர்கள் எவராவது இருக்கலாம் என்று தோன்றியது. அதனால் முகத்தை வெவ்வேறு பக்கமாகவும் அடிக்கடி முன் அமர்ந்திருப்பவர் முதுகுக்குப் பின்னாலும் தாழ்த்திக்கொண்டான். அவருக்கு இதுபோன்ற கூத்து, நாடகம் என்றால் ஒருபோதும் பிடிக்காது. சத்தம் போடுவார். கடுமையாக விமர்சனம் செய்வார். அவருக்கு பயந்துகொண்டே எத்தனையோ நிகழ்ச்சிக்குப் போகமுடியாமல் வருத்தப்பட்டு இருக்கிறான். இவனது கூட்டாளிகள் பார்த்துவிட்டு வந்து சொல்லும்போது வேதனையாக இருக்கும். அதனாலே அவரை ஏமாற்றிவிட்டுத் திருட்டுத்தனமாகக் கிளம்பியிருந்தான்.

ஒருவழியாக தவில் வாசிப்பவர்கள், நாதஸ்வர வித்வான்கள், ரவணம் அடிப்பவர்கள் என வந்துசேர்ந்தார்கள். அவர்களுடன் பரமசிவன், காளி, முருகன் வேடம் தரித்த ஆட்டக்காரர்கள் அம்மன் கோவில் முகப்பில் வந்துநின்றார்கள். அறிவிப்பாளர்

நிகழ்ச்சியைத் துவக்கி வைக்கும் நபர்களின் பெயரை வரிசையாக வாசித்தார்.

கோவிலுக்கு முக்கியஸ்தர்கள் வந்துசேர்ந்தார்கள். முகப்பு மண்டபத்தில் நிற்கும் அவர்களைப் பார்த்து சைகையால் சொன்னார். தவிலும் நாதஸ்வரமும் வாசிக்கத் தொடங்கினார்கள். அம்மனுக்கு ஒரு வாசிப்பு முடிந்தது. தீபாரதனை காட்டி ஊர் முக்கியஸ்தர்களுக்கு விபூதியும் குங்குமமும் கொடுத்தார் பூசாரி. சுற்றுவட்டார கிராமங்களில் இருந்து ஆட்டக்களத்துக்கு வந்த பார்வையாளர்கள் நான்கு புறத்திலும் அமர்ந்து இருந்தார்கள். இதனைத் தவிர கும்பலாகவும் நின்றுகொண்டிருந்தார்கள். அவர்கள் மத்தியில் இருந்து விசில் சத்தமும் கரவோசையும் எழுந்தன. ஊர்த்தலைவர் மைக்கைப் பிடித்து பேசத்தொடங்கினார். தனது பேச்சை எவரும் விரும்பவில்லை என்பதை புரிந்து கொண்டவர் தனது பேச்சில் இறுதியாக "எந்த பிரச்சனையும் இல்லாமல் நிகழ்ச்சியை கண்டுகளித்து செல்ல வேண்டும் என மன்றாடி கேட்டுக்கொள்கிறேன். இன்னொரு விஷயம்.. ஆடுபவர்களுக்கு எவரும் அன்பளிப்பு தரக்கூடாது. இது கிராம பஞ்சாயத்தார்களின் முடிவு" என்று சொல்லி தனது பேச்சை முடித்தார். தாவில்காரர்கள், நாயனம் வாசிப்பவர்கள் தஞ்சாவூர் ஜில்லாவுக்கே உரிய பாவனையுடன் வாசிக்கத் தொடங்கினார்கள். நையாண்டி மேளம் வாசிப்பதில் பேர்பெற்றவர்களான தப்படிச்சான் மூலை குமரேசனும் கலியமூர்த்தியும் தங்களது தனித்துவ வாசிப்பை அதிரடியாகத் தொடங்கி ஆர்பாட்டத்துடன் வாசித்து எதிரில் வாசிக்கும் மற்றவர்களையும் வம்புக்கு இழுத்துக்கொண்டிருந்தார்கள். சாமி வேடம் தரித்தவர்கள் அவர்களுக்கான அடவுகளில் வளைவு சுளிவுகளில் கச்சிதமான ஆட்டத்தை ஆடினார்கள். திடீரென்று இரண்டு இளம் ஆட்டாக்காரிகள் தலையில் கரகத்துடன் மயில் கொண்டையிட்டு விரித்து சிறகுகளுடன் களத்துக்குள் நுழைந்தார்கள். அவர்களைப் பின்தொடர்ந்து அரை பேண்ட்டும் கருப்பு முண்டா பனியனும் போட்ட பபூன் ஆல்பர்ட் திடீரென்று பிரவேசித்தான். வந்த வேகத்தில் கோணல்மாணலாக ஓர் ஆட்டம்போட்டு, எல்லாருக்கும் வணக்கம் செலுத்திவிட்டு, மைக் முன்னால் நின்று.... "வணக்கமுங்க.. சாமி.. வணக்கமுங்க. இங்க வராத

ஜனங்களுக்கும் வணக்கமுங்கோ..” என்று பாடிக்கொண்டே.. கரகம் வைத்து ஆடும் இரண்டு பேரிடம் சென்று சிரிப்பு காட்டினான். கூட்டத்தில் இருந்து சிரிப்பும் விசில் சத்தமும் எழுந்தன. தவில் வாசிப்பவர்களிடமும் நாதஸ்வரம் வாசிப்பவர்களிடமும் கலாட்டா செய்தான். கூட்டத்தில் அமர்ந்திருக்கும் வயதான ஆண்களிடம், “மச்சான் கெழ போல்டு நல்லா இருக்கியா” என்று அவர்கள் அருகில் சென்று துணியைப் பிடித்து இழுத்துச் சீண்டினான். பாட்டிகளிடம் போய், “இந்தா உட்காந்து இருக்கு பாரு என் கொழுந்தீய்யா’ என்று செல்லம் கொஞ்சினான். பார்வையாளர்கள் விழுந்து விழுந்து சிரித்தார்கள். திடீரென்று கூட்டத்தில் இருந்து இளைஞர்கள் நித்யா... நித்யா என்று குரல் கொடுத்தார்கள். அவர்களைப் பார்த்த பபூன் “இருங்க வரச்சொல்றேன் மாப்பிள்ளைகளா” என்று விசில் அடித்தான். அப்போது கரகத்துடன் ஆடும் வனிதா அவன் அருகே வந்து அவன் காதில் ஏதோ சொல்லப்போனாள். அந்த நேரத்தில் அவன் அவளது கன்னத்தை தனது நாக்கால் நக்கினான். “ச்சீப் போடா” என அவன் சூத்தில் உதைத்தாள். கன்னத்தில் அறைந்தாள். அப்போது அவன் “இந்த உதையும் அறையும் என்னா சுகமாக இருக்கு..? அப்ப ‘அது’..” என்று சொன்னான். அந்த நேரத்தில் இளைஞர்கள் பகுதியில் இருந்து எழுந்த விசில் சத்தம் விண்ணைப் பிளந்தன. அப்போது மகா சிரித்துக்கொண்டே வந்து இவன் எதிரே ஆடிக்கொண்டிடிருந்தாள். நாயனத்தில், “ராத்திரி நேரத்து பூஜையில்... ரகசிய தரிசன ஆசையில்..” பாடலை சுந்தரமூர்த்தி வாசித்தான். அந்தப் பாடலை வனிதா தனது கீச்சுக்குரலில் பாடினாள். அதுவும் கேட்க நன்றாகத்தான் இருந்தது.

கூட்டத்தில் இருந்த சில இளைஞர்கள் அவ்வப்போது குரலிட்டு நித்யாவை அழைத்து கொண்டிருந்தார்கள். அப்போது மூன்றாவது ஆட்டக்காரி சாந்தி ஆட்டக்களத்துக்கு வந்தாள். அவளுடன் இளம் ஆட்டக்காரன் ரமேஷ் வந்து குத்தாட்டம் போட்டான். அவர்கள் ஆடிய ஆட்டத்தில் ஆட்டக்களத்தில் புழுதிப் பறந்தது. சந்திரன் கண்களைத் துடைத்துக்கொண்டான். சாந்தி கச்சிதமான உயரத்தில் இருந்தாள். அளவெடுத்து செய்ததுபோல பூரணமான அழகு. வண்ண விளக்குகளின்

வெளிச்சத்தில் அவளது நிறத்தை கணிக்க முடியவில்லை. பார்வையாளர்கள் குழம்பிப் போனார்கள். “இவளே இப்படி என்றால்? நித்யா..” அருகில் இருந்து யாரோ சொல்லியது சந்திரன் காதில் ஒலித்தது. அவனது அடிவயிற்றுக்குள் ஏதோ ஒரு பரவசம். சாந்தியுடன் ஆடவந்த இளம் ஆட்டக்காரனுக்கும் பபூனுக்கும் இடையே போட்டி ஏற்பட்டது. சாந்தியிடம் அவன் சென்றுசேர்ந்து ஆடும்போது பொழுதெல்லாம் இவன் குறுக்கிட்டு சாந்தியை தன்னுடன் ஆடும்படி பார்த்துக்கொண்டான். இதில் கடுப்பான பபூன், “மச்சான்.. உக்காவோட எம்புட்டு நேரம்தான் இப்படி நீயே வெச்சு ஆட்டுவேன்னு நானும் பாக்குறேன்” என்றான். இதனைக் கேட்டதும் சாந்தியைக் கோர்த்துக்கொண்டு என்னமோ செய்தான் அவன். மைக்கில் முன்பாக வந்த பபூன், “உக்காவா உடுர்ற பாவம்” என்று சொல்லிக் கத்தினான். கூட்டத்தில் இருந்தவர்கள் அவனுடன் சேர்ந்து கத்தினார்கள். அப்போது பார்வையாளர்கள் வரிசையில் இருந்து போதையில் தடுமாறிக்கொண்டே கைலியும் சிவப்பு கட்டம் போட்ட சட்டையும் அணிந்து ஒருவன் வந்தான். அவன் கையில் புது 100 ரூபாய் நோட்டு பளபளத்தது. அவன் ஆட்டக்களத்தை நெருங்கியதைக் கண்டதும் அவனை அங்கே தடுத்து நிறுத்திய விழாக்குழுவினர் அவனை வெளியேற்றினார்கள். அவன் முறுக்கிக்கொண்டு ஏதோ கெட்ட வார்த்தை பேசிக்கொண்டே அங்கேயிருந்து விலகிப்போனான். கூட்டத்தில் இருந்து “நேரமாயிட்டு.. வெரசா நித்யாவை வரச்சொல்லுங்கய்யா” என்று ஒரு வாலிபன் குரல் ஓங்கி ஒலித்தது. சாமி வேடம்போட்டு ஆடியவர்கள் ஆட்டக்களத்தில் அமர்ந்து அவர்களும் பார்வையாளர்கள் போல் வேடிக்கை பார்த்துக்கொண்டிருந்தார்கள். நேரம் கூடிப்போய் நள்ளிரவைத் தாண்டி இருந்தது. ஒப்பனைக் கொட்டகையில் இருந்து குறவன் புண்ணியகோடி ஆட்டக்களத்துக்கு வந்தான். தவில் ஆங்காரமாக ஒலிக்கத் தொடங்கியது. அடுத்த நிமிடமே நித்யா களத்துக்கு வந்தாள். ஆறடிக்கும் குறையாத உயரம். வட்டமான முகத்தில் பிறை வடிவில் பொட்டு வைத்திருந்தாள். சற்றே பெரிய கண்கள், பின்னால் மயில் தோகை விரிக்கும் முக்கோணக் கொண்டை. உயரத்துக்கு ஏற்ற உடலமைப்பு.

பச்சைநிற குள்ளப் பாவடை கால்முட்டி வரை தொங்கியது. சிவந்த வாளிப்பான கால்களை தொடைவரை பார்த்து வியந்து போனவர்கள் அவள் ஆட்டத்தைப் பார்க்கவில்லை அவளைத்தான் பாரத்தார்கள். "சினிமாவுல நடிக்க வேண்டிய புள்ள.. இப்படி வந்து கூத்துல ஆடிக்கிட்டு கிடக்கு" என்று யாரோ சொன்னது சந்திரன் காதில் துல்லியமாகக் கேட்டது. ஆட்டம் என்றால் அப்படியொரு ஆட்டம். நேரம் போனதே தெரியவில்லை. "பொழுது விடிஞ்சுடுச்சுடா.. வாடா போவோம்" என்று கூட்டாளிகள் சொல்லவும்... எழ மனமின்றி கலைந்து போகாத பெருங்கூட்டத்தில் இருந்து வெளியேறத் தொடங்கினான் சந்திரன். அவன் மனம் பிசுபிசுத்துப் போயிருந்தது நித்யாவைப் பார்த்த கணத்தில் இருந்து...

2

அந்த சித்திரை மாத விடிந்தும் விடியாத அந்த மங்கலான பொழுதில் வடக்கு பார்த்த வீட்டின் வாசலில் அந்த ஐந்து வாலிபர்களும் கால்சட்டை மட்டும் அணிந்து வெற்றுடம்புடன் கம்புடன் வந்து நின்றார்கள். அவர்களைப் பார்த்த மயில்ராவணன் வெகுநேரமாக நிற்கிறார்களோ என எண்ணி "கொஞ்சம் அசந்துட்டேன்" என்றார். அவர்கள் அவரின் அனுமதியின்றி சிலம்பக் கூடத்துக்குள் நுழைவது கிடையாது. வீட்டுக்குள் போனவர் சிலநிமிடங்கள் கழித்து திரும்பிவந்து அவர்களிடம் சாவியை நீட்டினார். வேட்டியை மடித்து கட்டிக்கொண்டு வீட்டின் பின்புறம் இருக்கும் தோட்டத்துக்குப் போனார். மாணவர்கள் வழக்கமாக மேற்கொள்ளும் சில குஸ்தி பயிற்சிகளை மேற்கொண்டர்கள். காலைக்கடன்களை முடித்து விரைவாக வீடு திரும்பியவர் கிணற்றில் சகடையைப் போட்டு நீரெடுத்து குளிக்கும் சத்தம் கேட்டது. வீட்டுக்குள் வந்து சாமி அறைக்குச் சென்று வணங்கி திருநீறை நெற்றியில் பட்டையாக இட்டுக்கொண்டு உடையை மாற்றிக்கொண்டு வெளியேவந்தார். இடுப்பில் நான்குமுழ வேட்டியை இறுக்கிக் கட்டியிருந்தார். ஒட்டி வெட்டிய கிராப்பை துடைத்து நெற்றியில் குழைத்து பூசிய திருநீறுடன் அறுபத்தைந்து வயதிலும் கட்டுக்குலையாத தேகத்துடன் வந்து நின்றார். அவரைப் பார்த்த மாணவர்கள் சலாம் வரிசை வைத்து, சிலம்பக்கம்பை தரைக்கு கீழே தாழ்த்தி குரு வணக்கம் செய்தனர்.

பயிற்சி தொடங்கியது. வரும் வைகாசி திருவிழாவில் இவர்களை மேடையேற்றி பயிற்சியை நிறைவுசெய்ய வேண்டும். போன வருடம் பதிமூன்று பேர் பயிற்சிக்கு வந்தனர். அவர்களில் இந்த ஐந்து பேர் மட்டும் எல்லாவற்றையும் கடந்து தாக்குப் பிடித்தார்கள். சில நுட்பமான பாட முறைகளைத் தொடங்கியிருந்தார். ஒரு துணியை வைத்து ஆறுபேர் கொண்ட கும்பலை எப்படி கட்டுக்குள் கொண்டுவருவது என்கிற பாடம்தான் நடந்துகொண்டிருந்தது. இதுபோன்ற பாடங்களை மறைமுகமான இடத்தில் நடத்துவார்.

இந்த நாற்பது கால சிலம்ப வாழ்க்கையில் இதுபோன்ற அரிதான சிலரைத்தான் சந்தித்து இருக்கிறார். இவர்களுக்கு பாடம் சொல்லிக் கொடுப்பது ஏனோ மனதுக்குப் பிடித்திருந்தது. இந்தச் சுற்றுவட்டார கிராமங்களைச் சேர்ந்த இவர்கள் இவர் சொல்லுக்குக் கட்டுப்பட்டு இவர் அழைத்த நேரங்களில் வந்து சிலம்ப வித்தை கற்றிருக்கிறார்கள்.

அப்போது வாசலில் ஊர்காரர்கள் வந்துநின்று குரல் கொடுத்தார்கள். ''வாத்யரே....'' வெளியே எட்டிப் பார்த்தவர் வாசலுக்கு வந்து எல்லோரையும் அந்த ஓட்டுவீட்டுத் திண்ணைக்கு அழைத்துப் போனார். கிராம முக்கியஸ்தர்கள் வந்திருந்தார்கள். வீட்டுக்குள் குரல் கொடுத்து காபி போடச்சொன்னார். அவர்கள் வேண்டாம் என்று சொன்னார்கள். கிராமத் தலைவர் சண்முகம் பேசினார். “சித்திரை கடைசியில திருவிழாவ நடத்திப்புடலாமுன்னு பாக்குறோம். என்ன சொல்றீங்க.''

“நான் சொல்றதுக்கு என்ன இருக்கு? முடிவு பண்ணிட்டா, நடத்திட வேண்டியது தானே''

“அதுக்கு இல்லீங்க வாத்யரே, காலம் கெட்டு கெடக்கு எவன் என்னக்கி நம்ம பேச்சை கேட்குறான். புடுக்கு மொளச்சவன் எல்லாம் காளைங்குறான்'' போன வருஷம் போலவே நீங்களும் எங்களுக்கு ஒத்துழைப்பு தர்ணும். வாத்யருக்குன்னு இந்த சுத்துப்பட்ட கிராமத்துல ஒரு மரியாத இருக்கு இல்ல''

“ஏன் இப்படி சுத்தி வளைச்சு பேசுறீங்க'' இதுபோன்ற பேச்சுகள் வாத்தியருக்கு அறவே பிடிக்காது. நறுக்கு தெறித்தாற் போல இருக்க வேண்டும்.

“அதுக்கு இல்லிங்க'' நாட்டமை கணேசன் குறுக்கிட்டார். “காலங்காலமா இந்த ஊர்ல என்ன நடக்குதுன்னு தெரியும். புதுகாசு வெச்சிருக்கறவன் எல்லாம், வேட்டிய வரிஞ்சு கட்டிகிட்டு திருவிழாவ நான் நடத்த போறேன்னு நிக்கிறானுங்க. அதுக்கு நம்ம வழிவிடக் கூடாது''

“எனக்கு புரியல நாட்டமை''

“செய்யணுமுன்னு ஆசைப்படுறவன் கிராமத்துக்கு கட்டுப்பட்டு மண்டகப்பாடி செய்யட்டும். கச்சேரி, ஆட்டமல்லாம் தனியா செய்ய அனுமதி கிடையாதுங்றேன்”

“அதாங்க சரி” எல்லோரும் ஒரே குரலில் சொன்னார்கள். அவர்கள் யாரை மனதில் வைத்துக்கொண்டு பேசுகிறார்கள் என்று இவருக்குப் புரிந்தது.

“எத்தினி நாளு திருவிழா”

“அஞ்சு நாளக்கி” என்று நடத்தப்போகும் நிகழ்ச்சிகளை பட்டியலிட்டார்கள்.

ஒருகணம் யோசித்த வாத்தியார் மயில் ராவணன், “அஞ்சு நாள் திருவிழா அது ஒன்னும் தர்க்கம் இல்ல, இந்த ரெக்கார்டு டான்ஸ், குறவன் குறத்தியாட்டம் இதுதான் வேண்டாங்குறேன். போன வருஷம் குறவன் குறத்திக்கு பணம் குத்துறேன்னு இந்த பயலுங்க பண்ணினதை நீங்களும்தானே பாத்திங்க?””

நீங்க சொல்றது சரிதான் வாத்தியரே.. காலம் மாறிப்போச்சு. உங்க காலத்துல அரிச்சந்திரா மாயனகண்டமும், வள்ளித்திருமணமும், லவகுசா நாடகமும் போட்டிங்க. அதுக்கு அப்போ மவுசு இருந்துச்சு. இப்ப யாரு பாக்குற சொல்லுங்க”

அப்போது புதிதாக கிராம பொறுப்புக்கு வந்திருந்த வடக்குத்தெரு சின்னையன், “தஞ்சாவூர்ல இப்ப ஒருத்தி ஆடறாளாம். அவள பத்தி பேசிக்குறாங்க” என்றார். மேற்கொண்டு பேச விரும்பாமல் வயல்ல எனக்கு வேலை இருக்கு போகணும் என்றார் சுப்பிரமணியப்பிள்ளை. அவர்கள் கலைந்து போனார்கள். மாணவர்கள் ஐந்து பேரில் முதன்மையானவனாக இருந்த செல்லமணியை அழைத்துக் கொண்டு சைக்கிளில் பின்னிருக்கையில் அமர்த்தியபடி வயலுக்கு கிளம்பினார். களத்துமேட்டில் இருந்த ஒரு ஏக்கரில் எள் விதைத்து இருந்தார் வாத்யார்.

பச்சைப் பசுமையாக சீரான வளத்தியில் வெண்மையான பூக்களைப் பூத்தபடி நின்றுகொண்டிருந்தன. எல்லாம் சொந்த உபயோகத்துக்குத்தான். கிடைக்கும் மகசூலை நன்றாகக் காயவைத்து சுத்தப்படுத்தி செக்கில் அரைத்துக்கொண்டு

வந்துவிட்டால் ஒரு வருடத்துக்கு எண்ணெய் தட்டுப்பாடு வராது. சனிக்கிழமை குளியல் தொடங்கி புதன்கிழமைகளில் கோழிக்கறி குழம்புவரை எள் எண்ணெய் சாப்பாடுதான் வேண்டும் வாத்தியாருக்கு. விரும்பி சாப்பிடுகின்ற பழைய சாதமும் பச்ச மிளகாய் உடன் எள்ளு துவையல் கேட்பார். அவர்கள் வந்துவிட்டு போனதில் இருந்து வாத்தியாருக்குள் ஆழமான யோசனை. அவரைப் பார்த்து செல்லமணி ஏதோ அறிந்தவன்போல் புன்முறுவல் பூத்தான்.

“செல்லமணி நாஞ்சொல்றது உனக்கு புரியும்,, போன வருஷம் திருவுசாவூல ஆட்டத்தை வெச்சிதான் தண்ணீர்குன்னத்தானுக்கும் எனக்கும் வம்பு ஏற்பட்டுச்சு. அவனுங்க இவனுங்கள விட்டுட்டானுங்க. என்னைத்தான் கருவிக்கிட்டு இருக்கானுங்க. சந்திரன் பயலுக்கு ஒரு கல்யாணத்தை முடிச்சி இருந்தேன்னா எதுக்கும் கவலைப்பட மாட்டேன், நடக்குறது நடக்கட்டுமுன்னு பாத்துபுடுவேன் அதுக்குதான் யோசிக்கிறேன்.”

“ஒன்னும் நடக்காது வாத்தியரே”

“நான் என் உசுருக்கு பயப்படல. சந்திரனுக்கு நான் கத்த வித்தையெல்லாம் சொல்லிக்கொடுத்து வளர்த்திருக்கேன். ஆனா சின்ன பசங்களோட சேர்மானம் வெச்சிக்கிட்டு, சினிமாவுக்கு போறதும் கூத்து பாக்குறதும், கிரிகெட் ஆடுறதும், சைக்கிள எடுத்துக்கிட்டு ஊர் சுத்துறதுமா இருக்கான் அதுதான் எனக்கு புடிக்கல”

அப்போது வயல் வேலைக்குப்போன இரண்டு விவசாய கூலியாட்கள் மரியாதை நிமித்தமாக வணக்கம் வைத்தனர்.

“நான் ஒன்னு சொல்றேன் கேளு செல்லமணி.. நான் இல்லான்னா கூட என் மொவனுக்கு நீதான் துணையா நிக்கிணும்”

அப்போது அவர் வார்த்தைகள் உடைந்து போயிருந்தன. பயிற்சிக்கு வந்த இந்த ஒரு வருடத்தில் வாத்தியாருக்குள் இருக்கும் மென்மையை இப்போதுதான் செல்லமணி பார்த்தான். அவர் அப்படிப் பேசியது அவனுக்கு என்னமோ போல் இருந்தன.

3

பேபி தலையில் கைவைத்து உட்கார்ந்துவிட்டாள். செய்தியைக் கேள்விப்பட்டு செட்டைச் சேர்ந்தவர்கள் வந்துவிட்டார்கள். ராணியும் மேரியும் சம்பவத்தை வியந்துபோய் பேசினார்கள். நித்யா பேபிக்கு ஆறுதல் சொல்லிக்கொண்டு அமர்ந்து இருந்தாள்.

“அதுக்கு தாண்டி ஒன்கிட்டே அப்பவே சொன்னேன். படிப்பு கிடிப்பு எல்லாம் வேணாம், நம்ம தொழில கத்து கொடு. ஆடுற வரைக்கும் ஆடட்டும். அதுக்கு பெறவு எவனாச்சும் விரும்பி ஏத்துக்கிறவனோட குடும்பம் நடத்துட்டுமுன்னு.. நீ கேட்டிய்யா.”

“இன்னக்கி அவ இருக்கிற கலருக்கும் உயரத்துக்கும் சலங்கையை கட்டிகிட்டு வந்து களத்துல நின்னான்னு வையு. அம்பது நூறுன்னு தான் குத்துவானுங்க. நமக்கும் ஏக கிராக்கியா இருந்திருக்கும்”

“ஏண்டி எரியுற இடத்துல எண்ணெய ஊத்துறீங்க, செத்த நேரம் வாயை முடிக்கிட்டு இருங்கடி என்று இவர்களோடு வந்து கலந்துகொண்டாள் வள்ளியம்மை.

ஆட்கள் வாசலில் கூடி என்ன செய்யலாம் என்று கலந்து பேசிக்கொண்டிருந்தார்கள். அப்போது கேரியர் இல்லாத சைக்கிளில் வந்து இறங்கினான் ராவணம் துரை. தனது தங்கை இப்படியே தலையில் கைவைத்து கொண்டு இருப்பதை பார்த்ததும் அவனுக்கு அழுகையும் ஆத்திரமும் தாங்க முடியவில்லை. தங்கை கையைப் பிடித்துகொண்டு தேம்பித்தேம்பி அழுதான். மற்றவர்கள் அவர்களைச் சமாதனப்படுத்தினார்கள். “இந்த தஞ்சாவூரு ஜீல்லாவ வுட்டு எங்க போயிடப்போற? பள்ளிக்கூடத்துக்கு போனப்போ.. எவனாச்சும் பொறுக்கி பயதான் ஆசைக்காட்டி அழைச்சிக்கிட்டு போயிருப்பான்.”

“சரிதான்... முள்ளுல உழுந்த சீலைய கிழிக்காம எடுக்கணும் கண்ணு” வயதான முத்துரதம் வியாக்கனம் சொன்னாள்.

ஆட்டக்காரன் வீதியே கூடிவிட்டது. இப்போது என்ன

செய்யலாம் என்று விவாதித்தார்கள். தெருவுல இருந்த நல்ல ஆட்டக்காரி மக. இப்படி நம்ம விட்டுட்டு ஏமாத்திட்டு போயிட்டா. அதோட விட்டுட்டு ஆகவேண்டியதை பாருங்க" தவில்காரன் குமரேசன் சொன்னான்.

பேபி எழுந்தாள். "உங்க எல்லாம் கையெடுத்து கும்பிடுறேன். எல்லாரும் வீட்ட பாக்க போங்க. நானே வயித்தெறிஞ்சு நிக்கறேன். என்னக்கி என் மொவ என்ன தேடிவர்றாளோ அன்னக்கி பேசிக்கலாம்" அவள் வீட்டைவிட்டு வெளியே வந்தாள். அவளது கோலத்தைக் கண்டு, "மகளால இவளுக்கு புத்தி பேதலிசிட்டு" என்று முணுமுணுத்தார்கள்.

ஒவ்வொருத்தராக கலைந்துபோகத் தொடங்கினார்கள். "மாரியம்மா என் செல்லத்த நீ எங்கே இருந்தாலும் கூட்டிட்டு என்கிட்ட ஒப்படைச்சிடு தாயே" என்று வீட்டுக்குள் மாட்டியிருந்த வேளாங்கண்ணி மேரிம்மாவைப் பார்த்து வேண்டினாள். பதினைட்டு வருடங்களாய் ரேகாவை வளர்ப்பதற்கு அவள் பட்டபாடு கொஞ்சம் நஞ்சமல்ல. தன்னிடம் கேட்டு இருந்தால் அவள் விருப்பத்தற்கு நான் என்ன குறுக்கவா நிற்க போகிறேன். ஆட என்று வந்தவர்கள்,. அவர்கள் குடும்பம் காலங்காலமாக யார் முறைப்படி பெண் பார்த்து பத்திரிக்கை அடித்து ஊரை அழைத்து சாப்பாடு போட்டு பெரியோர்கள் முன்னிலையில் கல்யாணம் கட்டிக்கொண்டார்கள். இந்த தப்படிச்சான் மூலை உள்ள ஏழு தெருக்களில் எனக்குத் தெரிந்து ஒருத்தியும் ஒருவனுடன் சேர்ந்து சேர்ந்து வாழ்ந்ததில்லை. வாழ விடமாட்டார்கள். வெளியில் ஒருத்தி ஆட வந்துவிட்டால் தேவுடியா என்று முடிவு செய்துவிடுவார்கள் இந்த ஆம்பளைகள். சரியான அழுப்பைகள். பலபேர் பார்க்கையில் தங்கச்சி என்று சகோதர பாசத்துடன் பேசுவார்கள். கொஞ்சம் இருட்டும் தனிமையும் கிடைத்துவிட்டால் 'செத்த துணி தூக்கு' என்பார்கள். அதனாலதான்டி பயப்படுறேன் ரேகா.. உனக்கு இந்த உலகத்தை பத்தி என்ன தெரியும். உன்ன கூட்டிக்கிட்டு போனவன் உன்ன எத்தினி நாளாக்கி வெச்சு குடும்பம் நடத்துவான்னு உனக்கு தெரியுமா? மத்த குடும்பத்துல நீ பொறந்திருந்தாலும் கொஞ்சம் பயமிருக்கும். நீ ஆட்டக்காரி மகளா இருக்க.. அத

நெனைச்சாதான் என் குலை நடுங்குது. வேளாங்கண்ணியம்மா.. எப்படியாவது என் புள்ளய கொண்டாந்து சேத்துடு. சூதுவாது அறியாத புள்ள.'' இப்படித்தான் நானும் ஒருதடவ அன்னக்கி உங்கப்பனை நம்பி வந்து சேர்ந்தேன். அவன் வாழலாமுன்னு நம்பிக்கையா சொன்னான். ஆனா இன்னக்கி... இப்படி நிக்கிறேன்... நீண்ட நேரம் பேபி தனது மகளை நினைத்து வாய்விட்டுப் பிதற்றிக்கொண்டிருந்தாள். நீண்ட நேரம் யாருமற்ற தனிமையில் அழுதாள்.

4

குமரேசன் தவிலுக்கு வார் பிடித்துக்கொண்டிருந்தான். கடந்த ஒரு மாதமாக கச்சேரி ஒன்றும் கிடைக்கவில்லை. தினக்கூலிக்கு எல்லாம் போகமுடியாது. அந்தளவுக்கு உடம்பும் ஒத்துக்கழைக்கவில்லை. கச்சேரி இருக்கும் நாட்களில் கிடைக்கும் பணத்தில் தனக்கு என்று கை செலவுக்கு என்று கொஞ்சம் ஒதுக்கிக்கொண்டு தான் மனைவியிடம் கொடுத்தான். அது போதவில்லை என்று சமீப நாட்களாகவே மனைவி சங்கரி இவனிடம் தொட்டதுக்கும் சண்டையிடுகிறாள். இவன் நடவடிக்கை குறித்து அடிக்கடி புகார் சொல்கிறாள். இவன் கச்சேரிக்குச் சென்று திரும்பிவரும் நாட்களில் இவனுக்கு சோறு கொடுக்கும்போது தட்டை போட்டு உடைப்பாள். சமையலறையில் பாத்திரங்களைத் தெறிக்கவிடுவாள். இவன் மௌனமாக அவளைப் பார்ப்பான். ஏன்? இப்படி நடந்துகொள்கிறாள் என்று இவனுக்குத் தெரியும். அப்போது அவளை கண்டும் காணாது போல கடந்துவிடுவான். ஆனாலும் இரண்டு பெண் குழந்தைகளும் வளர்ந்துகொண்டிருப்பதால் அவர்களுக்கு என்று எதாவது சேர்க்க வேண்டும் என்ற கவலை குமரேசனை அரித்துக் கொண்டிருந்தது. ஒரு காலத்தில் தவிலில் பெரிய ‘அடிகாரன்’ என்று பெயர் எடுத்த அவனால் முன்புபோல் தற்போது தோளில் மாட்டிய தவிலை இறக்காமல் அடிக்க முடியவில்லை. பெரிய வித்வான் என்று பெயர் வாங்கவில்லை என்றாலும் அவர்களுக்குச் சற்றும் சளைத்தவன் இல்லை என்ற நிரூபித்துக் காட்டியவன். ஆனால் இப்போது ஒருமணி நேரத்துக்கு மேல் தோளில் மாட்டினால் கனப்பது போல் தோள்கள் வலிக்கின்றன.

ஒகையில் பத்தாம் வகுப்பில் தோல்வியடைந்து அந்த விரக்தியில் தப்படிச்சான்மூலை மாமான் வீட்டுக்கு வந்தவன் அங்கேயே தங்கிவிட்டான். அப்போது தப்படிச்சானில் மற்ற வீதிகளை விட ஆட்டக்கார வீதி எப்போதும் பரபரப்பாக காணப்படும். சுற்றுப்புற மாவட்டங்களில் இருந்து ஆட்கள் கும்பல் கும்பலாக வந்து தங்கள் ஊரில் நடக்கும் திருவிழா உள்ளிட்ட நிகழ்ச்சிகளுக்கு ஒப்பந்தம் செய்ய காத்து

இருப்பார்கள். இவர்களுக்காகவே புதிதாகவே கடைகள் முளைத்து இருக்கும். தை மாதம் வந்து பொங்கல் முடிந்துவிட்டாலே போதும். ஆட்டக்கார வீதிக்கு மவுசு கூடிவிடும். அதுவரை முடங்கிக் கிடந்தவர்கள் சுறுசுறுப்பாகி விடுவார்கள். அதனைத் தவிரவும் பிற ஊர்களில் கச்சேரி வைத்து நடத்துபவர்கள், குறவன் ஆட்டத்தில் பெயர் பேர் வாங்கியவர்களையும் சிறப்பாக நடிக்கும் பபூன்களையும், அழகிலும் ஆட்டத்திலும் புகழ் பெற்ற ஆட்டக்காரிகளையும் தேடிவருவார்கள். ஒருவர் மூலமாக மற்றவர்களை அறிந்துகொண்டு தங்கள் கோஷ்டியில் சேர்த்துக்கொள்வார்கள். அதேபோன்று தவில் வித்வான்கள், நாதஸ்வரம் வாசிப்பவர்கள் என்று ஆள் பிடிப்பார்கள். இந்தக் காட்சிகளை எல்லாம் மாமா வீட்டுக்குவந்த குமரேசன் பார்த்துக்கொண்டிருந்தான். பொழுது அருமையாக கழிந்துகொண்டிருந்தன. இரவு நேரங்களில் அதைவிட அருமையாக இருக்கும். ஆட்டக்கார வீதியில் புதிதாக ஆட்டம் கற்றுக்கொள்பவர்கள், ஆடுபவர்கள் இரவு முழுக்கச் சலங்கையைக் கட்டிக்கொண்டு பயிற்சியில் ஈடுபட்டார்கள். தவில் வாசிப்பு நள்ளிரவு வரை கேட்கும். அடித்து அடித்துப் பழகுவார்கள். சில வீடுகளில் நாதஸ்வரம், கிளாரிநெட் வழியாக சினிமா பாடல்கள் அலாதியான ராகத்துடன் இதயத்தை வருடும். உறக்கமின்றி அவற்றை ரசித்தான் குமரேசன். மாமா தஞ்சாவூர் ரெயில்வே ஸ்டேசனில் ரிக்ஷா வண்டி போட்டு இருந்தார். அவர் வெளியூரில் இருந்து வரும் ஆட்களை அழைத்துக்கொண்டு வருவார். கச்சேரிக்கு ஒப்பந்தம் செய்யப்பட்டால் மாமாவுக்கு கமிஷன் கிடைக்கும். அன்று வீட்டில் தடபுடலாகச் சாப்பாடு இருக்கும். தொம்பன் குடிசைக்குப்போய் மாட்டுக்கறியும் ஆட்டுத்தலையும் வாங்கி வருவார். அவர் சாராயம் குடித்துவிட்டு பழைய சினிமா பாட்டுகளை கரகரப்பான குரலில் பாடிக்கொண்டு இருப்பார்.

ஒகையில் இருந்து குமரேசன் அப்பா அம்மாசியும் அம்மா கருத்தாவும் மகனை அழைத்துப்போக வந்திருந்தார்கள். மாமா அனுப்ப முடியாது என்று மறுத்துவிட்டார். “எனக்குன்னு யாரு இருக்கா மச்சான்? பொறந்ததை எல்லாம் கொள்ளியில போயிட்டு.. இஞ்சேயே இருக்கட்டும் மச்சான். நான் பாத்துக்குறேன். இவன் வந்த பிறவு நான் ஒருபிடி சோறு

திங்கறேன்'' என்று சொல்லிவிட்டார். அவர்கள் குமரேசனை ஒப்படைத்துவிட்டு கிளம்பிவிட்டார்கள். எப்போதும் கச்சேரிக்கார்களைச் சுற்றியே வந்துகொண்டிருந்தான். அப்போதுதான் ஆட்டக்கார வீதியின் ஏழாவது வீதியில் குடியிருந்த கனகாவின் சிநேகம் அவனுக்கு ஏற்பட்டது. இரண்டு தடவை குமரேசனைக்கூட ஆட அழைத்துக்கொண்டு போனாள் கனகா. அவள் ஒன்றும் அப்படி பேர்போன ஆட்டக்காரி இல்லை என்றாலும் அவளுக்குச் சிலபகுதிகளில் மவுசு இருந்தது. தெம்மாங்குப் பாட்டு நன்றாகப் பாடுவாள். ஒல்லியான தேகத்தில் சதுரமான முகவெட்டு அவளுக்கு. மாமா அவளுடன் போனதற்கு இவனைக் கடிந்தார். அதற்கு இவன் ஒரே பதிலைச் சொல்லிவிட்டான். ''மாமா.. எனக்கு தவில் கத்துக்கணுமுன்னு ஆசையா இருக்கு'' என்றான். இதனைச் சற்றும் எதிர்பார்க்காத அவர் நீண்ட யோசனைக்கு பிறகு நாலைந்து இடங்களில் விசாரித்துப் பார்த்தார், ஒன்றும் பிடிபடவில்லை. கனகாவின் சிபாரிசின் பேரில் நீடாமங்கலம் சின்னப்பாவிடம் சேர்ந்தான். அதன் பிறகு நித்யாவின் சிநேகம் ஏற்பட்டு சகலமுமாய் அவளையே சுற்றிக்கிடந்தான்.

''எம்புட்டு நேரம் நீ வார் புடிக்கிறேன்னு பாக்குறேன். கண்டவளையும் நெனைச்சிக்கிட்டு உட்காந்து இருந்தா.. பொழப்பு நாறித்தான் போகும்''

அப்படியே தவிலைத் தூக்கி வைத்துவிட்டு வீட்டைவிட்டு வெளியே கிளம்பினான். மனதில் பலவித எண்ணங்கள் அவனை முன்னும் பின்னுமாக அலைந்தன. வாசலில் இருந்த டி.வி.எஸ்-50 எடுத்து உதைத்தான். அது ஸ்டாரட் ஆகவில்லை. நாலைந்து தடவை உதைத்துப் பார்த்துவிட்டு பெட்ரோல் டேங்கை திறந்து ஊடுருவிப் பார்த்தான். உள்ளே சில பத்து மில்லி அளவுக்கு மினுங்கியது திரவம். அப்படியே திண்ணையோரச் சாய்ப்பில் சாய்த்துப் போட்டுவிட்டுக் கிளம்பினான். இவன் போவதைப் பார்த்து அவள் முணுமுணுத்துக் கொண்டாள்.

5

அந்தி வெயில் இதமாக இருந்தது. வீதியை எட்டிய தொலைவுவரை பார்த்துக்கொண்டு அமர்ந்து இருந்தார். வீட்டுக்குள் இருந்து மதியம் வைத்திருந்த மீன் குழம்பின் வாசம் இன்னும் அப்படியே உறைந்து போயிருந்தது. தப்படிச்சான் மூலையில் கடைசி வீதியில் இருந்தது ராஜபாட் பெரியநாயகம் வீடு. வடக்கு பார்த்து கல்சுவர் வைத்துக் கட்டிய வீட்டில் இரண்டு வருடங்களுக்கு முன்பு போட்டிருந்த தென்னங்கீற்றுகள் மக்கிப்போய் வீட்டுக்குள் சூரிய வெளிச்சம் வட்ட வட்டமாக விழுந்துகொண்டிருந்தது. சுரைக்கொடி மேலே படர்ந்து பச்சைப் பசலேன்று படர்ந்து காய்களைப் பிதுக்கித் தள்ளிக்கொண்டிருந்தன. செலவுக்குப் பணமில்லாதபொழுது காய்களைப் பறித்து கட்டிக்கொண்டு சந்தைக்குப் போனால் காய்கள் ரெண்டு ரூபாய்க்கோ மூன்றுக்கோ எடுத்துக்கொள்வார்கள். சமயங்களில் அது ஒரு கிளாஸ் சாராயம் வாங்கவும் உதவியிருக்கிறது. காலை புன்னைநல்லூர் மாரிம்மன் கோவில் அருகில் மேளக்காரத்தெருவில் இருக்கும் கச்சேரி புரோக்கர் ஒருவரைப் பார்க்கப்போனார் பெரியநாயகம். அவர் ஊரில்லை. அவரது வீட்டுக்காரம்மாவிடம் தகவல் சொல்லிவிட்டு சோர்வுடன் திரும்பி வந்தார். அப்போது சிலர் காவிரி ஆற்றில் பிடித்திருந்த கெண்டைப்பொடிகளை கடை வீதியில் கூறுகட்டி விற்றுக்கொண்டிருந்தார்கள். அதனைப் பார்த்த உடனே நாக்கில் எச்சில் ஊறியது பெரியநாயகத்துக்கு. சில நாட்களாகச் சொல்லிக்கொள்ளும்படியாக சாப்பாடு இல்லை. ரேஷன் கடை அரிசி சோறும் வெம்படை அடித்த குழம்புமாகச் சாப்பிடக் கிடைத்தது. ஒருகாலத்தில் கவுச்சி இல்லை என்றால் சாப்பிட விரும்ப மாட்டார். ஆனால் இப்போது என்ன கிடைத்தாலும் சாப்பிட்டுத்தான் ஆக வேண்டும். அந்தளவுக்கு பிழைப்பு நாறிப்போய்விட்டது. அவர்களிடம் போய் பொடிகள் விலை கேட்டார். அவர்கள் கூறு பத்து ரூபாய் என்றார்கள். இவர் தயங்கினார். அதிலிருந்த வயதான ஒருவர், “நீங்க, அரிச்சந்திரா மயானகண்டத்துல நடிக்கிற ராஜபாட்டு தானே” என்று கேட்டார். இவருக்கு தலைக்கு மேல் சூரியன் பிரகாசிப்பதுபோல

பிரேமை தட்டியது. தனது உடலைக் குலுக்கி “ஆமாங்க” என்றார். மீன் விற்பவர் சிரித்துக்கொண்டே “உங்க நாடவம் எம்புட்டு பாத்து இருக்கேன்” என்று சொல்லிக்கொண்டே, ஒரு பழைய துணிப்பையில் மீன்களை அள்ளிப்போட்டு, “எடுத்துட்டுப் போங்க.. அப்பறம் இந்த பக்கம் வர்றப்போ கொடுங்க” என்றார். அதனைச் சற்று கூச்சத்துடன் வாங்கிக்கொண்டு “நாளை கட்டாயம் வந்து தருகிறேன்” என்று சொல்லிவிட்டு டவுன் பஸ்ஸில் ஏறினார்.

வீட்டுக்கு வந்த இவரை மனைவி ஏலம்பாள் பார்த்து, ‘ம்’ என விநோத ஒலி எழுப்பினாள். இவர் கையில் இருப்பதைப் பார்த்து முனகினாள். இவர் தன்கையில் இருந்த பைபை அவளிடம் நீட்டினார். அதை வாங்கிப் பார்த்துவிட்டு முகம் சுளித்தாள். தனது ரசிகன் ஒருவன் இனமாக மீன் கொடுத்ததைப் பெருமையுடன் சொன்னார். அதனைக் கேட்டதும் அவள் முகம் மேலும் மாறியது. கவுச்சி வாசனையை உணர்ந்த வெள்ளைப்பூனை சுவரில் இருந்து குதித்து அவள் அருகில் என்று மியாவ்... என்று கத்திக்கொண்டு சுற்றிச்சுற்றி வந்தது.“”ச்சீ சனியனே.. ஏன் உயிரை வாங்குறே” என்று சொல்லியபடியே புறவாசலுக்குப் போனாள். இவர் இடுப்பில் இருந்த வெற்றிலைப் பொட்டலத்தைப் பிரித்துப் பார்த்தார். வெற்றிலை மட்டுமே இருந்தன. பாக்கு இல்லை. இரண்டு சிறு துணுக்கு மட்டும் கிடந்தது. அதற்கு தகுந்த வெற்றிலையைக் கிள்ளிப் போட்டுக்கொண்டார். புறவாசலில் மீன்களைச் சுத்தம் செய்தவள் “அலக்க எடுத்து ஒரு சுரக்கா பறி” என்றாள் எரிச்சலான குரலில். இவர் வெளியே கொல்லையின் கடைக்கோடியில் நிற்கும் முருங்கை மரத்தில் அலக்கு சாத்தியிருந்தது. அதனை எடுத்து உச்சியில் கிடந்த காயைப் பறித்தார். அப்போது அந்த வழியாக மாயக்கண்ணன், “என்ன மச்சான், கொழம்புக்கா காய் பறிக்கறீங்க” என்று கேட்டுக்கொண்டே நடந்து போய்க்கொண்டிருந்தான். அவன் கண்கள் கலங்கியிருந்தன. குடி அதிகமாகி காலையில் கைநடுக்கம். ஒரு நூறு மில்லி போட்டால்தான் நடுக்கம் நிற்கும். இவருக்கும் சமீப நாட்களிலே மாலை நேரத்தில் கட்டாயம் குடிக்கும் பழக்கம் ஏற்பட்டு இருக்கிறது. இது தொடர்பாக கணவன் மனைவி இடையே அடிக்கடி வாய்

நாறிப்போகிறது. காயைப் பறித்துவந்து திண்ணையில் வைத்தார். காலை ஆகாரமில்லை. மீன் குழம்பு வைத்தால் நேரத்தோடு சாப்பிட்டுக்கொள்ளலாம் என்று நினைத்தார். வெளியே மீண்டும் கிளம்பலாம் என்று தோன்றியதும் சட்டையை எடுத்து அணிந்துகொண்டு காலற நடக்கத்தொடங்கினார். இளம் வெயில் அத்தனை சூடில்லை இதமாக இருந்தது. மூன்றாவது வீதிக்கு வந்தால் தவில் வித்வான்களைப் பார்க்க முடியும். இப்போது அவர்களிடம்தான் பணமிருக்கிறது. அவர்கள் இப்போது ஆளே மாறிப்போய்விட்டார்கள். வீடு வசதி, வண்டி, நிலபுலன்கள் என்று ஊரில் வசதியாக வாழ்கிறார்கள். தடாலடி தங்கவேலு இன்று எப்படியும் சாவித்திரி வீட்டில்தான் அமர்ந்து இருப்பான். அவனிடம் ஏதாவது கைமத்தாக பணம் கேட்டுப் பார்க்கலாம் என்று கிளம்பியிருந்தார். கூரை வேய்ந்த வீட்டின் முகப்பில் ஆட்கள் வந்தால் அமரும் வகையில் பந்தல் போடப்பட்டு இருந்தது. அதில் அமர்ந்து வெற்றிலைப்பாக்கு சிவக்க சாவித்திரியிடம் பேசிக்கொண்டிருப்பான். மூன்று வருடங்களுக்கு மேலாக அவள் அவனோடுதான் இருக்கிறாள். அவளுக்கு தனியாக ஆட வாய்ப்பு வந்தால்கூட தவிலுக்கு தங்கவேலுவை சிபாரிசு செய்து சேர்த்துக் கொள்ளுங்கள் என்று கூறிவிடுகிறாள். இதனால் தங்கவேலும் அவளைச் சுற்றி வேலிப்பருத்தி போல படர்ந்துகொண்டிருக்கிறான். மூன்றாவது வீதிக்கு வந்தார். சாவித்திரி வீட்டு பந்தல் ஆட்களின் இன்றி இருந்தது. வீட்டு அருகே வந்து கதவைப் பார்த்தார் திண்டுக்கல் பூட்டு போட்டு பூட்டப்பட்டு இருந்தது. ஒன்றும் சொல்ல முடியாமல் திரும்பி வீட்டுக்கு நடக்கத் தொடங்கினார்..

.

6

நல்ல வெளிச்சத்துடன் விடிந்திருந்த அந்த தை மாதக் காலைப்பொழுதிலேயே துயில் களைந்து எழுந்த தவில் வித்துவான் நாகராசன் பரபரப்பாகி விட்டார் தனது கூரை வேய்ந்த வீட்டின் மோட்டுவலையில் சில நாட்களாக கருமை நிறத்தில் தொங்கியும் படர்ந்தும் கிடக்கும் அத்தனை ஒட்டடைகளையும் தட்டி சரிசெய்தார். தரித்திரம் ஒழியட்டும் என்று சொல்லிக்கொண்டார். அக்கம்பக்கத்தில் உள்ள கச்சேரிக்கார கோஷ்டிகளிடம் நேற்றே அந்த செய்தியை சொல்லி தீர்த்துவிட்டார்.

“உங்களை புக் செய்ய திருச்சியில் இருந்து வருகிறோம்” எனச் செய்தி வந்த அடுத்த கணத்தில் இருந்து அவரால் ஓரிடத்தில் நிலைகொள்ள முடியவில்லை. பல வருடங்களாவே தனியாக “தஞ்சைராசன் நாட்டுப்புற கலைக்குழு” என்ற பெயரில் இயங்கிக்கொண்டிருந்தார். அங்கும் இங்கும் என அலைந்துகொண்டிருந்தார்.

அவருக்குள் ஒரு பெருமிதம் கலந்த கம்பீரம் எழுவதைத் தவிர்க்க முடியவில்லை. ஒரு கலைஞன் எப்போதும் தனது கர்வத்தை விட்டுகொடுக்கக் கூடாது என்பது இவரின் குருநாதர் ஆரூர் பழனிவேலுபிள்ளையின் கருத்து.

வீட்டுவாசலில் வந்து தலையில் மூண்டாசைக் கட்டிக் கொண்டு வந்து தங்கராசு நின்றான். அவனைப் பார்த்த உடன் சத்யாவைப் பற்றி அறிந்துகொள்ள விரும்பினார். பிறகு வேண்டாம் என தவிர்த்துக்கொண்டார். அவன் மூலமாகத்தான் சத்யாவை நிகழ்ச்சிக்கு அழைத்துச் சென்று இருக்கிறார். அவள் ஆட்டத்துக்கு வரும்போது இவனும் கூடவே வால் பிடித்துக்கொண்டு வருவான். அவளால் இவன் குடும்பத்தில் ஏகப்பட்ட பிரச்சனைகள். தங்கராசு மனைவி பூச்சிக்கொல்லி மருந்தைக் குடித்து தற்கொலை செய்யும் அளவுக்கு போய்விட்டாள். பிழைக்க மாட்டாள் என்று டாக்டர்கள் கைவிரித்து விட்டார்கள். டாக்டர்கள் கையில் காலில் விழுந்து பிழைக்க வைத்தார்கள். அவள் ஆபாயக் கட்டத்தை தாண்டி பத்து நாட்கள் அரசு மருத்துவமனையில் இருந்தாள். ஏன்

மருந்தை குடித்தாய்? என போலீசார் துருவித்துருவிக் கேட்டபோதும் கூட தங்கராசு மனைவி உண்மையான காரணத்தைச் சொல்லவில்லை. கணவனைக் காட்டிக்கொடுக்க வில்லை. அதுவரைக்கும் நல்ல பெண் என்று பேசிக்கொண்டார்கள். இவர் உள்ளிட்ட சில ஆட்கள் மருத்துவமனைக்கு சென்று பார்த்துவிட்டு வந்தனர். நாகராசன் ஐம்பது ரூபாய் பணமும் சில அறிவுரைகளும் சொல்லிவிட்டு வந்தார்.

“என்ன தவிலு பலத்த யோசனை?”

“ஒன்னுமில்லடா”

சில நிமிடங்கள் நின்று இவரிடம் ஏதோ கேட்க நினைத்த தங்கராசு என்ன நினைத்தானோ விருட்டென்று சைக்கிளில் ஏறிபோனான்.

காலை நேரத்தில் மலையாளத்து டவுனில் சேட்டன் டீக்கடையில் சூடான வெங்காய பஜ்ஜியும் வயநாடு தேயிலை தேநீரும் கிடைக்கும். அதனை வாங்கிச் சாப்பிடக் கிளம்பினார். இவர் பொதுவாக டீக்கடைக்கு காலைப்பொழுதில் செல்லும் பழக்கமில்லாதவர். சமீப காலங்களில் அடிக்கடி ஏற்படும் வயிறு கோளாறு காரணமாக தொடர்ந்து டீ குடிப்பதில்லை. இதேபோன்று எப்போதாவது நினைத்துக்கொண்டால் கிளம்பிவிடுவார். ஆனால் இதைவிடவும் மோசமான குடிப்பழக்கத்தில் இருந்து வெளியே வரமுடியாமல் தவித்துக்கொண்டிருந்தார். தனக்கு என்று இருந்த செல்வாக்கை குறைத்து விட்டதில் இந்த சாரயத்துக்கு பெரும் பங்கு உண்டு என்ற தீர்க்கமான முடிவுக்கு சில நாட்களாகத்தான் வந்து சேர்ந்திருந்தார்.

இளமை காலங்களில் குடி, பெண்கள் என்று எந்தக் கட்டுப்பாடும் இன்றி அலைந்த காரணத்தினால்தான் பணமும் கரைந்து போனது. கிடைத்த சினிமா வாயப்புகளும் கைநழுவிப் போனது. அன்பாய் நேசித்தவளும் தன்னை விட்டு எங்கோ, காண் காணாத இடத்துக்கு போனாள். அவள் போகவில்லை நான்தான் எனது மனசாட்சியை அடகு வைத்து அவளை அடித்து விரட்டினேன். எல்லாவற்றுக்கும் என் குடிதான்

காரணம். அதிலிருந்து என்னை இனிமேலாவது மீட்டெடு அய்யனார் அப்பனே எனக் காலை நேரத்திலேயே கண்கலங்கினார் நாகராசன்.

பழனிவேலுபிள்ளையிடம் வாசிக்கக் கற்றுக்கொண்டு வெளியில் புதிய ஆட்களுடன் செல்லத்தொடங்கினாரோ அப்போதே அவருக்கு 'கள்' குடிக்கும் பழக்கத்தை உருவாக்கிவிட்டனர். அது மெல்ல வளர்ந்து பிராந்தி கடையில் வந்துநிற்கிறது. இப்போது குடிக்கவில்லை என்றால் கைநடுக்கமும் உறக்கமின்மையும் ஏற்பட்டு அவஸ்தை தருகிறது.

கச்சேரி இல்லாத நாட்களில் டீக்கடையில் இவரைப் பார்க்கும் ஊர்க்காரர்கள், "தவில்காரே.. என்ன விஷயம்" என்று கரிசனத்துடன் விசாரிப்பார்கள். பதிலுக்கு இவரோ "ஒன்றும் இல்லை"யென்று சிரித்துக்கொண்டே சொல்வார். கடைத் தெருவுக்கு அநேகமாக செய்தித்தாள் வாசிக்கவும் ஊர் நிலவரத்தை அறியவும்தான் செல்வார். அரிதாக எப்போதவது டிபன் சாப்பிடுவார். மற்றபடி சொந்த சமையல்தான். கச்சேரியில் அதிரடிக் காட்டி மேளம் வாசிக்கும் இவர் இயல்பில் எப்போதும் சாந்தமானவர். எவ்வளவு குடித்திருந்தாலும் அடுத்தவர்கள் மனம் புண்படும்படி பேசமாட்டார். முன்புபோல் இல்லை, இப்போது எவ்வளவோ மாறிவிட்டார். காலம் அவரை மாற்றிவிட்டது. எல்லோரிடமும் ஒரே மாதிரியாகத்தான் நடந்துகொள்வார்.

ஆட்கள் நடமாட்டம் குறைவாகக் காணப்படும் கடைத்தெருவைக் காணும் ஆவலில் கிளம்பினார். கச்சேரியைத் தவிர மற்ற இடங்களில் கூட்டத்தைப் பார்த்தால் சற்று மிரண்டுபோவார். தனக்குத் தேவையில்லாத வெளிஇடங்களுக்குப் போகமாட்டார். அப்படிப்போக நேர்ந்தாலும் எவராவது தன்னுடன் இருக்கும்படி பார்த்துக்கொள்வார் இதெல்லாம் சமீபத்திய மாற்றங்கள்..

விஜயா இருந்தவரை அவளின் அருமை தெரியவில்லை. போன பிறகுதான் இரவுகள் மிகுந்த அர்த்தமற்றவையாக மாறின. அந்த நாட்களில் அவள் மீது கொண்ட கோபமும் சந்தேகமும் இப்போதுதான் அரத்தமற்றது என்பதை

உணர்த்தியது. எப்போதுமே ஒரு கண்காணிப்பை வைத்துக் கொண்டிருந்தார். அவளை மனைவியாக வைத்துக்கொண்டுதான் பல பெண்களுடன் உறவாடிக்கொண்டிருந்தார்.

7

விஜயாவை பேரளம் காளியம்மன் கோவில் ஆனி மாதத் திருவிழாவில் நடைபெற்ற கச்சேரியில்தான் முதன்முதலாகச் சந்தித்தார். அவளுக்கு சொந்த ஊர் வல்லம். அவளது அம்மா அந்த காலத்தில் புகழ்பெற்ற ஆட்டாக்காரி மீனாம்பாள். அவளது மூன்றாவது கணவருக்கு பிறந்தவள்தான் விஜயா. பேரும் செல்வாக்கும் மிக்கவள் மீனாம்பாள். விஜயாவின் தந்தையைவிட்டு இவள் பிறந்த மூன்றாவது மாதத்திலேயே சினிமாவில் நடிக்கப்போவதாகச் சொல்லி சென்னைக்கு ரயிலேயேறிப் போனவள்தான், அதன் பிறகு அவள் பற்றிய எந்தத் தகவலும் இல்லை என்று சொல்லிக்கொண்டார்கள். அவள் ரங்கூனுக்கோ சிங்கப்பூருக்கோ போய்விட்டதாகப் பேசிக்கொண்டார்கள். அதேபோன்றுதான் விஜயாவும் போய்விட்டாள் என்று போதை அதிகமான நாட்களில் புலம்பி அழுது இருக்கிறார் நாகராசன். விஜயாவை வளர்த்தவள் பாட்டி நீலாச்சி. அவள் தனக்குத் தெரிந்த ஆட்டத்தைச் சொல்லிக்கொடுத்து மேடையேற்றிவிட்டாள். மீனாம்பாள் போன நினைவிலேயே விஜயாவின் அப்பா குடித்துக்குடித்து மஞ்சள் காமாலை முற்றி இறந்துபோனார்.

விஜயா அன்று ஆட்டத்துக்கு வரும்போது அவளுக்கு பத்தொன்பது வயது இருக்கும். ஒல்லியான தேகத்தில் இருந்தாள். நல்ல சற்று தடித்த குரல். தெம்மாங்கு பாட்டுக்கு அவள் குரல் ஒத்துப்போனது. ஆட்டத்துக்கு ஏற்ற உடல்வாகும் அமைந்திருந்தது. நன்றாக ஆடவும் செய்தாள். ஆனால் விஜயாவுக்கு ஆடி பிழைப்பதில் ஆர்வமில்லை. நல்லவிதமாக குழந்தை குட்டிகளோடு குடும்ப வாழ்க்கையை வாழவே விரும்பினாள். தன்னைத் தேடிவந்த எத்தனையோ ஆட்டக்காரர்களை விரும்பாமல் தவில் வித்வான் நாகராசனை விரும்பினாள்.

தப்படிச்சான் மூலையில் உள்ள எட்டு தெருக்களில் மூன்றாவது தெருவான மேளாக்காரத்தெருவில் குடியிருந்தார். கையில் போட்டிருந்த எச்.எம்.டி கடிகாரத்தில் நேரத்தைப் பார்த்தார். மணி எட்டாகியிருந்து. தை மாதம் என்பதால்

வெயில் வெப்பம் குறைந்திருந்தது. தெருவெங்கும் நிற்கும் மரங்கள் பசுமை கொண்டிருந்தன. சாலையோரத்தில் நெரிஞ்சிச்செடியில் மஞ்சள் பூக்கள். அத்தனை தூய மஞ்சள் நிறத்தில் பூத்திருந்தன. அதனைக் கண்டதுபோது அடிக்கடி விஜயா விரும்பி அணியும் மஞ்சள் புடவைதான் நினைவுக்கு வந்தது. அவளுக்கு பிடித்த நிறம் மஞ்சள். முகத்தில் மஞ்சள் அப்படி பூசிக்கொள்வாள்.

மாசி மாதம் தொடங்க இன்னும் சில நாட்கள் இருப்பதால் வானில் ஒளி குறைந்த சூரியன். சில தினங்களுக்கு முன்பாக பெய்த மழையின் ஈரத்தில் தெருவோர வேலியில் நின்ற மரங்களில் பசுமை அடர்ந்திருந்தன. கிளைகளில் படர்ந்து கிடந்த வேலிப்பருத்தி கொடிகளில் பூத்திருந்த நீலநிறப் பூக்களில் மகரந்தங்கள் சிவப்பு நிறத்தில் இருந்தன.

வேலியோரங்களில் பூனைவணங்கி செடிகள் கும்பல் கும்பலாக வளர்ந்து நின்றன. ஓணான் கொடியில் சின்னஞ்சிறிய சிவப்புநிறப் பழங்கள் பழுத்து இருந்தன. அதனை அணில்கள் சாப்பிடப் போட்டி போட்டன. தெருமுனையில் முதல் வீடாக இருந்த குமரேசன் வீட்டுத் தென்னைக்கூரையில் படர்ந்து ஓடியிருந்த சுரைக்கொடி காய்ந்து அதன் இலைகள் சாம்பல் படர்ந்து இருந்தன. விதைக்காக மட்டும் மோட்டுவளையில் ஒரு சுரைக்காய் காய்ந்து உட்கார்ந்து இருந்தது.

விஜயாவுக்கு சுரைக்காய் என்றால் ரொம்பப் பிரியம். இவர் கடைவீதிக்குச் செல்லும்போது குழம்புக்கு அவள் தெரிவிக்கும் காய்கறிகளின் பட்டியலில் சுரைக்காய்க்கு எப்போதும் முதலிடம் உண்டு. சுரைக்காய் குடல் கறி, சுரைக்காயுடன் நாட்டு மீன் குழம்பு வைத்தாள் என்றால் நான்கு நாட்கள் வைத்திருந்து தின்றால்கூட குழம்பு கெட்டுப்போகாது. சுவையும் மாறாது. அத்தனை கைபக்குவம் அவளுக்கு. எங்கேயிருந்துதான் சமைக்கக் கற்றுக்கொண்டளோ மகராசி.

விஜயாவை திருமணம் முடித்து அழைத்து வந்தபோது ஒல்லியான உடம்புக்காரியாகத்தான் இருந்தாள். ஆறு மாதம் கழித்து கர்ப்பம் தரித்து குழந்தை பெற்ற மூன்றாவது மாதத்தில் இருந்துதான் அவளது மேனியில் பெரும் மாற்றம் ஏற்பட்டது.

அதுவரை உள்ளடங்கியிருந்த அழகுகள் வெளியே தெரியத் தொடங்கின. முகத்தில் அத்தனை பொலிவும் வசீகரமும் பொங்கி வழிந்தன. இடுப்பு குறுகி பின்னழகு அசைந்தன. கோவில், குளம் என்று எங்கும் அழைத்துக்கொண்டு செல்ல முடியவில்லை. தப்படிச்சான் மூலையில் உள்ள ஆண்களில் இருந்து பெண்கள்வரை வைத்த கண் வாங்காமல் பார்த்தனர். எப்போதும் அவள் பற்றிய எண்ணமாக இருந்தன. கச்சேரிக்கு வெளியூர் போனால் ஒரே கவலையாக இருந்தது. வீட்டில் குழந்தையோடு தனியாக இருக்கும் மனைவியின் பாதுகாப்பு குறித்து அச்சம் கொண்டார். அதிக தூரமுள்ள ஊரில் நடக்கும் கச்சேரிகளுக்குச் செல்லும் ஒப்பந்தத்தைத் தவிர்த்துவந்தார். இந்த நிலையில் ஒருநாள் கச்சேரிக்குச் சென்று சைக்கிளில் திரும்பி வந்துகொண்டிருந்தார். அப்போது தெரு முக்கில் குடத்தில் தண்ணீர் எடுத்துக்கொண்டு வந்த விஜயாவிடம் நாதஸ்வரம் நாகூரன் மகன் ராஜபாண்டி சிரித்துப் பேசிக்கொண்டு நின்றான். இவர் வருவதைக் கண்ட விஜயா வேகவேகமாக நடந்தாள். அவனும் பதட்டத்துடன் விலகிப்போனான். சைக்கிளை விட்டு இறங்கியவருக்கு கோபத்தில் கண்கள் சிவந்தன. ஏதோ பறிபோய்விட்டது போல நடுக்கம். சைக்கிளின் கேரியரில் இருந்த தவிலை அவிழ்த்து வைத்தார். அப்போது தொட்டிலில் கிடந்த மகன் அழுதான். நாகு கடுப்புடன், “புள்ளை தொட்டியல கிடந்து அழுவுது அப்படி என்ன தண்ணி துக்குற வேலை” என்று சத்தம் போட்டார். இவள் பதிலேதும் சொல்லாமல் குழந்தையைத் தூக்கி பால் புகட்டினாள்.

8

தப்படிச்சான் மூலையில் இப்போது நாலைந்து கடைகள் முளைத்து இருந்தன. தப்பாட்டம் மாரிமுத்து பேரன்கூட ஒரு டீக்கடைத் தொடங்கியிருந்தான். ஒரு காலத்தில் அவர்கள் எதிரே வந்தால் தீட்டு என்று ஒதுக்கி வைத்திருந்தார்கள். இப்போது எப்படி மாறிவிட்டது பார் காலம்? என்று நினைத்துக்கொண்டார். இவனைத் தவிர மூன்று வெளியூர் ஆட்கள் வந்து கடை திறந்திருந்தார்கள். அவர்களிடம் நெருக்கமான பழக்கம் இல்லை. விருதுநகர் பக்கத்தில் இருந்து வந்த ஒரு நாடார் மளிகை வைத்திருந்தார். ஆனால் மெயின் கடைத்தெரு இரண்டு மைல் தொலைவில் இருந்தது. அங்கே எல்லா கடைகளும் இருந்தன. சைக்கிளில் ஏறி இயக்கினார். பெடல் சிறு சத்தத்துடன் சீராக ஓடியது. இருபக்கமும் இருந்த வயல்களில் சீமைக்கருவை மரங்கள் வளர்ந்து நின்றன. இளம் மதியப்பொழுதில் ரெயில்வே தடம் தனிமையில் உறைந்து போயிருந்தது. காவேரியாற்றில் இருந்து புதுக்குடி வழியாக பிரிந்துவரும் ஒட்டக்குடியான் வாய்க்கால் ரெயில்வே கேட் அருகே திடல் கரைகளில் கமலாபுரம் மாரி கவுதாரி வேட்டைக்கு 'கண்ணி' பின்னிக்கொண்டு நின்றுகொண்டிருந்தான்.

வாய்க்கால் நீரின்றி சேறு காய்ந்து வெடித்துக் கிடந்தது. ஐப்பசி, கார்த்திகை மாதங்களில் வெள்ளத்தால் நிரம்பிவழியும். இப்போது வறண்டிருப்பதைப் பார்க்க ஒருமாதிரியாக இருந்தது. வெயிலில் சேறு காயும் வாசனை. இதுதான் மனிதரின் நிலையும். வறுமையும் செழுமையும் மாறிமாறி வருகிறதே இதுதான் இயற்கையின் தத்துவமா? நீதான் சொல்ல வேண்டும் பெருவுடையப்பா என முணுமுணுத்தார். சைக்கிளில் வரும் இவரைக் கண்டதும் "மச்சான்".. என்று உரத்த குரலில் காசி கூப்பிட்டான்.

சைக்கிளை நிறுத்தி கால்களை ஊன்றிக்கொண்டு திரும்பிப் பார்த்தார். 'கண்ணி'யை அங்கேயே போட்டுவிட்டு நிதானமாக நடந்துவந்தான். அவன்மேல் புளித்தவாடை வீசியது. "என்னய்யா பண்ணிக்கிட்டு இருக்க" என்றார். "வீட்டுல இருந்தேன் பொழுது போகல.. அதான் கவுதாரி புடிச்சிட்டு

சிவக்குமார் முத்தய்யா 45

போலாமுன்னு கண்ணி வெச்சிக்கிட்டு இருக்கேன்" என்றான்.

"எதுவும் கச்சேரிக்கு போனியா" என்றார் நாகு.

"அட போங்க மச்சான்.. நான் கச்சேரிக்கு போயி இன்னையோட மூணு மாசம் ஆச்சு. நீங்க எதுவும் புக் பண்ணீங்களா?"

"ஆமாய்யா.. இன்னக்கித்தான் வர்றாங்க... ஆமா ஒனக்கு எப்படித் தெரியுங்குறேன்" என்றார். "மச்சான் நேத்தி கடைத்தெருவுல பேசிக்கிட்டாங்க" என்றான். "அவுங்களுக்குத்தான் டீ போட சாமான் வாங்க போறேன்... சரி எத்தனியா பிடிச்சே" என்றார்.

"வீட்டுல சும்மா இருந்தா உன் தங்கச்சிக்கும் எனக்கும் சண்டை வந்து வாய்நாறிப் போகும். அதான் கிளம்பி வந்துட்டேன் மச்சான். எதாவது கிடைச்சாலும் மதியம் குழம்புக்கு ஆகுமில்ல. ஒனக்க இல்லாம சோறு இறங்க மட்டுது" என்றான். வாய்க்கால் கரையில் கோரைகள், செடிகள், கொடிகள் வளர்ந்து நின்றன.

"மச்சான் வர்றப்போ ஒரு கட்டு பீடி வாங்கிட்டு வா"

"ஒக்கால ஒயி.. என்கிட்ட காசில்லம்மாத்தான் இங்க கடன் வாங்கலாமுன்னு போறேன்"

"வாங்கிட்டு வாய்யா" கெஞ்சும் தொனியில் கேட்டான்.

சைக்கிளில் ஏறினார். கடைவீதிக்கு வந்தார். அளவுக்கு அதிகமாக கூட்டம் நிரம்பிவழியும் டீக்கடை பூட்டிக் கிடந்தது. கடைத்தெருவில் இலந்தைப் பழங்களை உருட்டிவிட்டது போல ஆட்கள் இறைந்து நின்று பேசிக்கொண்டிருந்தனர். மரைக்காயர் மாளிகைக்கடை வாசலில் நின்று தவில் வித்வான் மாரியப்பன் புது ஆட்கள் இரண்டு பேருடன் பேசிக்கொண்டு நின்றான். அப்போது கடைவீதியில் காட்டேரி வேஷம் போட்டு ஆடும் செல்வம் கடைக்குள் புகுந்தான். நாகராசனைக் கண்டதும் வணக்கம் வைத்துவிட்டு, நலம் விசாரித்தான். மாரியப்பன் ஒரு கூஜாவில் டீ வாங்கிக்கொண்டு போனான்.

நாகராசன், கடைக்கார பாயைப் பார்த்து சாமான்களைச்

சொன்னார். அப்போது அவரது குரலில் கரகரப்பு கூடியிருந்தது. எல்லோரும் கேட்கும்படியாக "தவுல்காரே.. கடன் சொல்லாதீங்க. பழைய கடன் அப்படியே கெடக்கு" என்று பாய் கடுமையாகக் குரலை உயர்த்திச் சொன்னார். ஏற்கனவே ரெண்டாயிரம் கடன் பாக்கி இருந்தது. அதனால்தான் இப்படிப் பேசுகிறார் என்று நினைத்தார். "இப்ப வாங்குற சாமானுக்கு பணம் தர்றேன் பாய்" என்று அவரைச் சாந்தப்படுத்தினார். இடுப்பு பெல்டில் தடவி இரண்டு பத்து ரூபாய் தாள்களை எடுத்துக் கொடுத்தார்.

பால், டீத்தூள், தானியங்கள் மற்றும் சாமன்களையும் காய்கறிகளையும் வாங்கி துணிப்பையில் போட்டு சைக்கிள் ஹாண்ட் பாரில் மாட்டிக்கொண்டு கிளம்பினார்.

மணி காலை ஒன்பதுக்கு மேலாகியிருந்தது. வீட்டுக்கு வந்து சாமன்களை வைத்துவிட்டு ஆற்றுக்கு வந்தார். மடுவில் தேங்கி நின்ற நீரில் மழை நீர் தேங்கி குளம் போல் காட்சியளித்தது. நீர்ப்பரப்பு படித்துறையில் அப்போது நாலைந்து பெண்கள் குளித்துக்கொண்டிருந்தவர்கள் இவரைக் கண்டதும் கிளம்பினார்கள். வேகமாக இறங்கிக் குளித்தார். மளிகைக்கடை பாய் பேசியது தொண்டைக்குள் சிக்கிக்கொண்ட மீன் முள்ளாய் இம்சித்தது. மிலிட்டரி ராமையன் சரக்கு இருக்கு என்று சொல்லி அனுப்பியது ஞாபகம் வந்தது. மாதம் ஒருதடவை அவர் கோட்டாவில் கிடைக்கும் ரம் பாட்டில் ஒன்றை இவருக்குத் தருவது வழக்கம். கச்சேரிக்குச் சென்றுவரும் வருமானத்தில்தான் பணம் கொடுப்பார். அவர் அப்பா வகையில் தூரத்து உறவு. குளித்துவிட்டு கக்கன் நகருக்கு சைக்கிளை எடுத்துக்கொண்டு கிளம்பினார். இன்று கச்சேரிக்கு அட்வான்ஸ் கொடுக்க வருகிறார்கள் என்ற விஷயத்தைச் சொல்லிவிட்டு பாட்டிலை வாங்கிக்கொண்டு திரும்பினார். வந்த வேகத்தில் பாட்டிலைத் திறந்து தம்ளரில் ஊற்றி கடுங்கோடைக் காலத்தில் மேய்ச்சலுக்குச் சென்று திரும்பும் மாடு தீராத தாகத்துடன் தொட்டி தண்ணீரைப் பருகுவதைப்போல அவசரத்துடன் பருகினார். அது தனக்கு உடனடித் தேவை என்று அவருக்கு தோன்றியது. கருமை நிறம் கொண்ட திரவம் மிகுந்த மன எழுச்சியை உருவாக்கியது.

மீண்டும் ஊற்றிக் குடித்தார். மனதில் வலிமையும் தெம்பும் ஏற்பட்டது போல உணர்ந்தார். டேப் ரெக்கார்டில் சிவாஜி தத்துவப் பாடல்களை ஓடவிட்டார். முன்பு எல்லாம் அதுதான் அவரது பொழுபோக்காக இருந்தது. இப்போது குடிக்கும் நேரங்களில் மட்டும் கேட்கிறார். தனது பிரியத்துக்குரிய சந்திரபாபு தொடங்கி எஸ்.பி. பாலசுப்பிரமணியன் வரை பல பாடகர்களின் பாடல்களை பத்து ரூபாய் கேசட்டில் கேட்க முடிந்தது. அவர் சிறுவனாக இருக்கும்போது எல்லாம் விஷேசங்கள் நடக்கும் வீடுகளில் மட்டும்தான் பாட்டு கேட்க முடியும். அதுவும் ரெக்கார்டை போட்டுக்கொண்டு ஓர் ஆள் உட்கார்ந்து இருக்க வேண்டும். காலம் மாறிவிட்டது. போன வருடம்வரை கைரேடியோ ஒன்று வைத்திருந்தார். கச்சேரிக்கு மன்னார்குடி போனபோது அதுவும் தொலைந்துபோனது. ஏதோ ஒன்று தொண்டையை அடைத்தது. மீண்டும் குவளையில் ஊற்றி குடிக்கத் தொடங்கினார்.

9

தப்படிச்சான்மூலையில் உள்ள ஆண்கள் மட்டுமல்ல, பெண்களும் விஜயாவைப் பற்றி பேசினார்கள். தெருவுக்கு வரும் பூக்காரன் தொடங்கி ஐஸ் விற்பவன் வரை விஜயாவிடம் அவர்கள் பல்லை இளித்துக்கொண்டு பார்த்து பேசுவதாகவே இவருக்குத் தோன்றியது. சிலர் விஜயாவை ஆட்டத்துக்கு அனுப்பினால் பெருந்தொகை வாங்கித் தருவதாக வந்து கேட்டார்கள். இவர் அவர்களிடம் வம்புக்குப் போனார். இங்கேதான் இப்படி என்றால் கடைத்தெருவிற்கு அழைத்துக்கொண்டு போக முடியவில்லை. அங்கே சுற்றும் பொறுக்கி பயல்கள்.. 'ஈ மொய்ப்பது' போல சுற்றிச்சுற்றி வந்தார்கள். இது என்னடா வம்பா போச்சு என்று நினைத்தார். ஒருநாள் கணவனும் மனைவியும் ஒரு கடையில் பொருள் வாங்கினார்கள். கடைக்காரன் அவளிடம்தான் பேசினான். இது நாகுவுக்கு மிகுந்த எரிச்சலை ஏற்படுத்தியது. இப்படி பல தருணங்களில் விஜயாவைச் சுற்றி பல கண்கள் குவிந்து கிடந்தன. இதுவே இவரின் நிம்மதியைக் குலைத்தது. எந்நேரமும் அவளைப் பற்றி சிந்தித்துக்கொண்டிருந்தார். அவளைவிட்டு சில நிமிடங்கள் வெளியே போனாலும் அவள் தப்பான வழிக்குப் போய்விடுவளோ என்று அஞ்சினார். சிலநேரங்களில் அவள்தான் ஆண்களை வெறித்துப் பார்த்து தன்வயப்படுத்துகிறாள். நாம் அவளுக்குச் சலித்து விட்டோம் என்று தோன்றும். இந்த எண்ணம் சில நாட்களிலே முற்றிப்போனது.

விஜயா சில ஆண்களுடன் தப்பான முறையில் பழகுகிறாள் என்று இவரது மனம் நம்பத் தொடங்கியது. ஆனாலும் அவளது நடவடிக்கையில் அதற்கான அறிகுறிகள் தெரியவில்லை என்று தோன்றும். அவளை எவனாவது பார்த்து விட்டால் போதும், அவளது நடத்தை குறித்து சந்தேகங்கள் வலுக்கத் தொடங்கிவிடும். இதனைப் போக்க சொந்த ஊருக்குப்போய் தூரத்து உறவுக்கார அத்தையைக் கொண்டுவந்து காவலுக்கு வைத்தார். அவள்தான் இவருக்குள் இன்னும் குழப்பத்தை ஏற்படுத்தியவள். "விஜயா செரியில்லை" என்று ஒற்றை

வார்த்தை சொல்லி கலகத்தைத் தொடங்கிவைத்தாள். என்ன செய்கிறாள் என்று இவர் கேட்டபோது எல்லாரிடமும் சிரித்துப் பேசிக்கொண்டு நிற்கிறாள் என்று சொன்னாள்.

அதன் பிறகு நிறைய குடிக்கத் தொடங்கினார். ஆட்டங்களில் சக ஆட்டக்காரிகளுடன் நெருக்கம்கொள்ளத் தொடங்கினார். கச்சேரிக்குச் சென்று திரும்பும் நாட்களில் நிறைந்த போதையுடன் வந்து விஜயாவைத் திட்டி அடித்து துன்புறுத்தினார். தொட்டதிற்கெல்லாம் அவளிடம் குறை கண்டார். இது நாளொரு மேனியும் பொழுதொரு வண்ணமாக வளரத்தொடங்கியது.

தெருக்காரர்கள் அறிவுரை சொன்னால் அவர்களுக்குப் பதில் கொடுக்கும் வகையில் அவர்களது குடும்பம் குறித்து அவதூறாகப் பேசினார். இரவு நேரங்களில் அவளிடம் சண்டையிடுவதையே வாடிக்கையாக்கினார். இப்படியாக விஜயாவுக்கு இரவுகள் துயரில் விடிந்துகொண்டிருந்தது. கண்ணீருடன் குழந்தையைத் தொட்டிலில் போட்டு தாலாட்டுப் பாடிக்கொண்டிருந்தாள். இவரின் இந்த போக்கு சக கச்சேரி கோஷ்டிகள் வரை பரவியது. அவர்கள் இவரிடம் குடும்ப நிலவரம் குறித்து பேச யோசித்தார்கள்.

இப்படியாகப் போய்க்கொண்டிருந்த அந்த ஐப்பசி மாதத்தில், தீபாவளிக்கு இரண்டு நாட்கள் இருந்த நிலையில், தெருவுக்கு ஜவுளி விற்கவந்த வியாபாரியிடம் விஜயா உள்ளாடை ஒன்று வாங்கிக்கொண்டிருந்தாள். அது ஒரு காலை நேரம். நாகு கடை வீதிக்குப் போய் சைக்கிளில் திரும்பி வந்துகொண்டிருந்தார். இவள் அந்த வியாபாரியின் அருகில் நின்று வழக்கம்போல் சிரித்துப் பேரம் பேசிக்கொண்டிருந்தாள். அந்தக் காட்சியைக் கண்டவுடன் பற்றி எரியத் தொடங்கியது இவரது நெஞ்சம். சைக்கிளை நிறுத்திவிட்டு இருவரையும் வெறித்துப் பார்த்தார். உள்ளாடையை வாங்கிக்கொண்டு உள்ளே வந்தாள். அதனைப் பார்த்தவருக்கு “இதையெல்லாம் நான் சொன்னா வாங்கி தரமாட்டேனா, அந்த பயக்கிட்டே இளிச்சிக்கிட்டு வாங்குறே” என்று சொல்லி தகராறு செய்யத் தொடங்கினார். எத்தனையோ நாட்கள் கெட்ட வசவுகளையும் அடிகளையும் உதைகளையும் பொறுத்துக்கொண்டிருந்த விஜயா அன்று பதிலுக்குப்

பேசத்தொடங்கினாள். இருவருக்குள்ளும் வாக்குவாதம் முற்றியது. அவளது கூந்தலைப் பற்றி விளக்குமாறாலும் விறகுக் கட்டையாலும் அடிக்கத் தொடங்கினார். பக்கத்துவீட்டுக் கிழவி ராஜத்தா ஓடிவந்து தடுத்து சமாதானம் செய்தாள். பலமான அடி விழுந்து ஆங்காங்கே வீங்கிப்போயிருந்தது. இவர் சைக்கிளை எடுத்துக்கொண்டு கிளம்பினார்.

10

கடும் வெய்யிலுக்குப் பிறகான அந்திப்பொழுதில் குமரேசனைத் தேடிக்கொண்டு அம்மாபேட்டையில் இருந்து சுந்தரமூர்த்தி சைக்கிளில் வந்திருந்தான். குமரேசனை “வா கிழக்கே சென்று வரலாம்” என்று அழைத்தான். இருவரும் பேசிக்கொண்டு கிளம்பிப்போனார்கள். நாம் ஒரு குழுவாக செயல்படலாம் என்று சுந்தரமூர்த்தி சொன்னான். இரண்டு பேரும் சேர்ந்து கிழக்கே ரெட்டிப்பாளையத்துக்கு கள் குடிக்கப்போனார்கள். அந்த ஊர் கள் இந்த சுத்துப்பட்டு கிராமத்துக்குப் பேர்போனது. அந்தப் பகுதி முழுவதும் நாலைந்து இடத்தில் இறக்கி விற்றார்கள். அதோடு அங்கே சாக்கனைக் கடையும் போட்டிருந்தார்கள். அங்கு கிடைக்கும் கள்ளுக்கும் கறித்தோசைக்கும் ஆசைப்பட்டு தஞ்சாவூர் டவுனில் இருந்து வந்து ஆட்கள் குடித்துவிட்டுப் போனார்கள்.

இரண்டு பேரும் வாய்க்கால் கரையில் கொட்டகை போட்டு விற்றுக்கொண்டிருக்கும் நாடார் ஒருவரிடம் சென்று கள் குடித்தார்கள். புரசை இலையில் தோசையும் கறிக்குழம்பும் மணத்து கொண்டிருந்தன. ஆளுக்கு ஒரு லிட்டர் வீதம் குடித்துவிட்டார்கள். போதை மெல்ல இருவருக்கும் ஏறத்தொடங்கியது. “குமரேசா.. இப்ப உன்னுடைய வாசிப்புக்குன்னு நல்ல பேரு இருக்கு. நானும் நாதஸ்வரம் வாசிக்கிறேன். இங்கே இருக்குற நாகராசன், கலியமூர்த்தி, தடாலடி தங்கவேலு அந்த பக்கம் ஆவுடையப்பன் இவங்களுக்கு எல்லாம் இப்ப முன்ன மாதிரியில்ல. இப்போதைக்கு ஆட்டத்துக்கு நம்ம ஜில்லாவுல்ல நித்யாவுக்குதான் மார்க்கெட். யாரு வந்தாலும் அவளத்தான் கேட்குறானுங்க. அதனால..” என்று சொல்லிக்கொண்டே அடுத்த லிட்டர் கள்ளுக்கு ஆர்டர் கொடுத்தான்.

“சொல்லு சுந்தரமுரத்தி.. உன் விருப்பபடிக்கு ஒரு குழுவா இருக்கலாம். ஆனா அவ சித்தப்பன் ஒருத்தன் இருக்கான். அவன்தான் எதாவது கிரிசல் பண்ணுவான். அவனை கொஞ்சம் சரி பண்ணாணும்”

“பண்ணிட்டா போச்சு”

“உன் பேரையும் என் பேரையும் இணைச்சு போட்டே விசிட்டிங் கார்டு அடிச்சுக்கலாம்”

“அதுல நித்யா பேரையும் இணைச்சுக்கிட்டா நல்லாயிருக்கும்”

“வேண்டாம்... ஏற்கவே நித்யாவை நான் கட்டிக்கிட்டதாவே பேசிக்கிறானுங்க. என்னாலத்தான் அவன் வேண்டாமுன்னு விட்டுட்டு போய்ட்டான்னு கதை கட்டி விடுறானுங்க”

இதைக்கேட்டு சுந்தரமூர்த்தி விழுந்துவிழுந்து சிரித்தான். “உனக்கு எங்கேயோ மச்சம் கிடக்குய்யா” என்று உரக்கச் சொன்னான்.

அங்கு குடிக்கவந்த ஆட்கள் சிலர் குமரேசனை நலம் விசாரித்தார்கள். கச்சேரி இல்லையா எனக் கேட்டார்கள்.

பொழுது மெல்ல இருட்டியது. குமரேசன் நாடாரிடம் போய் குசுகுசுவென்று பேசினான். அவர் தலையாட்டினார். இடுப்பு பெல்டில் இருந்து ஐந்து ரூபாயை எடுத்து நீட்டினான். அதனைக் கண்ட சுந்தரமூர்த்தி, “நீ என்ன செய்றே” என்றான். “இதுவேற.. நம்ம சாப்பிட்டதுக்கு பணத்தை கொடு” என்றான். சுந்தரமூர்த்தி பணத்தை எடுத்துக் கொடுத்து பாக்கியை வாங்கி சட்டை பையில் வைத்துக்கொண்டான். இருவரும் மிதமான போதையில் இருந்தார்கள். குமரேசனுக்கு இன்னும் இரண்டு லிட்டர் குடித்தாலும் தாங்கும் அடுத்தவன் பணத்தில் குடிப்பதில் ஒரு சங்கடம் இருந்தது. மேலும் சுந்தரமூர்த்தி நெருக்கமான பழக்கம் இல்லை. நாலைந்து தடவை கச்சேரிகளில் சந்தித்தோடு சரி. நாடரைப் பார்த்தான் குமரேசன். ஒரு பாட்டிலில் கள்ளை ஊற்றி பையில் போட்டுக்கொடுத்தார். சுந்தரமூர்த்தி யாருக்கு என்று கேட்டான். எங்க மாமாவுக்கு என்று சிரித்துக்கொண்டே சொன்னான் குமரேசன். சுந்தரமூர்த்தி சைக்கிளை ஓட்டினான். இருட்டுவதற்குள் தப்படிச்சான் மூலைக்கு வந்துவிட்டார்கள். குமரேசனை விட்டு அவன் ஊருக்கு கிளம்பினான்.

தப்படிச்சான் வீதிகள் பரபரப்பாக இருந்தது. ஆலமரத்தடியில் உட்கார்ந்திருந்த ஆட்கள் பேசிக்கொண்டிருந்தார்கள். சில வயதான பெண்கள் கூடையில் சர்க்கரை வள்ளிக்கிழங்கு, பனங்கிழங்கு, மாம்பழம் விற்றுக்கொண்டிருந்தார்கள். ஒரு

கிழவி கருவாடு விற்றாள். அவளிடம் சுற்றி நின்று பேரம்பேசி சிலர் வாங்கிக்கொண்டிருந்தார்கள். மூன்றாவது தெருவுக்கு நடக்கத் தொடங்கினான். கிழக்கில் இருந்து துலக்கமாக நிலவு வந்துக்கொண்டிருந்தது. மெல்லிய தென்றல் உடலை வருடியது. சாவித்திரி வீட்டில் நாலைந்து ஆட்கள் உட்கார்ந்து இருந்தார்கள். ஒரு கண்டாவிளக்கு எரிந்துகொண்டிருந்தது. அதில் தடாலடி தங்கவேலு உட்கார்ந்து இருந்தான். இவனைக் கண்டதும் காறித்துப்பினான். இவன் ஒருகணம் நின்று மூன்று பேரையும் முறைத்தான். அமர்ந்திருந்த ரவண குப்பன் சூழலை மாற்றுவதற்கு "யாராது குமரேசன் தம்பி" என்றான் குழைவாக. இவன் பதிலுக்கு ஏதாவது சொல்லவேண்டும் என்று நினைத்தவன் வேண்டாம் என்று நடக்கத் தொடங்கினான். கடைசி கிழக்கு மேற்காக இருந்த தெருவில் பத்துக்கும் குறையாத வீடுகள் இருந்தன. அதில் ஆட்டக்காரர்களும் அவர்களது குடும்பங்களைச் சேர்ந்தவர்களும் குடியிருந்தார்கள். பேபி வீட்டுக்கு எதிரே வடக்குப் பார்த்து நித்யா வீடு இருந்தது. தெருவில் நட்டிருந்த மின்கம்பத்தில் ஒரு மாதத்துக்கு மேலாக ஒற்றை பல்பு எரிந்துகொண்டிருந்தது. நித்யா வீட்டுக்குள் இருந்து ஒளிர்ந்த வெளிச்சம் வாசலில் வட்டமாக விழுந்தது. இவன் உள்ளே நுழைந்தான். நடுவீட்டில் நித்யா அம்மா மாரியம்மா உட்கார்ந்திருந்தவள் "வா" என்று அழைத்தாள் அடுப்பங்கரையில் சமையலில் இருந்த நித்யா. இவனை பார்த்து, "சார்.. எங்கே போய் சுத்திட்டு வர்றாரு" என்றாள். "கிழக்கே போயிட்டு வர்றேன்" என்று கள் பாட்டிலை கீழே வைத்தான்.

11

அடுப்பில் குழம்பு கொதித்துக்கொண்டிருந்தது. மூன்று புதிய சில்வர் தட்டுகளை எடுத்து வைத்தாள். மாரியம்மாளிடம் கள்ளை ஓர் சொம்பில் ஊற்றிக்கொடுத்தான். இதுதான் பேசுவதற்கு தகுந்த நேரம் என்று நினைத்தான். மாரியம்மா கள்ளை எடுத்துக்கொண்டு புறவாசல் பக்கம் போனது. இதுதான் பேசுவதற்கு சமயம் என்று நினைத்தான். நித்யாவைப் பார்த்து ஒருமாதிரியாகச் சிரித்தான். "என்ன அலுப்ப சிரிப்பு?" என்று சொல்லிவிட்டு பதிலுக்கு அவளும் சிரித்தாள். "காரைக்கால்ல கொஞ்சம் எடுத்துக்கிட்டு என் செல்லக்குட்டி" என்று சொன்னான். "அதானே பாத்தேன்" என்று சொல்லிக்கொண்டே உள் அறைக்கு போனாள். அடுக்குப் பானைகள் நகரும் சத்தம் கேட்டது. சில நிமிடங்களில் ஒரு லிட்டர் சாராய பாட்டிலோடு வந்தாள். இவன் வாங்கி பாட்டில் மேல் படிந்திருந்த தூசியை துண்டால் துடைத்தான். பகோடா பொட்டலத்தை இவனிடம் கொடுத்தாள். இவன் எழுந்து இரண்டு தம்ளரையும் ஒரு சொம்பில் தண்ணீரையும் கொண்டுவைத்து அமர்ந்தான். அவள் கொதிக்கும் குழம்பில் இரண்டு கோழி முட்டைகளைப் போட்டாள். கருவாட்டுக் குழம்பு சுண்டச்சுண்ட வாசனை பீறிட்டு வந்தது. எதிர்வீட்டில் இருந்த பேபி வந்து கதவருகே நின்று நித்யாவை கூப்பிட்டாள். அவள் குரல் கேட்டதும் பாட்டிலை மறைத்து வைத்தான். முணுமுணுத்துக்கொண்டான். அவள் உள்ளே வராமல், "நித்யா.. கொழம்பு இருந்தா கொஞ்சம் குடேன். ரசம் வெச்சேன்.. ரேகா வேண்டமுங்குற.. அது யாரு?" என்றாள். இவன் எட்டிப் பார்த்துவிட்டு "ஏன்க்கா" என்றான். "நீ தானே நான் யாரோன்னு நெனைச்சேன்" என்றாள். அதற்குள் நித்யா கிண்ணத்தில் குழம்பை எடுத்துவந்து கொடுத்துவிட்டு கதவை ஒருக்களித்து வைத்தாள்.

இரண்டு தம்ளரிலும் ஊற்றினான். மாரியம்மா கள்ளைக் குடித்துக்கொண்டு அங்கேயே உட்கார்ந்துவிட்டாள். ஒன்றை எடுத்து அவளிடம் நீட்டினான். நின்ற நிலையில் வாய்வைத்து நிதானமாகக் குடித்தாள். அவளிடம் பகோடா பொட்டலத்தை

நீட்டினான். கொஞ்சம் அள்ளி வாயில் போட்டுக்கொண்டாள். குழம்பு தளபுளவென கொதித்து அடங்கி மிதமாக் கொதித்தது. இறக்கிவிடு என்றான். நித்யாவிடம் பேசுவதற்கு நிறைய விஷயங்கள் இருந்தன. கருவாட்டு குழம்பை ஒரு கிண்ணத்தில் கொஞ்சம் தொட்டுக்கொள்ள வைத்துவிட்டு இரண்டு முட்டைகளையும் தண்ணீரில் எடுத்துப்போட்டு ஓடுகளை நீக்கிவிட்டு தட்டில் வைத்தாள்.

மீண்டும் இரண்டு தம்ளரில் ஊற்றினான். ஒன்றில் கொஞ்சம் அதிகமாகவே திரவம் இருந்தது. அவளிடம் எடுத்து நீட்டி முட்டையைக் கொஞ்சம் கிள்ளி அவள் வாயில் புகட்டினான். மாரியம்மா இவர்களை புறவாசலில் இருந்து பார்த்தாள். சட்டென்று ஒரு தம்ளருடன் எழுந்தவன் குடிப்பதுபோல பாவனை செய்து புறவாசலுக்கு வந்தவன். கையில் இருந்தவற்றை மாரியம்மாளிடம் நீட்டினான். அவள் அதனை வாங்கி தன்னிடமிருந்த சொம்பில் ஊற்றிக்கொண்டாள். கொஞ்ச தூரம் நடந்து இருளில் மறைந்து அவஸ்தையை கழித்துவிட்டு வந்தான்.

இப்போது நித்யா சம்மணமிட்டு அமர்ந்திருந்தாள். அவள் அருகே அமர்ந்தான்.

“இன்னக்கி நம்மள தேடி அதிர்ஷ்டம் வந்திருக்கு”

“என்ன சொல்ற? புரியல”

“நாதஸ்வரம் சுந்தரமூர்த்தி என்ன தேடி வந்தாப்ள. அவருதான் என்ன பனங்கரைக்கு கூட்டிக்கிட்டு போனாரு. அவரு என்னா சொல்றாருன்னா நீங்களே ஒரு பேர்ல ஒரு குழுவை ஆரம்பிங்க. இன்னக்கி தேதியில இந்த தஞ்சாவூரு ஜில்லாவுல நித்யாவுக்குதான் மவுசு. அப்படியிருக்கும்போது நீங்க எதுக்கு கண்டவனுக்கு ஆடிக்குடுத்து அவனுங்கள பணம் சம்பாதிக்கற விடுறீங்க. அப்படிங்கறார்.”

அப்போது மாரியம்மா உள்ளே வந்துவிட்டுப் போனாள். அவள் இவர்கள் என்ன பேசிக்கொண்டு இருக்கிறார்கள் என்பதை அறிந்துகொள்ளத்தான் இப்படி வந்துபோகிறாள் என்பதை அறிந்தவன். மீண்டும் தம்ளரில் ஊற்றினான். இப்போது நித்யாவுக்கு தெரியும்படி அதனை கொடுத்தான்.

“நீ சொல்றது எனக்கு புரியுது. என் மாமாவும் சித்தப்பாரும் இதுக்கு குறுக்கே நிற்பாங்க..”

“நீ போயி உங்க அம்மாவுக்கு சோறுபோட்டு கொடுத்துட்டு வா”

“அவளுக்கு நெற்றியில் வியர்வை அரும்பியது. அதனைப் புடவை முந்தனையால் துடைத்துக்கொண்டே எழுந்து, “அம்மா... இப்படி வெளிச்சத்துல வந்து உட்காரு” என்றாள். தட்டில் சோறும் குழம்பும் எடுத்துக் கொடுத்துவிட்டு வந்தாள்.

மீண்டும் தம்ளரை நீட்டினான். “போதும்.. அப்புறம் நான் துங்கிடுவேன்” என்றாள். அர்த்தம் புரிந்தவனாய் “கொஞ்சமாத்தான் ஊத்தியிருக்கேன்” என்று நீட்டினான். குடித்துவிட்டு தம்ளரை கீழே வைத்தவள் முத்தமிடுவது போல அருகே வந்து விலகி அமர்ந்தாள்.

“நான் என்ன சொல்றேன்னா.. சுந்தரமூர்த்தி நம்ம கோஷ்டியில சேத்துக்கலாம். அவன்கிட்டே மத்த ஆட்டத்துக்கும் ஆளுங்க இருக்காங்க. குறவனுங்க, பப்பூனுங்க.. இப்ப நாம குடுக்குற காசை வாங்கிட்டு போய்டுவாங்க. மத்தபடி ஒன்னும் பிரச்சனையில்ல. உன் மாமனும் சித்தப்பனும் உன்னை அழைச்சிக்கிட்டு போயி எவ்வளவு அள்ளி குடுத்துட்டாங்க சொல்லு? இந்த கவர்மெண்ட் கட்டிக்குடுத்த காலனி வீட்டுலதானே கெடக்குற. ஆனா அவரு பாரு சாலியமங்கலத்துல மாடிவிடு, நிலம்புலம், மாடு கன்னுன்னு வசதியா இருக்காரு....” என்று சொல்லிவிட்டுப் பேச்சை நிறுத்தினான்.

“ஆமாம்.. தம்பி சொல்றது நெசம்தான். என்கூடப் பொறந்தவனா இருந்தாலும் காசுல கரிசமாத்தானே இருக்கானுங்க” மாரியம்மாவிடம் இருந்து இந்த வாரத்தை வரும் என்று இவன் எதிர்பார்க்கவில்லை.

நித்யாவுக்கு போதை ஏறிவிட்டது. “நீ.. என்னடா சொல்ற கன்னுக்குட்டி, நீ என்னடா சொல்றே?”

“நான் என்ன சொல்றேன்னா.. உன் பேரையும் என் பேரையும் இணைச்சி கார்டு அடிப்போம். பேனர் பண்ணுவோம். அப்பத்தான் நம்ம கச்சேரிக்கு கூப்படுற மத்த

கோஷ்டிக்காரனும் நாம கேட்குற தொகையை கொடுப்பானுங்க''

''அதுவும் சரிதான்'' வார்த்தைகள் தடுமாறின.

''நித்யா பாயும் தலையணையும் எடுத்து போடு'' என்றாள் மாரியம்மா.

''சிறு தடுமாற்றத்துடன் எழுந்து, மாரியம்மாவிடம் எடுத்துக்கொடுத்துவிட்டு, ''ஏம்மா வெளிச்சத்துல படு'' என்றாள்.

''எனக்கென்ன பயம்'' என்று சொல்லிக்கொண்டே புற வாசல் சாய்ப்பில் பாயை விரித்துப்போட்டு படுத்தாள்.

நித்யா இரண்டு தட்டுகளில் சோறும் குழம்பு போட்டு வந்தாள். ஆளுக்குக் கொஞ்சம் சாப்பிட்டார்கள். இவன் மெலிதாக வியர்த்த சட்டையைக் கழற்றி சுவரில் இருந்த ஆணியில் மாட்டினான்.

அவளே பாயை விரித்துப் போட்டாள். மாரியம்மாவின் வெற்றிலைச் செல்லத்தை எடுத்து அதிலிருந்து வெற்றிலையில் சுண்ணாம்பைத் தடவி உடைத்த கொட்டை பாக்குடன் நீட்டினாள். வாங்கி வாயில் வைத்துக்கொண்டான்.

''நீ சொல்ற மாரி.. நாம தனியா குழு வெச்சிக்கலாம். அதுக்கு முன்னாடி நீ எனக்கு ஒரு தாலிய கட்டு. அப்பத்தான் நாலு பேரு நம்மள மதிப்பாங்க'' என்றாள்.

''இன்னும் கொஞ்ச நாள்ல அது சத்தியமா நடக்கும்'' என்று சொல்லிக்கொண்டே அவள் மடியில் படுத்தான். இரவுப்பறவைகள் வீட்டுக்கு மேல் வானில் சிறகடித்துப் பறந்தன. ஆற்றோரக் காட்டுப்பகுதியில் நரிகள் விட்டுவிட்டு ஊளையிட்டன. இரவுப்பூச்சிகள் அங்குமிங்கும் அலைந்து பாடின. இருளுக்குள் ஆடிக்கொண்டிருக்கும் இரண்டு உடல்களின் நடனத்திற்கு மாரியம்மாவின் குறட்டை பின்பாட்டு பாடியது.

12

அன்று நாகராசன் வன்மத்துடன் கிளம்பிப் போனபிறகு, தெருவில் உள்ள மற்ற பெண்கள் எல்லோரும் வந்து கூடிவிட்டார்கள். “இப்படி உன் இஷ்டத்துக்கு கிளம்பி வந்து குடும்பம் நடத்துறதனாலதான் இப்படி தெனக்கியும் சந்தேகம் புடிச்சு அடிக்கிறான். அவனை இனிமே திருத்த முடியாது. உன் புள்ளைய தூக்கிட்டு கிளம்பி உன் உறவுக்காரவங்க யாராவது இருந்தா அவுங்க வீட்டுக்கு போ. அப்பத்தான் உன் அருமை புரியும்” என்று எல்லோரும் ஒரே கருத்தையேச் சொன்னார்கள். அவர்களைப் பார்த்து ஒரு வார்த்தை கட பேசாமல் சுவரையே வெறித்துப் பார்த்துக்கொண்டிருந்தாள். “இந்த பொண்ணு என்ன இப்படி ஊமையாட்டம் வாயை அடச்சு கெடக்கு” என்று பேசியபடி வீட்டைவிட்டு வெளியேறிபோனார்கள். அன்று இரவு பத்து மணிக்கு மேல் அவர் அதிக குடியில் தள்ளளாட்டத்துடன் வீடு வந்துசேர்ந்தார். உட்கார முடியாமல் தரையில் படுத்து தடுமாறி குழப்பமான வார்த்தைகளைப் பேசி புலம்பிக்கொண்டிருந்தார். அரைமணி நேரத்துக்குள் போதையில் கிறங்கி மயங்கி ஆழ்ந்து உறங்கியிருந்தார். காலையில் தலைவலியோடு கண் விழித்துப் பார்த்தபோது தொட்டிலில் உறங்கும் மகனைக் காணவில்லை. வெளியே வந்து சுற்றுமுற்றும் பார்த்தார். விஜயாவையும் காணவில்லை. உள்ளே வந்து துணி காயும் கொடியைப் பாரத்தால் வெறும் கயிறு மட்டும் தொங்கிக்கொண்டிருந்தது. விஜயா குழந்தையோடு புறப்பட்டு இருந்தாள்.

இவர் அவள் போய் எத்தனையோ வருடங்கள் ஆகிவிட்டன. எப்படி இருக்கிறாளோ? மகனுக்கு திருமணம் ஆகியிருக்கலாம், பேரன் பேத்திகள் இருக்கலாம், யார் கண்டா? அடக்கடவுளே.. எத்தனை பெரிய தப்பு செய்து விட்டேன். குடியும் சந்தேக புத்தியும் என்னை இப்படியாகி விட்டதே? என்று அவர் புலம்பாத நாட்கள் இல்லை.

வயது அறுபதைத் தாண்டிவிட்டது என்றாலும் உடற்கட்டு இன்னும் குலையவில்லை. குடி குடி என்று குடித்து இருந்தாலும் தொப்பை விழாது பார்த்துக்கொண்டார்.

சராசரியான உயரம். தலையை எப்போதும் கச்சிதமாக வெட்டி சாயம் ஏற்றியிருப்பார். லேசாகக் கன்னத்தில் மட்டும் குழி விழுந்துவிட்டது. மற்றபடி சொல்வதற்கு ஒன்றும் குறையில்லை. இந்த தப்படிச்சான் மூலையில் இருக்கக்கூடிய வித்வான்களில் இவருக்கும் என்று தனித்த பாணியைக் கொண்டிருந்தார். இவரது வாசிப்பைக் கேட்பவர்கள் வியந்துதான் பார்த்தார்கள். கூத்தில் இவர் ஆட்டக்காரிகளிடம் போய் எதிரே நின்று வாசிக்கும் பாணியே புதுவிதமானது. இவரது கட்டுக்கோப்பும் குழைவும் கொண்ட அடிக்கு அவர்கள் அத்தனை ரகளையாக ஆட்டம் போடுவார்கள். இவரது அதிரடியும் நுணுக்கமான ஒலிச்சிதறலும் கேட்கும் ஆட்டக்காரிகள் இதற்கு ஆடமுடியாது என்று கையெடுத்துக் கும்பிட்டு போதும் நிறுத்துங்கள் என்று சொன்னதும் உண்டு. அத்தளவுக்கு தொழில் திறமைசாலிதான் இருந்தும் என்ன இந்தப் பாழாய்ப்போன சாரயத்தின் மீது மட்டும் பற்று கொள்ளாது போயிருந்தால் எப்படியோ வந்திருக்க வேண்டி ஆள்தான் இப்படி ஆகிவிட்டார். இவருக்கு தெரிந்து தவிலை தோளில் மாட்டியவர்கள் எல்லாம் கலைமாமணி பட்டம் வாங்கிவிட்டார்கள். கடல் கடந்துபோய் லட்சக்கணக்கில் பணம் சம்பாதித்து வீடு, தோட்டம் தொறவு, வண்டி வாகனம் என்று வாங்கி செட்டில் ஆகிவிட்டார்கள். இவரோ இன்னும் நூறுக்கும் இருநூறுக்கும் அலைந்துகொண்டிருக்கிறார் என்பார்கள் தப்படிச்சான் மூலையில் இவரை சிறுவயது முதல் தெரிந்தவர்கள்.

விஜயா குழந்தையோடு போன ஆறுமாத காலங்கள் அவளைத்தேடி திருச்சி தொடங்கி மெட்ராஸ் வரை பல பகுதிகளில் அலைந்து பார்த்தார். எங்கும் துப்பு கிடைக்கவில்லை. ஜோதிடர்களைப் பார்த்து ஜாதகம் கேட்டார் அவர்கள் ஆளுக்கு ஒரு பதில் சொன்னார்கள். ஒருவர் ஓடும் ஆற்றில் குழந்தையோடு குதித்து தற்கொலை செய்துகொண்டு விட்டாள் என்றார். மற்றொருவன் மேற்கு திசையில் ஒருவனுடன் இருக்கிறாள் என்றான். வேறு ஒருவனோ அவளைத் தேடி அலைய வேண்டாம் அவள் கிடைக்க மாட்டாள் என்றான். இப்படியாகக் குழம்பிய நிலையில் அவளைத் தேடுவதையே நிறுத்தி ஒரு கட்டத்தில் விட்டிருந்தார். கச்சேரிக்குப் போகாமல் தனது சொந்த ஊருக்குப் போய்

இருந்த நாலு செண்ட் நிலத்தையும் நூறு குழி வயலையும் விற்றுவந்து குடிப்பதும் கூட்டாளிகளுடன் சுற்றுவதும் உறங்குவதுமாக இருந்தார். ஒருநாள் காவேரியாற்றின் கரையில் சாராயம் குடிக்கப் போனபோது சாம்புகன் கதைபாடி முத்துப்பட்டன் வந்துகொண்டிருந்தார். இவரைக் கண்டதும், நில்லுடா.. நாகராசா என்று அழைத்து புத்திமதி சொன்னார். “நம்ம மாதிரி ஆளுங்களுக்கு பொம்பள அருமை தெரியமட்டங்குது. எப்படியோ கிடைச்சிடறாளுவோங்குற திமிர்ல அகம்பாவத்துல நடந்துகிறோம்... ஆனா.. இனிமே அவள மாதிரி ஒரு பொண்ணு உனக்கு கெடக்கமாட்டா.. தப்பு பண்ணிட்டியேடா. காசும் ரத்த ஓட்டமும் கொஞ்ச நாளக்கித்தான்டா” என்று சொல்லிவிட்டு போய்விட்டார். அவர் இயல்பில் இப்படிப் பேசி நாகராசன் கண்டதில்லை. அப்படியே பித்துகொண்டு நின்றுவிட்டார். சில நாட்களிலே படுத்த படுக்கை ஆகிவிட்டார். உடம்பும் மனதும் தேறிவர சில மாதங்கள் ஆகிவிட்டன. ஏதோ எண்ணத்தில் முத்துப்பட்டனை தேடிப்போனார். அவர் காட்டுக்கோவிலில் பூசை செய்துகொண்டிருந்தார். நாகராசன் போய் சுவாமி சின்ன ஈட்டிமாணிக்கம் சிலை முன்பு நெடுஞ்சாண்கிடையாக விழுந்தார். இவரைப் பார்த்த முத்துப்பட்டன் திருநீறை எடுத்து இவர் நெற்றியில் பூசி “அய்யாவ வேண்டிக்கிட்டு போய் ஒழுங்கா பிழைக்கிற வழியை பாரு” என்றார். அன்று முதல் குடியைக் குறைத்துகொண்டு பழையபடி கச்சேரிக்குப் போக ஆரம்பித்தார்.

13

மாலை நேரம். கடற்காற்று வெதுவெதுப்பாக உடலை வருடிக் கொண்டிருந்தது. தடாலடி தங்கவேலும் சாவித்திரியும் காரைக்கால் கடற்கரையில் அமர்ந்திருந்தார்கள். கீழஓடுதுறை கச்சேரிக்கு வந்திருந்த மற்ற ஆட்கள் எல்லாம் குடிக்கப் போய்விட்டாரகள். தங்கவேலு அவர்களைக் கண்டித்துதான் அனுப்பி இருந்தான்

"விலை மலிவா கிடைக்குதுன்னு வாங்கி குடிச்சிட்டு கவுந்திட்டிங்கன்னா. என் மானம் மரியாத போய்டும் பாத்துக்கங்க" என்று தனது கோஷ்டி ஆட்களிடம் சொல்லி அனுப்பியிருந்தான். இதுபோன்று அரிதாக கிடைக்கின்ற நிகழ்ச்சியில் நல்ல பேர் வாங்கினால்தான் தொடர்ந்து வாய்ப்புகள் கிடைக்கும் என்று சாவித்திரியிடம் அடிக்கடி சொல்லிக்கொண்டு இருந்தான்.

கீழ்வேளூரு நடேசன் மணிக்குறவன் மூலமாகத்தான் இந்த நிகழ்ச்சி கிடைத்து இருந்தது. நடேசனுக்கு எப்போதும் சாவித்திரி மேல் ஓர் ஈர்ப்பு இருந்தது. தப்படிச்சான் மூலைக்கு வரும்போதெல்லாம் எவருக்கும் தெரியாமல் தஞ்சாவூர் மாரத்தியார் இனிப்புக்கடையில் பூந்தியும் ஜிலேபியும் வாங்கி வந்து ரகசியமாக தருவான். அது அவளுக்கு பிடிக்கும் என்று தங்கவேலுவுக்கு ரொம்ப நாளைக்குப் பிறகுதான் தெரியும். தங்கவேலு கடற்கரையை சின்ன வயதில் இருந்து பார்த்தவன் இல்லை. இரண்டு வருடங்களுக்கு முன்பு வேளாங்கண்ணி பக்கத்தில் ஒரு நிகழ்ச்சியை முடித்து திரும்புகையில்தான் அங்கு கிடைத்த மலிவான சரக்கை வாங்கிக் குடித்துவிட்டு போய் குளிக்க போனார்கள். அலையைப் பார்த்தவுடன் தங்கவேலுக்கு உற்சாகம் பொங்கி வழிந்தது. கடலில் இறங்கிக் குளிக்கத் தொடங்கினான். திடீரென்று வந்த பேரலையில் சிக்கிக்கொண்டான். அலை இழுத்துக்கொண்டு போனது. அப்போது அங்கே நின்ற மீனவர் ஒருவர் குதித்து நிச்சலடித்துப் போய் தங்கவேலுவை மீட்டு கொண்டுவந்து கரையில் போட்டார். வயிறு நிறைய உப்புத் தண்ணீர் குடித்துவிட்டார். மற்ற சில மீனவர்கள் இவரை அவர்கள் தோளில் போட்டு

தலைகீழாகச் சுற்றினார்கள். குடித்த உப்புத் தண்ணீர் வெளியே வந்த பிறகுதான் இவருக்கு நினைவு திரும்பியது. அன்று முதல் வாயக்காலில் கூட குளிக்க மாட்டார். சாவித்திரி அழைத்து வற்புறுத்தியதின் பேரில்தான் கடற்கரைக்கு வந்தார். இவரை அலை இழுத்துக்கொண்டு போனதை இன்னும் சிலர் சொல்லி கேலியாகப் பேசுவார்கள்.

கடற்கரையில் ஆட்கள் கூட்டமில்லை. மிகக் குறைவாகவே காணப்பட்டார்கள். மணற்பரப்பில் தனது டவலை விரித்துப் போட்டிருந்தார் தங்கவேலு. அதில் பவ்யமாக உட்கார்ந்துகொண்ட சாவித்திரி, தங்கவேலுவிடமிருந்த வெற்றிலைச் செல்லத்தை வாங்கி சுண்ணம்பைத் தடவி அவன் வாயில் புகட்டினாள். வாங்கிக்கொண்டவன், வெற்றிலைப் போட்டு சிவந்த அவளது உதடுகளை தாகத்துடன் சில நிமிடங்கள் பார்த்து அர்த்தம் பொங்கச் சிரித்தான்.

"எதைப் பாத்து சிரிக்கிறே.. உதட்டைச் சுளித்து ஒன்னுமில்லை" என்று சொன்னவன், சில நிமிடங்கள் யோசித்தான்.

"சரி.. நித்யாவுக்கு புதுக்கோட்டை பக்கத்துல தொடர்ச்சியா கச்சேரியாம்முல்ல?"

"அவள தலையில தூக்கி வெச்சிக்கிட்டு தானே ஆடுறானுங்க. அவ மாமனுக்கும் அவளுக்கும் வாய் வார்த்தை முத்திப் போச்சாம். கடிக்கி குடிக்கின்னு பேசிப்புட்டாலம்"

"கேள்விப்பட்டேன், அவளுக்கு மச்சம் கெடக்கு வண்டி ஒடுது. எத்தினி நாளக்கி ஓடுதுன்னு பாப்போம். நம்ம பேபி, வசந்தா இவுங்கள விட இந்த தப்படிச்சான் மூலையில ஆட்டக்காரிங்க உண்டா? அவுங்க நெலமை எல்லாம் இப்ப என்னாச்சு.."

நம்ம பொழப்ப பொறுத்தவரைக்கும் உடம்புல மினுமினுப்பு இருக்கிறவரைக்கும் நாலுபேரு தேடிக்கிட்டு வந்து சுத்துவனுங்க. அது வத்திப்போச்சுன்னு வய்யி திரும்பிக்கூட பாக்க மாட்டானுங்க"

"அதுவும் சரிதான் சாவித்திரி. ஆனா நித்யாகிட்டே திறமை

இருக்கு. நான் இல்லன்னு சொல்லல. ஆனா அந்த குமரேசன் பயக்கிட்ட மாட்டிக்கிட்டு இருக்குறாளே.. அதை நெனைச்சா... எனக்கு எரியுது''

"இது எத்தினி நாளக்கின்னு பாக்கலம்ய்யா" என்று வாயில் இருந்த வெற்றிலை எச்சிலை தூவெனத் தூப்பினாள்.

தங்கவேலு குமரேசன் பிறப்பு குறித்து கெட்டவார்த்தைகளைப் பேசி கறுவிக்கொண்டான்.

இருவரும் கடல் அலையே பார்த்துக்கொண்டிருந்தார்கள். பிற்பகல் குறைந்து அந்தி வந்துகொண்டிருந்தது, நடேசன் மணிக்குறவன் இவர்களைத் தேடிக்கொண்டு வந்திருந்தான். போதையில் அவனது கண்கள் சிவந்து போயிருந்தன. சாவித்திரியை கடித்துத் தின்றுவிடுவது போல வெறித்துப் பார்த்தான். சாவித்திரி தலையை கவிழ்த்துக்கொண்டு " வாங்க.. நேரமாயிட்டு போவோம்" என்றாள்.

14

தங்கராசு எதுக்கு வந்தான். எங்கே போனான் என்று தெரியவில்லை. அவன் வந்தால் அவனுக்கு ஒரு வாய்ப்பு கொடுக்கலாம் என்று நினைத்தார். சில நாட்களாகச் சரியாக நிகழ்ச்சிகள் இல்லை. இப்போது புதுப்புது ஆட்கள் வந்திருக்கிறார்கள். அவர்கள் சில புதுமைகளைப் புகுத்த முயற்சி செய்கிறார்கள். அதனை விடவும் ரெக்கார்டு டான்ஸ் ஆட்டத்துக்கு இளைஞர்கள் மத்தியில் நல்ல வரவேற்பு ஏற்படத் தொடங்கியிருக்கிறது. சினிமா பாட்டுக்கு ஆடுவது, ஆண்கள் பெண்கள் சேர்ந்து கோஷ்டி ஆட்டங்கள், ஒரு ஆட்டக்காரி புடவையில் வந்து தனது ஆட்டத்தின் இறுதியில் அரைகுறை உள்ளாடையில் ஆட்டத்தை நிறைவு செய்வது, இளம்பெண்கள் வந்து மேடையில் ஜிகினாவில் கலர் விளக்குகளின் ஒளியில் மிதக்கிறார்கள்... இதனால் நாட்டுப்புற நிகழ்ச்சிக்கு முன்பு போல புக்கிங் இல்லை.

அதே நேரத்தில் திருமணங்களுக்கு வாசிப்பவர்களுக்கு அதிக மவுசு ஏற்பட்டு இருக்கிறது. ஆவுடையப்பன் நீடாமங்கலத்தில் பத்து 'மா'நிலம் வாங்கிவிட்டான். நம்மால் பத்து குழிகூட வாங்கவில்லை. பூர்வீகமாக இருந்ததை விற்றுத் தின்று விட்டோமே?

நாகராசனுக்கு திரவம் இறங்கிய சில நிமிடங்களில் உற்சாகம் பீறிட்டு எழுந்தது. சத்தமாக சில வரிகள் சினிமா பாட்டுகளைப் பாடினார். திடீரென்று தவிலை எடுத்து வாசிக்க வேண்டும் போல் தோன்றியது. இவரின் தவிலடி என்றால் பூண்டி ராணிக்கு ரொம்ப பிடிக்கும். ஆட்ட நிகழ்ச்சிகளை விட இருவரும் தனித்திருக்கும் பொழுதுகளில் அவள் இவரை வாசிக்கச்சொல்லி அதிகம் கேட்பாள். மிகச்சிறந்த ஆட்டக்காரி. பார்வையாளர்களின் ரசனையை தனது இடுப்பு வளைவுகளின் வழியே பூர்த்தி செய்துவிடுவாள். அவள் ஆடுவதை எத்தனை முறைப் பார்த்தாலும் சலிக்காது. இருவருக்கும் நெருக்கம் ஏற்பட்டு விட்டதை அறிந்த கூத்துக்கார கோஷ்டிகள் முகம் சுளித்தனர். கச்சேரி இல்லாத நாட்களில் வாரக்கணக்கில் இவரது வீட்டில் தங்கிவிட்டுப் போவாள். பூண்டி ராணிக்கு

என்று உறவினர்கள் எவருமில்லை. அவள் சின்ன வயதாக இருக்கும்போதே அப்பாவும் அம்மாவும் தவறிவிட்டார்கள். தலையாமங்கலத்தில் பெரியம்மா வீட்டில்தான் இருந்தாள். ஐந்தாம் வகுப்புவரை பள்ளிக்கூடம் போனாள். அதன் பிறகு பெரியம்மாவுடன் வயல் வேலைக்கு வந்துவிட்டாள். வயலில் பெண்கள் பாடும் நடவுப்பாடல்களைப் பாடினாள். வயதுக்கு வருமுன் தெருவில் வயதானவர்கள் இறந்துவிட்டால் தப்படிப்பார்கள். அதற்கு ஆடுவாள். நன்றாக ஆடுகிறாள் என்று செய்தி பரவியது. இதனைக் கேள்விப்பட்ட சீதனங்கட்டளை எஸ்.மேரி இவளை தனது கோஷ்டியில் சேர்த்துக்கொண்டாள். கரகம் தொடங்கி குறத்தியாட்டம் வரை சொல்லிக் கொடுத்தாள். சில வருடங்களில் பெயர்போன ஆட்டாக்காரியாக வலம் வந்தாள். தஞ்சாவூரில் யாரோ குதிரைக்காரனுடன் அவளுக்கு பழக்கம் ஏற்பட்டது. அவன் அழைத்துக்கொண்டு போய் ஒரு பிள்ளையும் கொடுத்துவிட்டு அடித்துத் துரத்திவிட்டான். குழந்தையும் தவறிப்போனது. அதன் பிறகு பூண்டிக்கே போய் தனது பூர்வீக இடத்தில் ஒரு குடிசையைப் போட்டுக்கொண்டு ஆட்டத்துக்கு வந்துபோய்க் கொண்டிருந்தாள்.

அவளைப் பற்றி இவருக்கு நன்றாகத் தெரியும். இவருக்கு தனியாக கிராமிய நிகழ்ச்சிகள் புக் ஆகும்போது அவளுக்கு முதல் இடம் கொடுப்பார். சேர்ந்தே நிகழ்ச்சிகளுக்குப் போனார்கள். அவருக்கும் பூண்டி ராணிக்கும் நீண்ட காலமாக நட்பு இருந்தது. ஒரு தடவை இவர் நல்ல போதையில் கேட்டார், ரெண்டு பேரும் கல்யாணம் பண்ணிக்கலாமா? என்று. அவள் பச்சையாகச் சொல்லிவிட்டாள். “நீங்க, ஆசைப்பட்டு எப்போ கூப்பிட்டாலும் நான் வர்றேன். இப்படி இருந்துக்வோம்” என்று தீர்க்கமாகச் சொல்லிவிட்டாள்.

சில மாதங்கள் கழித்து இவர் கச்சேரிக்கு கிளாரிநெட் வாசிக்க வந்த குளிக்கரை சண்முகம் பூண்டி ராணி மீது ஆசைப்பட்டு சுற்றிச்சுற்றி வந்துக்கொண்டிருந்தான். அவனுக்கு என்ன காரணத்தினாலோ தெரியவில்லை திருமணம் நடக்காமல் இருந்தது. நாகுவிடம் நெருக்கமான கோஷ்டி ஆட்கள் ராணி மீது மையல்கொண்டு கருவாட்டைச் சுற்றிவரும் பூனையாகி இருப்பதைப் பற்றி சொன்னார்கள்.

ராணியை அழைத்து இதுகுறித்து கேட்டார். முதலில் அவள் மறுத்தாள். இரண்டு மூன்று நாட்கள் தொடர்ந்து பேசினார். அவள் சற்று மழுப்பலாக பதில் சொன்னாள். சண்முகத்தையும் ராணியையும் தனது வீட்டில் அழைத்து வைத்து பேசி இருவருக்கும் சுவாமிமலை முருகன் கோவில் வைத்து திருமணம் செய்துவைத்தார். இதனைப் பார்த்து மற்றவர்கள் வியந்து போனார்கள். அதன் பிறகு பூண்டி ராணி குளிக்கரைக்கு போனாள். இரண்டு குழந்தைகள் பிறந்தன. எப்போதாவது ஆட்டத்துக்கு வருவாள்.

ஒருநாள் வேளாங்கண்ணி நிகழ்ச்சி ஒன்றுக்கு போனபோது ராணி தனது உறவுக்காரியான மஞ்சுளாவை ஆட அழைத்து வந்தாள். அவளுக்கும் நாகுவுக்கும் ஒரே வயது இருக்கும். நல்ல ஆட்டக்காரிதான் என்றாலும் முகத்தில் அடர்த்தியான பருக்கள் நிறைந்து இருந்தன. மற்றபடி முன்னழகிலும் பின்னழகிலும் எந்தக் குறையும் கிடையாது. அவளை இவரது கோஷ்டியில் மற்ற தவில் வாசிப்பவர்கள் "ரொம்ப அடி வாங்கியிருக்கும் போல மாமா" என்று சொல்லிச் சிரித்தார்கள். அவர்களை அப்படி எல்லாம் பேசக்கூடாது என்று கண்டித்தார். அவளுக்கு இரண்டு பெண் குழந்தைகள் இருப்பதாகவும் அவளது கணவன் குடும்பச் சண்டையில் தூக்கில் தொங்கி இறந்து விட்டதாகவும் இரண்டு பெண் குழந்தைகளையும் அவர்களது பாட்டனார் வீட்டில் வளர்த்து வருவதாகவும் மஞ்சுளா சொன்னாள். நிகழ்ச்சி முடிந்த பிறகு சண்முகம், ராணி மஞ்சுளா மூவரும் பஸ் ஏறிவிட்டார்கள் தப்பபடிச்சான் மூலைக்கு.

சண்முகமும் நாகுவும் கடைத்தெரு போய் ஆட்டுக்கறியும் சாராயமும் வாங்கிவந்தார்கள். அவர்களை ஓய்வு எடுக்கச் சொல்லிவிட்டு நாகுதான் சமைத்தார். அவர்கள் இரவு ஆடிய களைப்பில் அயர்ந்து உறங்கிக் கொண்டிருந்தனர்.

மதியம் எழுப்பி மூவருக்கும் வாழை இலை அறுத்து வந்து போட்டு சாப்பாடு பறிமாறினார். மூவரும் கறிக்குழம்பு அருமையாக இருப்பதாகச் சொல்லி சுவைத்துச் சாப்பிட்டனர். ராணி வெளிப்படையாகவே இவரிடம் கேட்டாள். "மஞ்சுளாவை கல்யாணம் பண்ணுங்க தவிலு" என்று கெஞ்சும்

குரலில். நாகு வேண்டாம் என்று உடனே மறுத்துவிட்டார். இனி விஜயா திரும்பி வர வாய்ப்பில்லை என்று ராணி சொன்னாள். அதைப் பற்றி பிறகு பார்த்துக்கொள்ளலாம் என்று சொல்லிவிட்டார். மஞ்சுளா ரெண்டு நாள் இங்கே தங்கி இருக்கட்டும் என்று ராணி சொன்னாள். இவர் வேண்டாம் என்று அவர்களை அனுப்பி வைத்தார்.

இது நடந்து முப்பது வருடங்கள் ஆகிவிட்டன. ஆனால் குடித்தால்தான் இது போன்ற நினைவு எல்லாம் வந்து தொலைக்கிறது. இல்லையென்றால் எதையும் நினைக்காமல் அமைதியாக இருந்து விடுவார். படுக்கலாம் என்று நினைத்தார். ஆனால் முடியவில்லை. நினைவுகள்தான் வாழ்க்கை என்று தோன்றியது அவருக்கு.

15

இளம் மதியப்பொழுது. மிதமான வெயில். தோட்டத்து கொன்றை மரங்களில் பூத்திருந்த மஞ்சள் நிறப்பூக்கள் ஏதோ பண்ணியது. மனது நீண்ட வருடங்களுக்கு பின்பு குலைவு கொண்டது. குடும்பம் குடித்தனம், பேரன் பேத்திகளுடன் இருக்கும் ஆட்களை பார்த்தால் வயிறு எரிந்தது. தனது இடது கையில் விஜயா என்று குத்தப்பட்டு இருந்ததைப் பார்த்தார். அந்தப்பேரை முணுமுணுத்துக் கொண்டார். சுவரில் தொங்கிக்கொண்டிருந்த தவிலை திடீரென்று எடுத்து வார் பிடித்தார். அடிக்கும் குச்சியை எடுத்து சுருதிப் பார்த்தார். தொப்பியை விரல்களில் மாட்டிக்கொண்டார். மீண்டும் கொஞ்சம் திரவத்தை குவளையில் ஊற்றி அருந்தினார். நடுவீட்டிலிருந்து வெளியே திண்ணைக்கு வந்து அமர்ந்து வாசிக்கத் தொடங்கினார். தெருவில் நின்ற பெண்கள், "அந்த ஆளு காலையில சரக்கடிச்சுட்டு போல.. தவிலும் கையுமா உட்கார்ந்து இருக்கு" என்று பேசிக்கொண்டே கடந்து போனார்கள்.

சில நாட்களாக போஸ்ட் ஆபிசில் இருக்கும் குறைவான சேமிப்பை வைத்துதான் பார்த்துப் பார்த்து செலவுசெய்து நாட்களை நகர்த்திக்கொண்டிருந்தார். வருடத்தின் மொத்த வருமானமும் தை தொடங்கி மாசி, சித்திரை, வைகாசி, ஆனி வரையிலான மாதங்களில் நடக்கும் திருவிழாக்கள் மற்றும் திருமணம் உள்ளிட்ட சுப காரியங்களில் வாசிப்பதில்தான் கிடைக்கும். விஷேச காரியங்களுக்கு தப்படிச்சான் மூலையில் உள்ள தவிலையும் நாதஸ்வரத்தையும் சிலரைத் தவிர பெரும்பாலோனர் அமர்த்த மாட்டார்கள். அதற்கெல்லாம் நீடாமங்கலம், தலையாமங்கலம், தஞ்சாவூர் அரண்மணைக்கார தெரு, திருவாரூர், சிக்கல் போன்ற இடங்களில் வேறு ஆட்கள் இருந்தார்கள். மைனர் சங்கிலி கழுத்தில் தொங்க சிவந்த மேனியும் பணக்காரத் தொந்தியுமாக இருப்பவர்களுக்குத்தான் பெரிய இடத்தில் இருந்து அழைப்பு இருக்கும். அரிதாக எப்போதாவது புதுப்பணம் பார்த்தவர்கள், குலம் கோத்திரம் விசாரிக்காமல் அமர்த்தி விடுவார்கள். சில நேரங்களில் யார்

என்ன என்று தெரிந்துவிட்டால் செலவுக்கு பணத்தைக் கொடுத்து வாசிக்காமல் திருப்பி அனுப்பி விடுவார்கள் அப்படியும் சில சம்பவங்கள் நடந்து இருக்கின்றன. கிடைப்பதை வைத்துதான் ஓட்டியாக வேண்டும். சில மாதங்களை தவிர மற்ற நாட்கள் நெருக்கடியில்தான் நகரும் என்றாலும் அதற்காக கவலைப்படுவது இல்லை. கடன் வாங்குவது, பணம் கிடைத்தால் திருப்பி கொடுப்பது மீண்டும் கடன் இப்படியாக ஏதோ ஒரு சுழற்சியில் ஓடிக்கொண்டு இருக்கிறது.

மூலங்குடியில் சிறுவயதில் அப்பா, அம்மாவை இழந்துவிட்டு பத்து வயது சிறுவனாக நின்றபோது கணேசன் மாமாதான் அடைக்கலம் அளித்தார். அவர் வீட்டில் குழந்தைகள் அதிகமில்லை என்பதால் அரவணைத்துக்கொண்டார். இவரின் வரவால் சுமை அதிகரிக்கும் என்று மாமாவின் மனைவி பஞ்சவர்ணம் அத்தை அஞ்சினாள். அப்போது மாமா நாகுவை அவருக்குத் தெரிந்த குளிக்கரை தவில் வித்துவான் சிவபுண்ணியத்திடம் சேர்த்துவிட்டார். அவரிடம் பகல் பொழுது எல்லாம் வீட்டுவேலைத் தொடங்கி மாடு மேய்ப்பது, வயல் வேலை செய்ய வேண்டும். அதற்கு உபகாரமாக மூன்று வேளை சாப்பாடு கிடைத்தது. வாரத்துக்கு ஒருமுறை அவருக்கான ஓய்வு நேரங்களில் தவிலை எடுத்து வாசிக்கச் சொல்லிக்கொடுப்பார். மற்ற நாட்களில் வீட்டுக்கு எடுபுடி வேலைகள் பார்க்க வேண்டும். தவிலைச் சுமந்துகொண்டு கச்சேரிக்குப் போக வேண்டும். இப்படியாகத்தான் "தாதி தொம்.. நம்.. ஜம்.. தாதி தொம் நம் கிட ஜம்.." என்று ஆரம்ப அரிச்சுவடிகளைக் கற்றுக்கொண்டார். கச்சேரியில் வாசிப்பவர்கள் இயற்கை உபாதைகளைக் கழிக்கச் செல்லும்போது தவிலை மாட்டிக்கொண்டு வாசிக்க பழகினார். இப்படியாக தவில் வசப்பட்டது. தொடக்கத்தில் கச்சேரி கிடைக்கும் காலங்களில் கிடைத்த சொற்ப பணத்தை அப்படியே கொண்டுபோய் அத்தையிடம் கொடுத்துக் கொண்டிருந்தார். அதன் பிறகுதான் ஆரூர் பழனிவேலு பிள்ளையிடம் வந்துசேர்ந்தார். அவர்தான் தவில் வாசிப்பின் அத்தனை நுணுக்கங்களையும் சொல்லிக் கொடுத்து மேடையேற்றினார்.

பகல் பத்து மணிக்கு மேலாகியிருந்தது. வாசிப்பதை

நிறுத்தினார். பசிப்பது போலிருந்தது. எழுந்து வாசலில் வந்து நின்றார். ஊரின் எல்லையில் இருந்து இரு சக்கர வாகனங்கள் எதுவும் வருகிறதா என்று பார்த்தார். எதுவும் வரவில்லை. எந்த ஓசையும் கேட்கவில்லை. இரவு ஆக்கியிருந்த பழைய சோறு பானையில் நொதித்தபடி இருந்தது. சட்டியில் சுண்டிய கருவாட்டுக் குழம்பும் இருந்தது. சாப்பிட நல்ல பொருத்தம்.

சைக்கிளில் தங்கராசு திரும்பி வந்தான். சிரித்துக்கொண்டே இறங்கினான். “தலைவரே.. கட்டிங் போடுறீங்களா” என்றான். “டேய் வேண்ட முன்டா” என்றார். “நீங்கதான் மிலிட்டரி சரக்கு போடுற ஆளு ஆச்சே” “நான் அப்படிய்யா.. பிளாக்ல வாங்குனேன். குவார்ட்டரு நூறுன்னு விக்கிறானுவோ” என்றான்.

இவர் உள்ளே போய் கருவாட்டுக் குழம்பை ஒரு கிண்ணத்தில் எடுத்துவந்து அவனிடம் கொடுத்தார். இருவரும் திண்ணையில் அமர்ந்தார்கள். தம்ளரில் சரக்கை ஊற்றி நீர் கலந்து குடித்துவிட்டு ஒரு பீடியை எடுத்துப் பற்ற வைத்துக்கொண்டே இவரைப் பார்த்தான்.

“இன்னுமா அந்த சத்யாக்கிட்டே பழகிக்கிட்டு இருக்கே. அதையெல்லாம் விட்டுபுட்டு பொண்டாட்டி புள்ளய பாரு, இல்லாட்டி என்னாட்டம் அனாதையா நிக்கணும்”

அவன் பதிலேதும் சொல்லாமல் ஏதோ சிந்தனையில் ஆழ்ந்திருந்தான். அவனது கண்கள் சில நிமிடங்களில் போதையில் சிவந்தன.

திருச்சியில் இருந்து கச்சேரிக்கு புக் பண்ண வருவதாகச் சொன்னவர்கள் ஏன் இன்னும் வரவில்லை வந்தால் அட்வான்ஸ் தொகை கிடைக்கும். அது கிடைத்தால்தான் இந்த மாதத்தை ஓட்டமுடியும். குழப்பமாக இருந்தது. அதனை நம்பி நாலைந்து இடங்களில் கைமாத்து வேறு வாங்கிவிட்டார்.

தங்கராசு இடுப்பில் சொருகியிருந்த மீதி அரைப்பாட்டிலையும் எடுத்து தண்ணீர் கலந்து குடித்தான். மீண்டும் ஒரு பீடியைப் பற்ற வைத்தான். பலத்த சிந்தனையில் இருந்தான். “சரி கிளம்புறேன்” என்று சைக்கிளில் ஏறினான்.

நேரம் கடந்து பதினோரு மணிக்கு மேல் ஆகியிருந்தது. குண்டானில் பழைய சோறும் பச்சை மிளகாயும் கொண்டுவந்து வைத்தார். சாப்பிட்டார். தன் அருகே இருந்த தவிலை சற்று தொலைவில் தள்ளிவைத்துவிட்டு திண்ணையில் வெகுநேரம் அமர்ந்திருந்தார்.

16

பெரியநாயகம் நாற்காலியில் அமர்ந்தார். சில மாதங்களாக அவர் நினைவுகள் முன்னும் பின்னும் அலைந்துகொண்டிருந்தன. நாகராசனைப் பார்த்து வரலாம் என்று கிளம்பினார். இளம் மதியபொழுது அடுப்பங்கரையில் ஏலாம்பாள் வேலையில் இருந்தாள். புறவாசலில் குட்டிப்போட்டு இருக்கும் பூனை அங்குமிங்கும் கவுச்சி தேடி அலைந்தன. இவர் கிளம்பிச் செல்வதை அவள் உள்ளுக்குள் இருந்து எட்டிப் பார்த்தாள்.

இவருக்கும் ஏலாம்பளுக்கும் கிட்டதட்ட இருபது வயது வித்தியாசம். ஏலாம்பாள் இவர் குரு ஏகாம்பரத்தின் மகள். அவருக்கு குழந்தை இல்லாமல் காலம்போன கடைசியில் பிறந்தவள். அவள் குழந்தையாக இருக்கும்போது இவர் தூக்கிக் கொஞ்சி இருக்கிறார். இவளை பதினெட்டு வயதில் உறவுக்காரன் ஒருவனுக்கு திருமணம் செய்து கொடுத்தார் ஏகாம்பரம். இவள் திருமணம் ஆகிப்போன ஏழாவது மாத்ததில் வயல் களத்துமேட்டில் காளை முட்டி இறந்து போனான் அவன். அதோடு ஏலம்பாள் பிறந்த வீட்டுக்கு வந்துவிட்டாள். அதன் பிறகு ஏகாம்பரம் தனக்கு தெரிந்தவர்கள் மூலம் மகளுக்கு மறுமணம் செய்துவைக்க முயற்சி செய்தார். இவள் ஜாதகத்தைக் கேட்டுவாங்கிப் போனவர்கள் அதன் பிறகு பேசவில்லை. சிலர் திரும்பி வரவில்லை. என்ன காரணம் என்று யோசித்தவர் மகளின் ஜாதகத்தை எடுத்துக்கொண்டு பக்கத்து ஊர் ஜோதிடரிடம் காட்டினார். அவர் பார்த்துவிட்டு ஏலாம்பாளுக்கு செவ்வாய் தோஷம் என்றும் அவளுக்கு திருமண வாழ்க்கை சரியாக அமையாது என்றும் திசைமாறி வர இண்டு மாமங்கம் ஆகும் என்று சொன்னார்.

ஏகாம்பரம் கடைசி காலத்தில் தனது சீடன் பெரியநாயகத்திடம் சொன்னார். அந்த காலக்கட்டத்தில் தனது மனைவியின் இழப்பால் நிலைகுலைந்து போய் தப்படிச்சான் மூலையில் வந்து அடைக்கலம் ஆகியிருந்தார் பெரியநாயகம். ஏலாம்பளும் இவரிடம் இணக்கமாக பழகினாள். அது அவள் மீது இவருக்கு ஈர்ப்பை அதிகப்படுத்தியது. ஆனாலும் தனது கலை சொல்லிக்கொடுத்த குருவிடம் இதுகுறித்து நேரடியாக பேச

முடியாத நிலையில் தவித்து வந்தார். ஏலாம்பளிடம் தனது உணர்வை தெரிவிக்க முடியவில்லை. அவள் இதற்கு ஒத்துக்கொள்வாளோ என்று தயங்கிக்கொண்டிருந்தார். இப்படியாக நாட்கள் ஓடிக்கொண்டிருந்த ஒரு மழைக்காலச் சாயங்காலத்தில் குருவைச் சந்திக்க திருவாரூர் பஜனைமடத் தெருவுக்கு வந்தபோது குருவும் அவரது மனைவியும் உறவினர் தூக்க நிகழ்வுக்காக திருக்குவளை சென்று இருந்தார்கள். எப்போதும் போல் ஏலாம்பாள் இவரை வரவேற்று அமர வைத்து உபசரித்து உணவு கொடுத்தாள். ஊருக்குப் போனவர்கள் வந்துவிடுவார்கள் என்று சொன்னாள். இவரும் காத்திருந்தார். ஏலாம்பாள் ஏதோ செய்துகொண்டிருந்தாள், இவர் மனது எங்கும், இந்த நேரத்தைப் பயன்படுத்தி சொல்லிவிடலாம் என்று முயன்று தோற்றுக்கொண்டிருந்தார். நேரமும் கூடிப்போக மழையும் பிடித்துக்கொண்டது. வீசிய காற்றில் மின்சாரம் இல்லாது போனது. அவரது கரங்களை அவள் எதற்கு பற்றினாள் என்று தெரியவில்லை. இதில் அவளைவிட முன் அனுபவம் அதிகம் கொண்ட அவர் அவளை முற்றிலுமாகப் பற்றிக்கொண்டு விட்டார்.

அப்புறம் தெரிந்தவர்கள் மூலம் மாரியம்மன் கோவிலில் வைத்து திருமணம் செய்துகொண்டு தப்படிச்சான் மூலைக்கு அழைத்துக்கொண்டு வந்தார். இதனைக் கேள்விப்பட்ட இவரது உறவுக்காரர்கள், இவருக்கு பிறந்த இரண்டு மகன்களையும் அழைத்துக்கொண்டு வந்து வைத்துக்கொள்ளச் சொன்னார்கள். அதற்கு இவர் உடன்படவில்லை. எந்த பதிலும் சொல்லவில்லை. மவுனமாக இருந்தார். இவர் மீது பிராது கொடுத்து இவருக்கு வேளுக்குடியில் இருந்த பூர்வீக நிலத்தையும் வீட்டையும் எழுதி வாங்கிக்கொண்டார்கள். இவருக்கும் மகன்கள் மீது பிரியம் இல்லாமல் போனது. அவர்களை அழைத்துக்கொண்டு வரலாம் என்று ஒருநாளும் நினைத்தது இல்லை. ஏலாம்பாளுக்கும் குழந்தைபேறு இல்லை. இது குறித்து இவரும் ஒரு வாய் வார்த்தைகூட பேசிக்கொண்டதில்லை. இதுபோன்ற நினைவுகள் எல்லாம் இவருக்கு பணக்கஷ்டம் வரும்போது எழும். பணம் வந்தால் மறந்து போகும். அதே நேரத்தில் தனது நாடகக்கலை மீதோ, ஏலம்பாள் மீதோ ஒருநாள் கூட வருத்தப்பட்டது இல்லை. நாடகக்கலை அழிந்து

போய்விட்டது. சினிமாவுக்குப் போனவர்கள் மட்டும் என்ன? நூற்றுக்கு பத்து பேர் மட்டும்தான் தேறினார்கள். மற்றவர்கள் எல்லாம் கடலில் கரைந்த கற்பூரம் போல் ஆனார்கள் என்று மனதைத் தேற்றிக்கொள்வார். அவ்வளவுதான். இவருக்குத் தோதாகப் பேசும் தவில் நாகராசனிடம் வந்துவிடுவார். இருவரும் மணிக்கணக்கில் பேசி சண்டையிட்டு கொள்வார்கள். இவர் நாடகத்தை உயர்த்திப் பேசுவார். அவர் தவிலை உயர்ந்த வாத்தியம் என்பார். இரண்டு பேரும் அடித்துக்கொள்ள மாட்டார்கள். இப்போது கூட அவரைப் பார்க்கத்தான் கிளம்பினார்.

17

பெரியநாயகம் வீட்டுக்கு வந்தபோது நாகராசன் ஆற்றில் குளித்துவிட்டு நீலநிற கைலியோடு அமர்ந்து தனது சிகையை வாரிக்கொண்டார். இவரைக் கண்டதும் "வாய்யா" என்று பரிவாக அழைத்தார்.

தடுப்பு இல்லாத திண்ணையில் அமர்ந்தார். ஆட்டுப் புழுக்கையின் வாசனை தூக்கலாய் இருந்தது.

"என்ன மச்சான் இப்படி நாறுது"

"ஆடு வளக்குற கூதி மொவளுங்க ராவுல எங்க ஆடு கட்டுறாளுவோ. தூங்காம அதுங்கள வெரட்டுறதுதான் எனக்கு வேலயா போச்சு" என்று சொல்லிக்கொண்டே வீட்டுக் கதவைப் பூட்டினார் நாகு.

இருவரும் வேடிக்கை பார்த்துக்கொண்டே ஆலமரத்தடிக்கு நடக்கத் தொடங்கினார்கள். குளித்த உடம்புக்கு வெயில் இதமாக இருந்தது. மரத்தடி சுற்றுக்கட்டையில் காவி உடை தரித்த இரண்டு ஆண்டிகள் படுத்துக் கிடந்தார்கள்.

"காசு இருக்கா மச்சான்"

"நாலு ரூவா இருக்கு உன்கிட்ட"

"இது போதும். வா"

தப்படிச்சான் மூலையில் வடக்கு கரையில் காட்டேரி வேஷம் கட்டும் சின்ன சிவன் பண்டாரம் சில மாதங்களாக காரைக்கால் போய் சாராயம் வாங்கிவந்து கலவைப் போட்டு விற்றுவருகிறார். அவரைத்தேடி போலீஸ்காரர்களும் வந்து செல்கிறார்கள். ஆனாலும் அவ்வப்போது விற்றுக்கொண்டுதான் இருக்கிறார். ஆட்டத்துக்கும் செல்வதில்லை. நாகுவைப் போன்று அவரும் தனிக்கட்டையான வெள்ளந்தியான ஆளு..

பெரியநாயகத்தை அங்கேயே நிற்க சொல்லிவிட்டு நாகு மட்டும் போனார். சில நிமிடங்களில் வந்தார். இருவரும் வரும்வழியில் இருக்கும் நயனக்கார கணேசன் வீட்டில் தண்ணீரும் தம்ளரும் வாங்கி கலந்து குடித்தார்கள். வெயில்

இப்போது உரைத்தது. இருவருக்கும் நாக்கு ஒனக்கை தேடி அலைந்தது. தொண்டைக்குள் திரவம் தாறுமாறாக அறுத்தது. காறித் துப்பிக்கொண்டார்கள்.

மாரிமுத்து பேரன் கடையில் போய் ஒரு ரூவாய்க்கு நாகு ரெண்டு ஆச்சி முறுக்கு வாங்கி வந்தார். ஆளுக்கு ஒன்றாக கடித்தார்கள். இருவரும் நாட்டு நடப்புகளை பேசத் தொடங்கினார்கள்.

"மச்சான்... தஞ்சாவூரு சாந்தி கொட்டகையில கரகாட்டக்காரன்னு புது படம் போட்டு இருக்கானாம்"

"அப்படியா.. இப்ப நம்மள பத்தியெல்லாம் படம் எடுக்க ஆரம்பிச்சிட்டானுங்க"

"யாரு நடிச்சது"

"யாரோ ராமராசனாம்.. இசை நம்ம இளையராசாவாம்... படம் வந்து பத்து நாளு ஆவுதாம்"

"அப்படி போடு" என்று பெரியநாயகம் மூன்றரை கட்டையில், "அய்யனே... அய்யனே.." தனது கணீர் குரலால் உச்சஸ்தாயில் பாடினார்.

"சும்மா இரு மச்சான்... அந்த காலத்துல அரிச்சந்திரான்னு படம் வர்லாய்லயா"

உறக்கம் கலைந்த ஆண்டிகள் எழுந்து உட்காந்து விட்டார்கள். இருவருக்கும் பேச்சு முற்றத் தொடங்கியது.

"சரி நான் கேட்குறேன். இன்னய தேதியில எங்க நாடவத்துக்கு மவுசு இருக்கா, உங்க ஆட்டத்துக்கு இருக்கான்னு மனசாட்சியோட சொல்லு"

இதுல என்ன மனசாட்சிங்குறேன். இன்னக்கி எங்க கலைக்கும் போட்டியா ரெக்கார்ஸ்டு டான்ஸ் வர்றீல்லயா"

"ஆனா.. உங்க ஆட்டத்தையும் கூத்தையும் கலைன்னு இன்னொரு தடவ சொல்லாத மச்சான்.. நான் கடுப்பா ஆயிடுவேன்"

"ஆமா. உங்க நாடவத்துல என்ன மயிருக்கு பபூனும்..

டாப்பாங்குத்து ஆடுறவளும் வெச்சிருந்தியா சொல்லு"

"எங்க நடிப்புல வியந்து உறைந்து போயி உட்காரும்போது ஒரு மாற்றத்துக்கு அப்படி வெச்சோம்"

"ஒன்னு சொல்லட்டா.. அந்த காலத்திலேயும் சரி.. இப்பவும் சரி கலை கத்திரிக்கான்னு ரசிக்கறவங்க ரொம்ப கம்மி. பொழுதுக்கும் வயல்லேயும் வாயக்காலேயும் கெடந்த மக்க.. அந்த சுமையில இருந்து வெளியே வர சுருக்கமா சொல்லணுமுன்னு பொழுதுப்போக்கு.... அவ்வளவுதான் கலைன்னு வேணா நீ சொல்லிக்கலாம். இன்னக்கி உன் அரிசந்திரா மயானகண்டத்த போய் தஞ்சாவூரு டவுன்ல போடு எத்தினி பேரு பாக்குறாங்கன்னு பாப்பம்"

இருவருக்கும் இடையே சிறிது அமைதி நிலவியது.

மரத்தடியில் அமர்ந்திருந்த ஆண்டி ஒருவர் இவர்களைப் பார்த்துச் சொன்னார், "எல்லா கலையும் சினிமா வந்த பிறவு அழிய ஆரம்பிச்சிட்டு. இனிமே அந்த யுகம் ஆரம்பிட்டு" என்று சொல்லிவிட்டு மீண்டும் படுத்துக்கொண்டார். அவருக்கு என்ன பதில் சொல்வது என்று தெரியாமல் இருவரும் ஒருவர் முகத்தை ஒருவர் பார்த்துக்கொண்டார்கள்.

18

தஞ்சாவூர் போகப் போகிறோம் என்று சித்ராவுக்கும் அவளது குடும்பத்தினருக்கும் அத்தனை சந்தோஷம். மனதில் அத்தனை பெரிய கனவுகள் அவர்களுக்கு. நம்மைப் பழித்தவர்கள் இழிவாகப் பேசியவர்கள் அவமானப்படுத்தியவர்கள் மூக்கில் விரல் வைக்கும்படி எப்படியாவது கம்பீரமாக வாழ்ந்து காட்ட வேண்டும் என்கிற வைராக்கியம் அவளது குடும்பத்தை விட அவளை அவ்வாறு நினைக்கச் செய்தது. தஞ்சாவூர் குறித்த மிகப்பெரிய பிரும்மாண்டம் அவளுக்கு இருந்தது. தனக்குத்தானே மிகப்பெரிய சித்திரத்தை அவள் தீட்டிக்கொண்டாள். கிராமத்தில் இருந்து குடும்பத்துடன் ரயில் ஏறியபோது எப்படியும் பிழைத்துக்கொள்ளலாம் என்று தீர்க்கமாக நப்பினாள். நகரத்தில் பிழைக்க எத்தனையோ வாய்ப்புகள் இருப்பதாக அவளது அப்பாவைப்போல அவளும் நம்பினாள். ஆனால் இங்கு வந்து குடியேறிய சில வாரங்களிலேயே அது அவ்வளவு எளிதானது இல்லை என்பதை உணரத் தொடங்கினார்கள். வாடகை வீடு, ஒண்டிக் குடித்தனம். அதுக்கு அவ்வளவு ரூபாய் வாடகை. அப்பாவின் சொற்ப வருமானத்தில் ஐந்து பேர் கொண்ட குடும்பம் மூன்று வேளை சோற்றுக்கு வழியில்லாமல் போனது. ஒரு அச்சகம் ஒன்றில் அப்பா எடுபிடி வேலைப் பார்த்தார். அம்மா வேறு வழியின்றி வீட்டு வேலைக்குப் போனாள். சித்ரா வேலைக்கேட்டு போன இடங்களில் மிகமிகச் சொற்பமான சம்பளம் சொன்னார்கள். பத்தாயிரம் ரூபாய் முதல் போட்டு பெட்டிக்கடை வைத்திருந்தவர்கள் எல்லாம் பெரும் முதலாளிகள் போல நடந்துகொண்டார்கள். பேசினார்கள். அவர்கள் கடையில் வேலை செய்வதை விடவும் அவர்களுக்கு ஒத்துப்போக வேண்டும் என்று வற்புறுத்தினார்கள். அதுதான் அவளால் சகிக்க முடியாமல் இருந்தது. அவள் படித்த படிப்பு குறித்து எல்லாம் அவர்களுக்கு புரியவில்லை. நீ இல்லையென்றால் வேறு ஒருத்தி என்ற ரீதியில் பேசினார்கள். சில கடைகளில் ஒரு மாதம் கூட தாக்குப் பிடிக்க முடியவில்லை. அடிக்கடி வேறுவேறு என்று மாறிக்கொண்டு இருந்தாள். ஒவ்வொரு கடையிலும் விதவிதமாக நடந்துகொண்டார்கள்.

வேலை முடிந்து டவுன் பஸ் பிடித்து வீட்டுக்குச் செல்வதற்குள் போதும் போதும் என்று ஆகிக்கொண்டிருந்தது பிழைப்பு.

இந்த தஞ்சை எத்தனை வரலாற்றுச் சிறப்பு நகரம் என்று வரலாற்றில் படித்து தீட்டிக்கொண்ட சித்திரம் கரைந்து போனது. நெல் வளம் நிரம்பிய சோழநாட்டில் அரிசிக்காக அங்காடிகளில் மக்கள் நின்றார்கள். சாலைகளில் பிச்சைக்காரர்கள் படுத்துக் கிடந்தார்கள். கோவில், மடங்களில் ஒரு கூட்டம் பசியில் உணவுத்தேடி அலைந்துகொண்டிருந்தது. பேருந்து நிலையங்களில் தினக்கூலிகள் வேலைத்தேடி அங்குமிங்கும் திரிந்தார்கள். அம்பது ரூபாய்க்கு அவுசரியாகும் பெண்கள் தென்பட்டார்கள். இதையெல்லாம் பார்த்தபோதுதான் அவள் பாடப்புத்தகங்களில் படித்திருந்தவை எல்லாம் காலத்தின் நீட்சியால் கரைந்து போனவையின் எச்சம் என்பதை உணர்ந்தாள். தஞ்சாவூர் அரண்மனை அருகில் நூல்காரத்தெருவில்தான் குடித்தனம். முதல் மாத வாடகை ஐந்தாம் தேதிக்குள் கொடுக்க வேண்டும். வீட்டு உரிமையாளர் உத்தரவு. அந்த ஒண்டிக் குடித்தன வீட்டுக்கு அவ்வளவு வாடகை. அதிகமான வாடகையில் அப்பா வீடு பார்த்துவிட்டதாக அம்மா அடிக்கடி புலம்பினாள். அம்மாவுக்கு குறிப்பிட்ட வீடுகளில் எப்போதாவதுதான் வேலை கிடைத்தது. அதுவும் சொற்ப சம்பளம். அந்த வீடுகளில் மீந்தவற்றை எடுத்து வந்துதான் வயிற்றை கழுவ வேண்டியிருந்தது. அப்பாவுக்கு வேலை பார்த்த இடத்தில் இந்த தேதியில்தான் சம்பளம் என்று காலக்கெடு எதுவும் கிடையாது. எப்போது அவர்களுக்கு கிடைக்கிறதோ அப்போது கொடுப்பார்கள். அப்பா கடும் வேலைக்குப் பழக்கப்படாமல் சொகுசாக வாழ்ந்து பழக்கப்பட்டவர். ஊரில் விவசாயம் செய்து மிராசு போல வாழ்ந்தவர். அச்சக்கத்தில் ஓடும்பிள்ளை வேலை பார்ப்பது தொடங்கி டீ வாங்கி வருவது, புரூஃப் திருத்தியவற்றைக் கொண்டு பிரிண்டிங்கில் கொடுப்பது. முதலாளிக்கு வீட்டிற்கு சென்று மதிய சாப்பாடு எடுத்துக்கொண்டு வருவது என்று வேலை இருந்தது. மற்ற நேரங்களில் அச்சுக் கோர்க்க வேண்டும். அது அவ்வளவு சிக்கலான வேலை. அடிக்கடி இவரை விட வயது குறைவானவர்களிடம் திட்டு வாங்கினார். வாடகை பாக்கியால்

மூன்று மாதம் வரை பொறுத்துக்கொண்டிருந்த வீட்டுக்காரர் வீட்டை காலி செய்யச் சொன்னார். அப்போது சித்ரா வடக்கு சித்திரை வீதியில் பாத்திரக்கடை ஒன்றில் வேலை பார்த்துக்கொண்டிருந்தாள். மாதம் ரூ 500 சம்பளம். அவளுடன் கூட வேலை பார்த்த லெட்சுமியிடம் மதிய சாப்பாட்டின் போது நிலவரத்தைச் சொன்னாள். எங்கள் ஏரியாவில் குறைவான வாடகைக்கு வீடு இருக்கிறது. ஆனால் கூரை வீடுதான். உனது அப்பாவை அழைத்துக்கொண்டு வந்து பார் என்று சொன்னாள். அதன்படி அப்பாவும் சித்ராவும் வார விடுமுறை நாளான ஒரு ஞாயிற்றுக் கிழமையில் கிளம்பினார்கள். லெட்சுமி சொன்னபடி தப்படிச்சான் மூலை ஆட்டக்கார வீதிக்கு எதிரே இருந்த கக்கன் நகரில் அவள் குடியிருந்த வீட்டை விசாரித்துக் கண்டுப்பிடித்தார்கள். நகருக்குள் தாறுமாறாக தெருக்கள் அமைந்திருந்தன. சுற்றிச்சுற்றி அலைந்து நாலைந்து வீடுகளைக் காட்டினாள் லெட்சுமி. இறுதியாக நான்காவது தெருவில் நான்காவது தெற்கு பார்த்த ஒற்றைச்சாரி வீடு இருந்தது, அதனைக் காட்டினாள். அரசு தொகுப்பு வீட்டின் முன்னால் கொஞ்சம் எடுத்துக்கட்டி கூரை போட்டு இருந்தார்கள். சித்ராவின் அப்பா யோசித்தார். சரியா வருமா? பிரச்சனை எதுவும் என இழுத்தார்.. லெட்சுமியிடம் கேட்டார். "நான் இருக்கேன்ப்பா" என்று ஒற்றை வாரர்த்தையில் அவருக்கு தைரியம் கொடுத்தாள். பின்னால் புழங்க புறவாசலும் இயற்கை உபாதைகளைக் கழிக்க கொஞ்ச தூரத்தில் புதர் பகுதிகளும் இருப்பதை லெட்சுமி காட்டினாள். இவர்களுக்குத் தகுந்த வாடகை. உடனே அட்வான்ஸ் கொடுத்து வீட்டைப் பிடித்தார்கள். இரண்டு நாட்களில் கக்கன் நகருக்குக் குடித்தனம் வந்தார்கள்.

19

சித்திரை மாதத்தின் முதல் வாரத்தில் மேற்கே முழு வட்டமாய் சுடர்ந்த சூரியன் உள்ளிறங்கிக்கொண்டிருந்தது. சில நாட்களாய் நல்ல வெயில் அடித்தது. அதிகாலையில் உதயமாகும் கணத்திலிருந்து அஸ்தமனம் ஆகும் காலம் வரை ஒரே சீரான அலைவரிசையில் பகற்பொழுது இருந்தது. செவத்தகன்னி காவேரி ஆற்றின் கரையில் இருந்த அவுரி திடலில் மிளகாய்க்கு பாத்தி அணைத்துக்கொண்டே சூரியனைப் பார்த்தாள். மிளகாய்த் தோட்டத்தைச் சுற்றி இலந்தை முள்ளை மூங்கில் முள்ளோடு இணைத்து வைத்து கட்டியிருந்தார்கள். ஆற்றோரப் படுகையில் மேயவிட்டிருந்த ஆடுகளைத் தேடினாள். பொழுது ஏறிவிட்டது. அவுரி செடி மறைவில் மறைந்து மேயும் ஆடுகள் வேகமாகப் புற்களைத் தேடித்தின்றன. கறுப்பு, சிவப்பு, வெள்ளை எனப் பெயரிட்டு அழைத்தாள். இவள் குரல் கேட்டதும் ஆடுகள் தலையைத் தூக்கிப் பார்த்துவிட்டு ஓடி வந்தன. இவள் கையிலிருக்கும் முதிர் பச்சை நிறம் கொண்ட கிளுவைத் தழைகளைப் பார்த்து வேகமாக இவளைப் பின்தொடரத் தொடங்கியது. செடிகளை முகர்ந்துப் பார்த்தாள். கொழுந்துகளின் வருடலான வாசனையை நுகர்ந்து பிய்த்துத் தின்றபடி இவள் மீதேறி செடியைப் பிடுங்கியது.. கிளுவைச்செடிகள் இப்பகுதியில் மிக அரிதாகக் கிடைக்கும் செடியாகி விட்டதால் இதனைப் பார்த்துவிட்டால் சும்மா விடாது. துரத்த ஆரம்பித்துவிடும். அந்த இலைக்கு அப்படியொரு சுவை. இந்த மரத்தைப் பார்த்துவிட்டால் சிறுவர்கள் பறித்துத் தின்ன சுற்றிச்சுற்றி வருவார்கள்.

வேலை முடிந்து சீக்கிரமாக வீட்டுக்குப் போனால், பண்ட பாத்திரங்களைக் கழுவி வேலைகளை முடித்துவிட்டு நல்ல தூக்கம் போடலாம். இரண்டு நாட்களுக்கு முன் பிடித்துவந்து மண்பானையில் மேய விட்டிருக்கும் நத்தைகளை 'சூந்து' குழம்பு வைத்துத் தின்றால், தகிக்கும் சூடு தணியும். பொழுதுக்கும் பாத்தி கட்டியதில் பெரும் சிரமம் இல்லையென்றாலும் உட்கார்ந்து எழுந்ததில் இரு தொடைகளிலும் ஆங்காங்கே வலிகள். தொடைகள் உரசியதில்

எரிச்சலும் ஏற்பட்டன. 'நடந்து வரும்போது மேல அவுரித்திடலில் மாடுகள் புற்கள் இல்லாத தரையை நாவால் வருடி புல் தேடின. எழுந்து நின்ற ஒரு பனை மரத்தைச் சுற்றிப் பிணைந்து காக்கரத்தான் செடிகளும் கருங்கொடியும் கிடந்தன. அதில் சிவப்புநிறப் பழங்கள். இதனைக் குயில்கள் தேடிவந்து விரும்பி உண்ணும். மாரியப்பன் தோளில் மண்வெட்டியை போட்டபடி ஒரு காலை உந்தி உந்தி நடந்து வந்துகொண்டிருந்தான்.

"வேலை முடிஞ்சுட்டா மாமா..."

"ஆமாங்கன்னி கொல்லை வேலை முடிஞ்சிட்டு.."

அந்த வேலையை வீட்டுலதான் போய் உக்காவோட செய்யணும்..

"ச்சி.. போய்யா.. உன்கிட்டே நான் பேசினேன் பாரு"

மாரியப்பன் இடுப்புக்கு மேலே விஷமமாகப் பார்த்துப் போனான். ஆடுகள் முண்டியடித்துக்கொண்டு கிளுவை இலை தின்ன போட்டிப் போட்டன.

படுகையில் இருந்து பிரியும் மண் சோட்டில் நடந்து வரும்போது ஒரு ஜோடி கீரிப்பிள்ளைகள் சண்டையிட்டுக்கொண்டிருந்தன. கீச்கீச்சென அதன் வீறிடலில் ஆடுகள் அஞ்சின. இது ஜோடியான கீரிப்பிள்ளைகள். இது ஊடல் எனத் தெரிந்தது. இவளைக் கண்டதும் மண்டிக்கிடக்கும் அவரைக்கீரைச் செடிகளின் இடையே புகுந்தன. வேகமாக நடந்து வண்டிப்பாதை பக்கமாய் வந்த செவத்தகன்னியைப் பார்த்த கார்மேகம் செங்கல் சூளைப் பள்ளத்திலிருந்து வெளியே வந்தான். இவளைக் கண்டதும் அவன் பொய்யாய் சிரித்தான். அவன் பின்னால் புஷ்பவள்ளி முந்தானையைச் சரிசெய்துகொண்டே மேலே வந்தாள். சற்று மிரட்சியுடன் கண்களைத் திறந்து மூடினாள்.

இவள் எதுவும் பேசாமல் எச்சிலைக் காறித் துப்பினாள். அவர்கள் மீண்டும் பள்ளத்துக்குள் இறங்கினார்கள். அவளைக் கடுமையாகத் திட்டவேண்டும் போலிருந்தது. இருவருக்கும் குடும்பம் இருக்கும்போது இப்படி ஏன் நடந்துகொள்ள

வேண்டும்? கசப்பு படர்ந்தது. தெரிந்து செய்யும் தவறுகள் நிம்மதியைப் பறிக்கும். இல்லையென்றால் மரணத்தை நோக்கிப் போகச் செய்யும். சிலமணி நேரத்துக்கு முன்பு தனக்கு நேரவிருந்த சம்பவம் நினைவுக்கு வந்தது. வீடுவந்து ஆடுகளைத் தெற்கு பார்த்து இருந்த மண் சுவரிலான கீற்று வேய்ந்த வீட்டுக்கு வந்தாள்.

இவளைக் கண்டதும், பக்கத்துவீட்டுக் கிழவி "ஆச்சி.." என்று வாஞ்சையுடன் அழைத்தாள்.

பக்கத்தில் போட்டிருந்த ஆட்டுக் கொட்டகையில் ஆடுகளைக் கட்டிவிட்டு பால் கொடுத்துக் குட்டிகளைப் பஞ்சாரத்துக்குள் விட்டு கவிழ்த்தாள். கொஞ்ச தூரம் நடந்துவந்து பூர்ணத்திடம் இரவல் சைக்கிள் கேட்டாள். வேலையில் ஈடுபட்டிருந்த அவள் சாய்ப்பில் வெயில் படாமால் நிறுத்தி வைக்கப்பட்டிருந்த சைக்கிளைக் காட்டி எடுத்துக்கொள்ளச் சொன்னாள். கன்னி எடுத்துக்கொண்டு கிளம்பினாள். பெருமாள் கோவில் அருகே மேல வீட்டில் நாலைந்து ஆட்கள் கும்பலாக நின்று பேசிக்கொண்டிருந்தார்கள்.

பட்டாமணியரின் மருமகள் பூதலூர் சின்னாச்சி நாற்காலியில் உட்கார்ந்து வெற்றிலை மென்றுகொண்டிருந்தாள். பட்டமணியார் மகன் இவளைக் கண்டதும் அச்சத்தில் விலகி நடந்தான்.

20

வானத்தில் கருத்த மேகங்கள் திரண்டுகொண்டிருந்தன. முருகேசன் சித்ராவும் பெரியகோவில் வாசல் வழியாகப் போனார்கள். சித்ரா சாரலாக வீசும் காற்றுக்கு உடலைக் குன்னியபடி நடந்தாள். அவளது வியர்வையின் இருந்து கசிந்துவரும் வாசனையை அடக்கடி நுகர்ந்தபடி நடந்தான். அப்போது பச்சைநிற தாவணியும் அதே நிறத்தில் ரவிக்கையும் அணிந்து இருந்தாள். இவன் மீசையை வழித்துவிட்டிருந்தான். தனது சிகையைச் சற்று கூடுதலாக வளர்த்து விட்டிருந்தான். சாலையில் இவர்களைப் பார்த்தவர்கள் வினோதமாகப் பார்த்தனர்..

“மழை வருமா” என்று முருகேசன் கேட்டான்.

“ஏன் மழைன்னா உனக்கு பயமா?” - சித்ரா

“நாங்க பாக்காத மழை”

“நான் கோடியக்காரி. நான் பார்க்காத மழையா?” நீங்க பார்த்து இருப்பீங்க. ஐப்பசி, கார்த்திகையில்ல.. புயலடிக்கிற காலத்துல அப்ப.. அப்படியொரு மழை...” அவளது மனம் கோடியக்கரையின் கரைமேடுகளில் மணல் புதைந்து நடக்கத் தொடங்கின. இருவரும் மேற்கு பார்த்து இருந்த பஸ் ஸ்டாப்பில் தூறலுக்கு ஒதுங்கினார்கள். இரண்டு பேர் நடுத்தர வயதுக்கார ஆட்கள் சிமெண்ட் திண்டில் உட்கார்ந்து பீடி குடித்துக்கொண்டிருந்தார்கள். அவர்கள் அணந்திருந்த உடைகளில் அழுக்கு உறைந்து போயிருந்தது. அவர்களைப் பார்த்ததும் சித்ரா அங்கே அச்சமின்றி அமர்ந்தாள். அவன் ”நானிருக்கேன்ல்ல” என்றான். இதனைக் கேட்டதும் அவளுக்குச் சிரிப்பு வந்தது. எதற்காக அவள் சிரிக்கிறாள் என்று தெரியாமல் குழப்பமாகப் பார்த்தான். அப்போது அவனது பார்வை எதிரே இருந்த டீக்கடையை நோக்கிப் போனது. ஆவிப்பறக்க ஊதி ஊதி ஆட்கள் டீ குடித்துக்கொண்டிருந்தார்கள்.

மழை ஒன்றும் அப்படி கனமாகப் பெய்யவில்லை. சித்ராவிடம் பேச இவனுக்கு இந்த இடம் வசதியாக இருக்கும் என்று நினைத்தான். சில நாட்களாகவே அவளிடம் என்ன

பேச வேண்டும் என்று தெரியாமல் வாயைக் கொடுத்து வாங்கிக் கட்டிக்கொண்டு இருக்கிறான். இது ஐந்தாவது சந்திப்பு. அசட்டுத்தனமாக இவன் பேசும் பேச்சுக்களுக்கு அவளிடம் தெளிவான பதில் இருந்தது. அவள் ஆட்டத்துக்குப் போவது இவனுக்கு அறவே பிடிக்கவில்லை. எப்படியாவது இன்று அதுகுறித்துக் கேட்டுவிட வேண்டும் என்று நாலைந்து நாட்களாகச் சந்திக்க வேண்டும் என்று பஸ் நிலையத்தில் காத்திருந்து இன்றுதான் வாய்ப்பு ஏற்பட்டு இருக்கிறது. அவள் முடிவை இன்னும் தெளிவாகச் சொல்லவில்லை. அவளின் நிலைமை குறித்து சொல்லிவிட்டாள். இவனுக்கு முழுமையாக புரியவில்லை. அங்கே அமர்ந்திருந்த இரண்டு பேரும் "வாய்யா டீ குடிப்போம்" என்று கிளம்பிப் போனார்கள்.

"கொஞ்சம் இரு" என்று சொல்லிவிட்டு ஓடியவன் எதிரே இருந்த டீக்கடையில் போய் கிளாசில் டீயும் பேப்பரில் வாழைக்காய் பஜ்ஜியும் வாங்கி வந்தான்.

"இதெல்லாம் எதுக்கு?" என்றாள்.

அவளிடம் டீயை கொடுத்தான். அவள் வேண்டாம் என மறுத்தாள். மல்லுக்கட்டி அவளிடம் நீட்டினான். வேறு வழியில்லாமல் வாங்கிக்கொண்டாள். பஜ்ஜியை வேண்டாம் என சொல்லிவிட்டாள். அவள் உறிஞ்சிக் குடிக்கும் அழகை ரசித்தான். அவள் உடம்பில் இருந்து மெல்லிய வியர்வை மணம் வந்துகொண்டிருந்தது. குடித்துவிட்டுக் கிளாசைக் கொடுத்தாள். அதனைக் கொண்டுபோய் எதிரே இருந்த டீக்கடையில் கொடுத்துவிட்டு வந்தான்.

"நேரமாயிட்டு.. இப்போ போனாத்தான் ஏழரை மணி பஸ்ஸை பிடிக்க முடியும், ஊருக்கு போறீயா...?" என்றாள்.

"இல்லை மாமா வீட்டுக்கு.." என்றான்.

"மாமா வீட்டுக்கா" என்று சொல்லிவிட்டு சிரித்தாள்.

"மாமாவுக்கு பொண்ணு எல்லாம் இல்லை. ரெண்டும் பையனுங்கதான்"

"சரி என்னுமோ பேசமுன்னு சொன்னே..."

“ஒன்னுமில்ல..”

“சும்மா சொல்லு.. முழுசா நனஞ்ச பிறகு முக்காடு எதுக்கு”

“ம்...ஒன்னுமில்ல”

“சொல்லுங்கறேன்”

அவளது முகத்தைப் பார்க்காமல், தரையில் எதையோ தேடுவது போல பார்த்துக்கொண்டு கேட்டான்.

“ஆடுறதுக்கு அவசியம் நீ போய்த்தான் ஆவணுமா”

“நேரமாயிட்டு போவுமா” என்று எழுந்தாள். இப்போது இருவரும் சற்று தள்ளியே நடந்தார்கள். கடைகளில் லைட் போட்டிருந்தார்கள். சாலைகளில் வாகனங்கள் சப்தம் எழுப்பிப் போயின. பஸ் நிலையத்திற்கு வந்தார்கள். மல்லிகை விற்கும் பெண்களும் முறுக்கு மிட்டாய் எனக்கூவும் சிறுவர்களும் லாட்டரி சீட்டு வியாபாரிகளும் சுற்றிச்சுற்றி வந்து கொண்டிருந்தார்கள். தப்பபடிச்சான் மூலைக்கு செல்லும் மூன்றாம் நம்பர் பஸ் வந்து நின்றது. இவனிடம் “வரட்டுமா” என்று சொல்லிவிட்டு பஸ்சில் ஏறி இருக்கையில் அமர்ந்தாள். அவளை பார்த்தபடி நின்றான். நிமிடங்கள் நகர்ந்தன. விசில் சத்தம் ஒலிக்க பஸ் நகர்ந்தது. பஸ் சீரான வேகத்துடன் நிலையத்தை விட்டு வெளியேறத் தொடங்கியது. அவனைப் பார்த்து தலையாட்டினாள். அப்போது அவள் கன்னங்களின் வழியே மினுங்கி ஓடியது. அவனுக்கு தொண்டையை அடைப்பது போலிருந்தது.

21

பொழுதுக்கும் கடும் வெயில். சிறு ஓய்வுக்கும் வழியில்லை. மெல்லிய காற்று பணி முடிந்த பிறகுதான் வீசத்தொடங்கியிருந்தது. நடக்கத் தொடங்கினாள். இவளுடன் வேலை பார்த்தவர்கள் இவளைச் சம்பளம் வாங்கிவா என்று சொல்லிவிட்டு போய்விட்டார்கள்.

இவள் கொல்லைபுற வேலிப்படலைத் திறந்துகொண்டு உள்ளே போனாள். கிணற்றில் ஆச்சி பாவடையை மார்பு வரை தூக்கிக் கட்டிக்கொண்டு குளித்துக்கொண்டிருந்தாள். அவள் கணுக்கால்களில் ரோமங்கள் அடர்த்தியாக இருந்தன. சிவந்த பாதங்கள் வரை மஞ்சளைத் தேய்த்தாள். இவளைக் கண்டதும் "செத்தநாழி இந்தா குளிச்சிட்டு வந்துர்றேன்" என்றாள். குளிக்கட்டும் என்று சற்று தூரத்தில் சிமெண்ட் கல்லில் அமர்ந்தாள். பத்து நிமிடத்துக்குள் அவள் குளித்து முடித்துவிட்டு வந்து புடவையை அணிந்துகொண்டு வந்து நின்றாள். அவளைக் கண்டதும் எழுந்த செவத்தகன்னி, "ஆச்சி மிளகாய் கொல்லையில பாத்தி கட்டியாச்சு." என்று தொடங்கி காலையில் இருந்து நடந்த பணி விவரங்களை ஒன்றுவிடாமல் ஒப்புவித்தாள்.

"அப்படியா.. இந்தா இருவது ரூவா இருக்கு எடுத்துக்க.. அவுங்க சந்தைக்கு போயிருக்காங்க வந்ததும் பார்த்துக்கலாம்...!"

ஆச்சியின் பேச்சு நெருடலாய் இருந்தது. "இதை முன்னயே சொல்லியிருக்கலாமே, இந்நேரம் வீட்டுக்கு போயிருப்பேன்" என்று சொல்லிக்கொண்டே நடக்கத் தொடங்கினாள். வழியில் எதிர்ப்பட்ட பெண்கள் சிலர் "வேலை இருந்தா என்னையும் அழைச்சிக்கிட்டு போயேன்" என்று கேட்டார்கள். "வேல இருந்தா சொல்றேன்" என்று சொல்லிவிட்டு நடந்தாள்.

வீட்டுக்கு வந்தாள். கதவு திறந்து கிடந்தது. பக்கத்துவீட்டுக் கோழி வீட்டுக்குள் வந்து அலைமோதிக்கொண்டிருந்தது. இவளைக் கண்டதும் கொக்கரித்துக்கொண்டே வெளியே ஓடியது..

மாற்றுத் துணியையும், சோப்பையும் எடுத்துக்கொண்டு,

தெருவிலிருந்து கோவிலருகே இருக்கும் குளத்துக்கு வந்தாள். மாராப்பு கட்டிக்கொண்டு குளத்தில் இறங்கும்போது நாலைந்து சிறுவர்கள் கோக்காலி விளையாட்டின் உச்சத்தில் ஆர்வ மிகுதியால் கூச்சலிட்டுக்கொண்டிருந்தார்கள். மதியம் சாப்பிட்ட புளித்த சோற்றுக்கஞ்சியும், நெல்லிக்காய் ஊறுகாயும் செரித்து வெகுநேரம் ஆகிவிட்டிருந்தன. சித்திரை மாத வெயிலின் தாக்கத்தால் குளத்து நீர் வற்றத் தொடங்கியிருந்தது. நீரில் ஓரடி அளவுக்குச் சூடு தெரிந்தது. வளர்ப்பு மீன்கள் துள்ளிக் குதித்தன. நாட்டு ரகங்கள் இதுபோன்ற காலங்களில் சேற்றில் புகுந்துகொள்ளும். குளிக்கக் குளிக்க எழ மனமில்லை. உடன் வேலை பார்த்த சக பெண்கள் கூலி வாங்கியாச்சா என்று கேட்டுத் தேடிவருவார்கள். இரவும் பகலுமாக பொழுது மசமசவென ஏறிக்கொண்டிருந்தது. தெற்கிலிருந்து மென் காற்று குளிர்ச்சி நிரம்பியது. பாத்தி வெட்டும்போது மண் கோட்டிலிருந்து தெறித்து உடலில் படிந்த மண் துகள்கள் வியர்வையோடு கலந்து தோலில் உறைந்து போயிருந்தது. அது கரைந்து போகும்படி ஆனந்த குளியல் குளித்துக்கொண்டிருந்தாள். நீரில் இறங்கியதும் தன்னைச் சிறுமி போல உணரத் தொடங்கினாள். நீச்சலடித்தாள்... மல்லாக்கப் படுத்து மிதந்தாள். படித்துறையில் ஏறி நின்று, அழுக்கு தீர தொடையின் இடையே சோப்பு போட்டாள். எதிரே இரண்டு ‘ஆண்கள்’ இவளையே வெறித்துப் பார்ப்பது போலிருந்தது. சுதாரித்துக்கொண்டு உடைகளை ஒழுங்குபடுத்திக்கொண்டாள்.

அப்போது அவளின் அப்பாவின் சினேகிதர் தங்கவேலு இருமிக்கொண்டே படித்துறை முகப்பில் வந்து நின்றார். இவள் அவரை ‘அப்பா’ என்றுதான் அழைப்பாள். துணிகளை எடுத்து மடக்கிக்கொண்டு ஈரப்பாவாடையுடன் வந்து ‘நீ குளிப்பா’ என்று சொல்லிவிட்டு நடக்கத் தொடங்கினாள்.

சுரேஷ் எதிரே நடந்துவந்து இவளை மோதுவது போல் பாவனை செய்து விலகி நடந்தான்.

“வகுந்துர்வேன்.. மச்சான்.. பாத்துக்க..”

சற்று தூரத்து கோவில் மறைவில் நாலைந்து ஆண்கள்

சேர்ந்து சிரிப்பது கேட்டது.

"தர்றேன்.. வாங்கிக் குடிக்கிறீங்களாடா"

முணுமுணுத்துக்கொண்டாள். அவர்கள் ஏதோ பேசி சத்தமாகச் சிரித்துக்கொண்டார்கள்.

மண்ணால் வனையப்பட்ட அடுப்பில் ஒன்றில் சோறும் மண்பானையில் குழம்பும் கொதித்துக்கொண்டிருந்தது. அம்மா சுள்ளிக்குச்சிகளைப் போட்டு, எரித்துக்கொண்டிருந்தாள். ஆடைகளை மாற்றும்போது தன்னுடலைப் பார்த்து ஒருகணம் கர்வப்பட்டுக்கொண்டாள்.

சட்டியில் கொதிக்கும் குழம்பில் பொய்க்கான் கருவாட்டுத் தலையைக் கிள்ளி ஒதுக்கிவிட்டு அதோடு பூண்டையும் நசுக்கிப் போட்டாள் அம்மா. மகளும் அம்மாவும் பேசிக்கொள்ளவேயில்லை. ரேடியாவை ஆன் செய்து பார்த்தாள். ஒரு வாரமாகவே எடுக்கவில்லை. கூந்தலை உலர்த்தி, கைப்பின்னலாகக் கட்டிக்கொண்டாள். பவுடரை அக்குள், கழுத்து என அடித்துக்கொண்டாள்.

"சம்பளம் முழுசா கொடுத்தா தேவலாம். சில்லறைக் கடனெல்லாம் தீர்த்துப்புடலாம். மளிகை சாமான் வாங்கணும் சைக்கிளுக்கு பஞ்சர் ஒட்ட போட்டது கெடக்கு எடுத்து வரணும். எத்தினி நாளக்கிதான் சைக்கிள் ஓசி கேட்குறது.." தனக்குத்தானே சொல்லிக்கொண்டாள். அம்மா மகள் பேசுவதை கவனிக்கவில்லை. அவள் கவனம் எல்லாம் குழம்பில் இருந்தது. இப்போது குழம்பின் வாசனை பசியை உண்டாக்கியது. இருவரும் சாப்பிட்டார்கள். திடீரென்று யோசனை வந்தவளாக மகளின் பேச்சுக்கு பதில் சொன்னாள்.

"நாலு காசு சேர்த்தா நூறு குழி குத்தகை எடுத்து சாகுபடி செய்ய முடியும். வீட்டுக்கு தென்னங்கீத்து போடணும்.." அம்மா புலம்பலாகப் பதில் சொன்னாள்.

"பண்ணையில சில்லறையா கொடுக்கறாங்க. முழுசா சேர்த்து கொடுக்க மாட்டேங்குறாங்க.." என்றாள் கன்னி.

"சரி.. நேரமாயிட்டு படு" என்று வீட்டை கூட்டி ஒழுங்குபடுத்தி பாயை விரித்தாள் அம்மா. படுக்கையில்

கிடந்த கோரைப்பாய் கிழிந்து இருந்தது. அதன்மேல் துணியை விரித்துப்போட்டு படுத்தாள். எரியும் ஒற்றை பல்பை அணைத்தாள் அம்மா. சோர்வும் அலுப்புமாக இருந்தது. தூக்கம் வரவில்லை, புரண்டுகொண்டே இருந்தாள்.

அப்பாவுக்கு காணியாச்சிக்காகக் கொடுத்த ஓர் ஏக்கர் நிலத்தையும் ஊர்காரர்கள் பிடுங்கிக்கொண்டு விட்டார்கள். நல்ல மேட்டு நிலம். ஆற்றோரத்தில் இருந்தது. நல்ல செம்மண் பூமி அது. நிலக்கடலையும் மரவள்ளிக்கிழங்கும் நல்ல மகசூல் தரும் நிலம் அது. பங்காளிக்கார அண்ணன் சேகர் அதனை வடக்கேயிருக்கும் பெரிய நெம்மேலி கிராமத்தில் பேசி எப்படியாவது வாங்கிவிடலாம் என்று கட்சிக்காரர்கள் சிலரைப் பார்த்தார். ஆனாலும் ஒன்றும் ஆகவில்லை. அது கூட்டுப்பட்டா என்று சொன்னார்கள். ஊரில் காணியாச்சி பார்க்கும் ஆள் சாகுபடி செய்துகொள்ள மட்டுமே முடியும். உரிமை கொண்டாட முடியாது. அப்படி ஊரில் ஆள் வேலை பார்க்காத நேரத்தில் 'அது' ஊரின் பொதுச்சொத்தாக இருக்கும் என்று சொல்லிவிட்டார்கள். 'கிராமம்' என்ற அமைப்பு உருவான காலத்திலேயே இது தொடங்கிவிட்டது என்றும் கிராமத்தினர் உறுதிபடச் சொல்லிவிட்டனர். அது தம்மைவிட்டுப் போகாது இருந்திருந்தால் ஓரளவுக்கு செழிப்புடன் இருந்திருக்கலாம். செவத்தகன்னிக்கு அப்பா சிங்காரத்தின் நெனைப்பு வந்தது. அதன் பிறகு என்னவோ நினைத்துக்கொண்டாள்.

22

செவத்தகன்னியின் அப்பாவுக்கு பூர்வீகம் தப்படிச்சான் மூலைதான். அங்குதான் பிறந்தது வளர்ந்தது. அன்று அங்கு மூன்றே குடும்பங்கள் பூர்வீகக் குடிகள் எந்தக் காலம் என்று தெரியாது. அந்தத் திடலில் குடிசை போட்டு இருந்தார்கள். இருந்த நிலத்தை வளைத்துப் போட்டு சாகுபடி செய்யத் தொடங்கினார்கள். காவேரியாற்றின் கரையில் இருந்த அக்கம் பக்கத்து கிராமங்களுக்குச் சென்று கூலி வேலைகள் தொடங்கி செத்தவர்களைப் புதைப்பது, தப்பு அடிப்பது என்று எல்லா பணிகளையும் பார்த்தார்கள். இவர்கள் கையில் எப்படி தப்பு வந்தது. இவர்கள் எப்படி இந்தத் தொழிலை செய்தார்கள் என்று எவருக்கும் தெரியாது. இவர்கள் இப்படியே பழகிப்போனார்கள் என்று தெரியவில்லை. அவர்களை அந்தப் பகுதியில் உள்ள மக்கள் வெட்டியான் வகையறா என்று அழைத்தார்கள். மூன்று குடும்பங்களும் ஒரே இரத்தமாக இருந்தவர்கள் காலப்போக்கில் பல கிளைகளாகப் பிரிந்தார்கள். அப்படியாக முக்கறுத்தான் வகையறாவைச் சேர்ந்தவர்தான் சிங்காரம். அந்தக் காலத்தில் இவர்களை வெட்டியான் என்று அழைத்தார்கள். இப்படிப் பொதுவாக அழைத்தாலும் ஒவ்வொரு குடும்பத்துக்கும் தனித்தனிப் பட்டப்பெயர் இருந்தது.

முக்கறுத்தான் என்கிற பட்டப்பெயர் ஏன் வந்தது என்று சிங்காரத்தின் தாத்தா சொல்லி இவர் அறிந்திருந்தார். தஞ்சாவூரை யாரோ ஒரு ராஜா ஆண்ட காலத்தில் பெரும் கலகம் ஏற்பட்டதாம். வடக்கேயிருந்து படையெடுத்து வந்தவர்கள் இங்கேயிருந்த செல்வங்களை எல்லாம் கொள்ளையடித்துக்கொண்டு சென்றுவிட்டார்கள். அதே போன்று இங்கு வாழ்ந்த மக்கள் உயிருக்கு பயந்துகொண்டு தெற்கு பக்கம் போய்விட்டார்களாம். சாப்பாட்டுக்கே வழியில்லையாம். உயிருக்கு பயந்து ஓடிப்போனவர்கள் கால்நடைகளைக்கூட ஓட்டிக்கொண்டு போயிருந்தனர். அதுகூட கிடைக்கவில்லையாம். அப்போது தப்படிச்சான் மூலையில் இருந்த மக்கள் மட்டும் எங்கும் போகவில்லை.

கிடைத்ததை உண்டு உயிர் வாழ்ந்துகொண்டிருந்தார்கள். அரிசி கிடைக்கவில்லை. நடந்த போரின் கோரத்தால் பிணங்கள் ஆங்காங்கே நாறிக்கொண்டிருந்தன. அப்போது செத்தவர்கள் கழுத்தில், காதில், மூக்கில் அணிந்திருந்த தங்க ஆபரணத்தை தனி ஆளாகப் போய் மூதாதையர் ஒருவர் அறுத்துக்கொண்டு வந்தாராம். அதுமுதல் அவரை முக்கறுத்தான் என்று அழைக்கத் தொடங்கினார்கள். அது குடும்பப் பெயராக மாறியது என்று சொல்லி கர்வப்பட்டு இருக்கிறார்.

சிங்காரத்தின் தந்தை குப்பனுக்கு இரண்டு மனைவிகள். முதல் மனைவிக்கு குழந்தையில்லை, அதனால் மனைவியின் தங்கையைச் சேர்த்துக்கொண்டார். அவளுக்கு முதலில் பிறந்தவள்தான் கனகவள்ளி அத்தை. அதற்கு பிறகுதான் சிங்காரம் பிறந்தார். குப்பன் தப்படிப்பதில் பேர் பெற்றவர். அவர் அடிக்கு இணையாகத் தேர்ந்த ஞானத்தோடு வாசிக்க ஒருவரும் பிறக்கவில்லை என்று இன்றுகூட தப்படிச்சான் மூலையில் உள்ளவர்கள் பேசிக்கொண்டுதான் இருக்கிறார்கள். அதே போன்று சிங்காரமும் தப்பு எடுத்துவிட்டால் போதும் அவரிடம் அது பேசும். "சாப்பிட வா" என்பதை "டன்டனக்கு... டனக்" என்று தாள கதியில் கச்சிதமாக வாசிக்கத் தொடங்கி, இசையின் ஏழு ஸ்வரங்களிலும் வாசித்துக் காட்டி தஞ்சாவூர் சங்கீத வித்வான்களையே மிரள வைத்தவர் என்று பெயர் எடுத்தவர். ஆனால் அவர் திறமையைக் காட்டி பேர் வாங்க முடியவில்லை. அதற்கு காரணம் அவரது மனைவி செடிபவுனுதான். அவருக்கு வாக்கப்பட்டு தென்பாதியில் இருந்து தப்படிச்சான் மூலை வந்தவள் மூன்று மாதங்கள்தான் குடும்பம் நடத்தினாள். ஆடிமாதம் தென்பாதிக்கு வந்தவள் இங்கே தங்கிவிட்டாள். அவள் ஒரே பெண். அதிக செல்லம் கொடுத்து வளர்த்து இருந்தார்கள். சிங்காரம் எப்படிக் கூப்பிட்டுப் பார்த்தும் அவள் வரவில்லை. தொடக்கத்தில் அவளோடு வாரக்கணக்கில் தங்கத் தொடங்கிவர் பிறகு காலப்போக்கில் நிரந்தரமாகிவே தங்கிவிட்டார். தப்படிச்சான் மூலையில் அவரது சகோதரி நயனக்காரனோடு வாழ்ந்த சிங்காரத்தின் வீட்டில் தங்கிக்கொண்டாள்.

தென்பாதியில் மாமனார் இறந்துபோன பிறகு அவர் பார்த்து வந்த காணியாச்சி வேலையை இவர் பார்த்துக்கொண்டு இங்கேயே தங்கி போனார். சில வருடங்களில் செவத்தக்கன்னி பிறந்தாள். தப்படிச்சான் மூலையில் இரத்த உறவுகள் ஏதாவது விஷேசம் என்று வீடு தேடிவந்து பத்திரிக்கை கொடுத்தால் போவார்கள். மற்றபடி வருடத்துக்கு ஒருமுறை அங்காளம்மன் கோவிலுக்கு போய் சாமி கும்பிட்டு வருவார்கள். அதுவும் சிங்காரம் இறந்துபோன பிறகு நின்றுவிட்டது. ஆனால் தப்படிச்சான் மூலையில் மாப்பிள்ளை பார்த்துக் கொடுத்துவிடலாம் என்று முயற்சிக்கிறாள். ஆனால் ஏனோ தள்ளிப் போய்க்கொண்டு இருக்கிறது.

23

காலை நேரத்திலேயே சோற்று வாளியுடன் செவத்தகன்னி வேலைக்கு கிளம்பினாள். பட்டாமணியார் மகன் மற்ற ஆட்களை எல்லாம் பருத்தி வயல்களுக்கு அனுப்பிவிட்டு தன்னை மட்டும் மிளகாய் கொல்லைக்குத் தனியாக அனுப்பினார். கொல்லையின் பின்புறம் வாய்க்காலில் ஏற்றம் போட்டு ஆட்கள் நீர் இறைத்து ஒரு வாரமாகியிருந்தது. தனியாளாக நின்று வேலைப் பார்த்துக்கொண்டிருந்தாள். நல்ல உச்சி நேரத்தில் இருமிக்கொண்டே கொல்லையில் புகுந்தார் பட்டாமணியார் மகன். வளர்ந்திருக்கும் மிளகாய் செடிகளிலிருந்து எழுந்து யாரென்று பார்த்தாள். வழுக்கைத்தலையில் வழியும் வியர்வையை பூத்துண்டால் துடைத்துக்கொண்டே கேட்டார்.

“இன்னக்கி முடிஞ்சுடுமா பார்ணைப்பு”

தலையாட்டிக்கொண்டே வேலையில் தீவிரம் காட்டினாள். திடீரென்று பாத்தியில் மிளகாய் செடிகள் அசைந்தன. திரும்பிப் பார்த்தாள். பின்புறமாக வந்து இறுக்கிப் பிடித்தார். கோர்த்த கையைப் பற்றி விலக்கித் தள்ளினாள். செடிகளில் போய் ‘வதக்கு’ என்று விழுந்தார். அப்படியே எழுந்து ஒட்டிய மண்ணை துடைத்துக்கொண்டு எதுவும் பேசாமல், படலைத் திறந்துகொண்டு கிளம்பிப் போய்விட்டார். சில நாட்களாக அவர் பேச்சும் பார்வையும் ஒரு மாதிரியாகத்தான் இருந்தன. கொஞ்ச நேரம் அப்படியே அமர்ந்திருந்தாள். தாகம் எடுத்தது, தண்ணீர் குடித்தாள். வேலை பார்க்கவே பிடிக்கவில்லை. கொஞ்ச நேரம் நிழலில் அமர்ந்தாள். வாங்கும் கூலிக்கு ஏற்ற வேலையை செய்து தீரவேண்டும் என்ற அக்கறையோடு வேலையைப் பார்த்தாள். பொழுது ஏறிவிட்டிருந்தது.

தள்ளிவிட்டதில் அவருக்கு சிராய்ப்புகள் ஏற்பட்டிருக்கும் என்றே தோன்றியது. ஒருவேளை நாளை காலையிலிருந்து இதுவரையிலும் பார்த்த நாட்களுக்கு கூலியை கொடுத்து வேலைக்கு வரவேண்டாம் என சொல்லி விடுவாரோ என்று தோன்றியது. சொல்லட்டும், கவலையில்லை. பிழைக்கவா வழியில்லை?. எண்ணங்கள் முன்னும் பின்னுமாக

அலைவுற்றன. வயது முப்பதை நெருங்கிவிட்டது. திருமணம் குறித்த கனவுகள் மெல்ல நழுவிக்கொண்டிருந்தது. ஒருவேளை அப்பா இருந்திருந்தால் யாரோ ஒரு காணியாச்சிக்காரனுக்கு மனைவியாக்கி விட்டிருப்பார். குழந்தைகள் கூட வாய்த்திருக்கலாம்.

நான்கு மணிக்கு நாகூர் பாசஞ்சர் ரெயில் ஊளையிட்டுப் போனது. முழுநேர வேலை என்றால் அதுபோன பிறகுதான் கரையேற வேண்டும். வீட்டுக்கு புறப்பட்டாள். பருத்தி வயலில் வேலை பார்த்த நடவு ஆட்கள் பணி முடிந்து வீடு திரும்பிக்கொண்டிருந்தார்கள். அவர்களோடு வந்த அண்ணி முறை கொண்ட சாந்தி இவளைப் பார்த்து "மொளவா கொல்லையில நல்லா வேலை பாத்தியா" என்று கேட்டு நக்கலாகச் சிரித்தாள்.

"உன் அதுல மொளவாயா கிள்ளி வெச்சா தான் இத மாதிரி பேச மாட்டே" என்று பதில் சொன்னாள் கன்னி. மற்றவர்கள் செவத்தகன்னியின் பேச்சை ஆமோதித்துச் சிரித்தார்கள். "இன்னும் நறுவுசா அவள கேளு கன்னி" என்றார்கள்.

அப்போதுதான் செவத்தகன்னிக்கு உறைத்தது. போன வாரம் இந்த சாந்தியை தனியாக மிளகாய் கொல்லைக்கு அவர் போகச் சொன்னாரே.. அந்த அனுபவத்தில் அவள் அப்படி பேசுகிறாள்.

கண்கள் சிவக்க, அவளை முறைத்துப் பார்த்தாள்.

24

அந்த இளங்காலை பொழுதில் வானில் சூரியன் கொட்டக்கொட்ட விழித்துக்கொண்டு வந்துகொண்டிருந்தது. பபூன் ஆல்பர்ட் சைக்கிளில் பெடல் போட்டு உந்தி ஏறினான். சற்று குள்ளம் என்பதால் ஏறுவது கொஞ்சம் சிரமமாக இருந்தது. ஆனால் இருக்கையில் அமர்ந்துவிட்டால் தண்ணிப்பட்டபாடு. சைக்கிள் அவன் சொல்வதை எல்லாம் கேட்கும். ஆனால் பார்ப்பவர்களுக்கு எக்கி எக்கி சிரம்பட்டு ஓட்டிக்கொண்டு வருவதுபோல தோன்றும். மணிக்குறவன் நடேசன் பின்னால் சிறிது தூரம் ஓடி அவன் வளையாமல் ஓட்டத் தொடங்கியதும் கேரியரில் கவனமாக அமர்ந்தான். இருவரும் பெண் பார்க்கப் போய்க்கொண்டு இருக்கிறார்கள். ஆல்பர்ட் பபூன் சிரிப்பு ஆக்டராக இருப்பதால் பல இடங்களில் தேடியும் பெண் அமையவில்லை. சிலர் ஆளைப் பார்த்துவிட்டு பெண் கொடுக்க முன்வரவில்லை. அவன் முகத்தைப் பார்த்தால் சிரிக்கத் தெரியாத உம்மணா மூஞ்சிகள் கூட சிரித்து விடுவார்கள். அப்படியொரு முகம். அதே நேரத்தில் நடிப்பில், ஆட்டத்தில், பாடுவதில் அசாத்தியமான திறமை இருந்தது. வயதும் முப்பதுக்கு மேல் ஏறிவிட்டது. ஆள் குள்ளமாக இருப்பதால் வயதை கணிக்க முடியவில்லை.

மணிக்குறவனின் தூரத்து உறவில் கணவனை இழந்த பெண் ஒருத்தி இருந்தாள். அவளை எப்படியாவது சம்மதிக்க வைத்து பயலுக்கு சாப விமோசனம் அளித்துவிடலாம் என்று அழைத்துக்கொண்டு கிளம்பியிருந்தான் நடேசன். இவர்கள் காலையிலேயே இப்படி சவடாலாகப் போவதைப் பார்த்த சிலர் கேலியாகச் சிரித்தார்கள்.

"அண்ணே.. பேசி வெச்சுது தானே அழைச்சிக்கிட்டு போறே"

"ஆமாண்டா, வாயைப் பொத்திக்கிட்டு சைக்கிள மிதிடா, நாளக்கி அவள வெச்சு இப்படித்தான் கொண்டு போகணும்"

இந்த வாரத்தையைக் கேட்டதும் ஆல்பர்ட் மனம் குளிர்ந்து போனது.

சாலையில் போனவர்கள் நடேசனைப் பார்த்து, "எங்கே கிளம்பியாச்சு?" என்று கேட்டார்கள். அவர்களைப் பார்த்து, "தரித்திரம் புடிச்ச பயலுங்க கேட்குறானுங்க பாரு" என்று திட்டிக்கொண்டே ஆல்பர்ட் சைக்கிள் ஓட்டினான்.

வடுகச்சேரி பாலத்தைக் கடந்து வெட்டாற்றங்கரை லைன் கரையில் ஏறினார்கள். கிழக்கே நீளும் சாலையில் வைப்பூர் பத்து மைல் தொலைவில் இருந்தது. மண் சாலையில் கரகரவென ஓசையெழுப்பி டயர்கள் வேகமாக போய்க்கொண்டு இருந்தன.

"ஏலேய், பாத்து ஓட்டு.. பஞ்சர் ஆய்ட்டுன்னு வை பொழப்பு நாறிடும்"

சுதாரித்துக்கொண்டவன் மிக கவனமாக ஓட்டினான். ஆற்று லைன் கரையில் இருந்து தார் சாலைக்கு வந்தார்கள்.

"நான் ஓட்டவா...?"

"வேண்டாம்.. நான் பாத்துக்கிறேன்"

"இன்னும் ஒரு மைல்தான். கடைத்தெருவுல நிறுத்து... இட்லி சாப்பிட்டு போவோம்"

வைப்பூர் கடைவீதியில் இறங்கினார்கள். ஒரு டிபன் கடையில் சாப்பிட்டார்கள். ஆல்பர்ட் பணத்தை எடுத்துக் கொடுத்தான்.

நடேசன் இப்போது சைக்கிளை ஓட்டினான். அந்த தெருவுக்குச் செல்லும் மண் சாலைக்குள் சைக்கிள் போனது. ஆல்பர்ட் பின்னிருக்கையில் அமர்ந்து இருந்தான். அந்த தெருவைச் சுற்றியிருந்த வயல்களில் உளுந்து, பயறுகள் காய்த்து கிடந்தன. தெரு முக்கில் ஆட்டை அறுத்து கறி கூறு வைத்துக்கொண்டிருந்தார்கள். அவர்களை விலகிப்போகச் செய்ய நடேசன் பெல்லை அடித்துக்கொண்டே அந்த வடக்கு பார்த்த கூரை வேய்ந்த வீட்டின் வாசலில் சைக்கிளை நிறுத்தினார். பின்னிருக்கையில் அமர்ந்திருக்கும் ஆல்பர்ட்டைப் பார்த்து சிலர் சிரித்தனர்.

உள்ளே பார்த்து, "தங்கச்சி" என்று குரல் கொடுத்தார். "வாங்க" என்றழைத்து சிறிய திண்ணையில் மண் தரையில்

பாயை விரித்துப் போட்டாள் அந்த அம்பது வயது மதிக்கதக்கப் பெண். நடேசன் அமர்ந்தார். அவர் அருகில் இவன் அமர்ந்தான். அந்தப் பெண் "இவரா?" என்று ஆல்பர்ட்டை பார்த்துப் பார்த்துக் கேட்டாள்.

"ஆமாம் ஆளை பாத்து எடை போடாதே.. இன்னய தேதியில ஒரு ஆட்டத்துக்கு என்னைய விட, ஏன்.. ஆட்டகாரிங்கள விட இவனுக்குத்தான் சம்பளம் அதிகம். பெரிய ஓட்டு வீடு.. ரெண்டு ஏக்கரு நிலம் இருக்கு. இவனோட அண்ணனுங்க படிச்சு நல்ல வேலையில இருக்கானுங்க. நல்ல இடம். அவ்வளவுதான் சொல்வேன்" .

"சரிண்ணே, அவ பயிறு எடுக்க போயிருக்கா.. அவ என்னா சொல்றான்னு கேட்போம். இங்கேயே இருங்க. அவள போயி அழைச்சிக்கிட்டு வர்றேன்"

சில நிமிடங்களிலே தெரு ஜனங்கள் கூடிவிட்டார்கள். "இவரு தான் மாப்பிள்ளயா?" என்று கேட்டு விழுந்து சிரித்தார்கள். இவன் பபூன் என்பது அவர்களுக்குத் தெரிந்து இருந்தது. மகளை அழைத்துக்கொண்டு வந்தாள்.. அவள் கருப்பாக இருந்தாலும் முகம் களையாக இருந்தது. இவனைக் கண்டதும் அவளும் ஒருமாதிரியாகச் சிரிக்கத் தொடங்கினாள்.

"வாண்ணே.. கிளம்புவோம்...."

"செத்த நாழி இருடா பேசுவோம்."

எழுந்து போய் உள்ளே பேசினார். அப்போது அந்தப் பெண் பேசியது இவனுக்குக் கேட்டது. "மாமா, இவர கட்டிக்கிட்டு ரோட்டுல எப்படி போவ..? முடியுமா. எல்லாரும் பாத்து சிரிப்பாங்க"

ஆல்பர்ட் எழுந்து வெளியே வந்து நின்றான். அப்போது வந்த ஒரு கிழவி "உனக்கு என்ன ராசா கொறச்ச? ராசாத்தியாட்டம் உனக்கு பொண்ணு கெடைப்பா" என்று சொன்னாள். அவளிடம் பத்து ரூபாய் எடுத்துக் கொடுத்தான்.

நடேசன் வெளியே வந்தார். "ஒன்னும் கவலப்படாத.. பேசியிருக்கேன். இன்னும் ரெண்டு நாள்ல நல்ல செய்தி வரும்"

ஆல்பர்ட் சைக்கிளை எடுத்தான். தெரு முக்கில் குழுமியிருந்த இளைஞர்கள், சிறுவர்கள் விசிலடித்துச் சிரித்தார்கள்.

"சரக்கு எங்க விக்கிறங்கன்னு விசாரிண்ணே..." என்று கேட்டுக்கொண்டே ஆல்பர்ட் சைக்கிளில் உந்தி ஏறினான். செண்பகம் ஒன்று வெட்டவெளியில் உரக்கக் குரல் எழுப்பியபடி தென்திசை நோக்கி பறந்து போய்க்கொண்டிருந்தது.

25

பண்ணையில் வேலையில்லை. செவத்தகன்னி பாயை விரித்துப் படுத்தாள். அப்பாவின் தப்பு சுவரில் தொங்கிக்கொண்டிருந்தது... அதனைப் பார்த்தாள்.

அன்று அந்த அதிகாலைப் பொழுதில் கிழக்கே நெடுங்காட்டிலிருந்து வந்து நின்ற பைக்கில் இறங்கிய ஆட்கள் காணியாச்சிக்காரனான அப்பாவைத் தேடி வந்திருந்தார்கள். வெள்ளையும் சொள்ளையுமாக, அதுவும் மிராசுதாரர்கள் தேடிக்கொண்டு வருவது அரிது. கொல்லையில் வளர்ந்து நின்ற 'நாகடுவு' செடியில் பறித்து வந்த தானியங்களை உதிர்த்துக்கொண்டிருந்த அப்பா திண்ணையிலிருந்து பதறி எழுந்து போய், "சொல்லுங்க அய்யா என்ன வேணும்" என்றார்.

"எங்க குலதெய்வம் அய்யனாரு சாமிக்கு கிடா வெட்டி பூஜை பண்றோம். தப்படிக்க ஆளுங்க வேணும்"

"ஆளு இல்லைங்களே.."

"சாயந்தரம் வந்தா போதும். நாளை கழிச்சு மறுநாள் கிடா வெட்டு பூஜை"

"சரிங்க நாலு ஆளு போதுமா!"

"போதும்.. வாங்க!"

புது சலவைத் தாள்களை வாங்கி கண்ணில் ஒற்றிக்கொண்டு சாமி மடத்தில் ஒரு தாளை வைத்தார்.

சிறிது நேரத்தில் அவர் கீழ வாய்க்கால் பக்கமாய் செல்லத் தொடங்கினார். வளர்ந்து நின்ற அழிஞ்சை புதர் நடுவில் சாராயம் விற்றுக்கொண்டிருந்தார்கள். வேலைக்குப் போகாத சில ஆட்கள் வீண் நியாயம் பேசிக்கொண்டு குடித்துக்கொண்டிருந்தார்கள். இவர் தேடிச்சென்ற வீரையனும் நீலாச்சேரி மச்சான் சுக்குருவும் குடிபோதையில் நாவல் மரத்தடியில் துண்டை விரித்துப்போட்டு படுத்துக் கிடந்தார்கள்.

தட்டியெழுப்பிய போது துடித்து எழுந்த அவர்கள் தூக்கம் கலைந்து கோபத்தில் வெறித்துப் பார்த்தார்கள்.

“தப்படிக்க போவோமா...!”

தலையாட்டிக்கொண்டே எழுந்து நின்றார்கள். ஆளுக்கொரு கிளாசு சாராயம் வாங்கிக் கொடுத்து, தானும் ஒரு க்ளாஸ் குடித்து, கிளம்பி வந்தபோது உச்சிப்பொழுதாகியிருந்தது. போகும் வழியில் வளவனூர்செல்வராசுவை அழைத்துக்கொண்டு நால்வரும் கிளம்பினார்கள். வெயில் இறுக்கமாக அடித்தது. தட்டான்கள் பறந்தன. பத்து மைல் இருந்தது. நெடுங்காடு. அதிக பஸ் வசதியில்லை. நடந்து போனால் குறுக்கு வழியாக ஏழரை மைலை அடைந்துவிடலாம். அவர்கள் தோளில் அநாயசமாக ‘தப்பு’ தொங்கிக்கொண்டிருந்தது.

அடிக்கும் குச்சிகளை பூவரசு, அழிஞ்சை மரத்தில் வெட்டி உலர்த்திக்கொண்டே நடந்துக்கொண்டிருந்தார்கள். நால்வரும் ஐயனார் கோவிலுக்கு வந்து சேர்ந்தபோது அந்திப்பொழுது வந்திருந்தது. ஊருக்கு மேற்கே மரங்கள் சூழ்ந்த பெரும் திடலில் எழுந்து நின்றிருந்தது குதிரையைப் பிடித்துக்கொண்டிருக்கும் ஐய்யனார் சிலை. இவர்கள் திடல் முகப்புக்குப் போகும்போது அழைக்க வந்த இருவரில் ஒருவர், “வாங்கடா.. தோ.. பாருங்க குளம். அதுல போயி குளிச்சிட்டு வந்து அடிக்க ஆரம்பிங்க” என்றார். கிழக்கு பார்த்து நின்ற ஐய்யனார் சாந்த ரூபத்தில் இருந்தார். அவர் முகத்தில் உதட்டில் சூள்கொண்டிருக்கும் மந்தகாசப் புன்னகை! பக்தர்களுக்கு பரவசம் தரக்கூடியதாக இருந்தது. நால்வரும் பசியில் துடித்துக்கொண்டிருந்தார்கள்.

“டண்டனக்... டனக்... டன்டனக் டக்

டண்டனக்... டனக்... டன்டனக் டக்”

ஐய்யனாருக்கு அபிஷேக ஆராதனை நடைபெறத் தொடங்கிய போது சுற்று வட்டார கிராமங்களிலிருந்து பெரும் கூட்டம் கூடியது. அவரவரும் வேண்டுதலை நிறைவேற்ற ஆடு, கோழி என வசதிகேற்றபடி பலி கொடுக்க ஓட்டிக்கொண்டு வந்து நின்றார்கள். ஆராதனை முடிந்து கிடா வெட்டு தொடங்கியபோது யார் யாருக்கோ சாமி வந்து ஆடி குறி சொன்னார்கள், பேய் பிசாசுங்களையும், துர்மரண ஆவிகளையும் விரட்டியடித்த பூசாரி கிடா வெட்ட ஆணையிட்டார்.

ஒருவழியாக பூஜை முடிந்து அன்னதானம் வழங்கினார்கள். தப்படித்தவர்களுக்கு கை நிறைய சம்பளமும் வழங்கப்பட்டது. அய்யனார் கோவில் எதிரேயிருந்த மரத்தடியில் குடித்துவிட்டு, நல்ல இறைச்சி தின்று மூன்று நாள் கழித்து ஊருக்கு வந்தவர்கள், இந்த வைபவத்தைச் சொல்லி மகிழ்ந்து போனார்கள். காணியாச்சிக்காரனான அப்பாவுக்கு அடித்த அதிர்ஷ்டம் பற்றி டீக்கடை, வயல், வாய்க்கால் என்று தினந்தோறும் பேச்சுகள் நடந்தன. இந்த நிகழ்ச்சி முடிந்த பதிமூன்று நாள் கழித்த ஒரு ஞாயிற்றுக்கிழமையில் பூதமங்கலத்தில் பெரியாச்சி அம்மன் கோயில் சிவராத்திரி விழாவுக்கு அழைத்தார்கள்.

மீண்டும் அதிர்ஷ்டம் அடித்துவிட்டதாகச் சொல்லி அப்பா வந்து வீட்டு மண்சுவரில் வரிசையாக மாட்டப்பட்ட 'தப்புகளை' எடுத்து குச்சியால் தட்டி சுதி பார்த்தார். அப்போது அது ஒரு முற்பகல் வேளை. கடும் வெயிலில் ஆட்கள் நடமாட்டம் இல்லை. மரங்கள் அசைவின்றி உறைந்து போயிருந்தன. தப்படிக்க அவர் அழைக்கவும் நீ, நான் என்று போட்டி போட்டு முன்வந்தார்கள். எப்போதும் உறங்கி நிழலில் 'சவுத்துப்போய்' உறங்கிக் கிடக்கும் தப்பு அன்று கணீரென்று வெண்கலக்குரல் கொடுத்தது. வெயிலில் சில நிமிடங்கள் வைத்த பிறகு கம்பி வாத்தியங்களில் மெருகூட்டப்படும் ஒழுங்கும் நேர்த்தியும் கூடியிருந்தது. பறை கருவியில் இது கீழத்தஞ்சைக்கே உரித்தான பாணி. தப்பு கட்டை நுட்பமான தொழிற்நுட்பத்தால் தோல் ஒட்டப்பட்டவை. எப்போதும் ஒரே குரல் கொடுக்காது. பருவத்துக்கும் கால சூழ்நிலைக்கும் ஏற்றாற் போல் அதன் மொழியும் உச்சரிப்பும் மாறும். சித்திரா பௌர்ணமிக்கு முன்பாக நடக்கும் பெரியாச்சி அம்மன் கோவில் 'மயானக்கொள்ளை' விழா. அதனை சிவராத்திரி அன்று நடத்துவார்கள். முதல் நாள் அம்மன் உலாவும் இரண்டாம் நாள் கிடாவெட்டும் பூஜையும். மூன்றாவது நாள் பூசாரி சிவன் வேடம் தரித்து, மயானம் சென்று, எலும்பு பொறுக்கித் தின்று, பக்தர்களைப் பரவசம் அடையச் செய்யும் நிகழ்வு நடைபெறும்.

பந்தல் போடப்பட்டு, தோரணங்கள் கட்டப்பட்டன. தேங்காய், பனங்காய், ஈச்சங்காய் குலைகள் கட்டப்பட,

கிழக்கு பார்த்த அம்மன் கோவில் முகப்பில் நின்று அந்த நால்வரும் அடித்துக்கொண்டிருந்தார்கள். தென்பாதி காணிச்சிக்காரன் தப்படிக்கின் என்றால் கூட்டம் கூடிவிடும். பழுப்பும் கறுப்பும் கலந்த நிறம் கொண்ட பறையை இடது தோளில் மிக நேர்த்தியாக மாட்டி ஆறடி உயரம் கொண்ட உடலை ஒரு சிலுப்புச் சிலுப்பி வேட்டைக்குத் தயாராகிவிட்ட மிருகம் போல தப்பை மாட்டிக்கொண்டு ஒரு முறுக்கு முறுக்கி சுதியைப் பெருக்கி நரை படர்ந்த கெளுத்தி மீசையை ஒரு தடவு தடவி, அடிக்கத் தொடங்கியபோது வேடிக்கைப் பார்த்த அத்தனை பேருக்கும் உடல் நடுக்கம் ஏற்பட்டது. அடித்த மூன்று பேரும் அவரடியைப் பின்தொடர்ந்தார்கள். மைக் செட்டுக்காரன் ஒரு ஸ்டூலில் மஞ்சள் துணியைப் போட்டு 'மைக்'கை அவர்கள் முன்வைத்தான். அதுவரை உறக்கம் கலையாது கிடந்த கோவில் வீதி பரபரப்பானது. வணக்கமாய் தொடங்கி மூர்க்கமாய் பறையோசை காற்றில் பீதியுணர்த்தியது. பெரியாச்சி அரக்கனின் தொடை இரத்தத்தையும் நெஞ்சைக் கிழித்த குருதியையும் உடம்பெங்கும் பூசிக்கொண்டு தீராத வெறியுடன் கடும் சீற்றத்துடன் ஆகாயமும் பூமியும் அதிர, குரலிட்டு கலைந்த கூந்தல் தாழ்ந்தோட சத்தியக் கோபத்துடன் தனது தனது சபதத்தை நிறைவேற்றிய இடத்திலிருந்து மண் எடுத்துவந்து கட்டப்பட்ட கோவில் என்பது இதனுடைய தலபுராணம். வருஷத்தின் இந்த திருவிழாவின்போது மடிப்பிச்சை எடுக்கும் பெண்களுக்கு வீரன்சாமி மகனாக வந்து பிறப்பார் என்பது ஐதீகம்.

காணியாச்சிக்காரனின் முகம் மாறிக்கொண்டே போனது. நீண்ட தோளில் கிடந்து குரல் கொடுக்கும் பறை மெல்லச் சுதியிழக்கத் தொடங்கியது.

"வைக்கோலை அள்ளிப்போட்டு கொளுத்துங்கப்பா"

சிவரூபம் பூண்ட, பெரிய வெண்கலச் சலங்கைகள் கட்டிய கோவில் பூசாரி பெரிய சூலத்தைக் கையிலேந்தி அம்மனைப் பார்த்து நின்றார். எலுமிச்சைப் பழ மாலையைத் தோளில் போட்டார்கள்.

தவில் வித்துவான் சூலமங்கலம் கதிரேசன் பிள்ளை கோஷ்டியினரின் எதிரே வந்து நின்று வாசிக்கத் தொடங்கினார்கள்.

கூட்டம் கூடத் தொடங்கியது.

பூசாரி திடீரென்று ஆக்ரோஷம் கொண்டவராய் பல்லை நறநறவெனக் கடித்து, சூலத்தை மேலும் கீழுமாகக் சுழற்றி அடித்தொண்டையிலிருந்து ஹா.. ஹான எனக் குரல் கொடுத்து குதிரையைப் போல பாயத்தொடங்கினார்.

மாசன புத்திரன் வந்து இறங்கி விட்டார் எனச் சொல்லிக்கொண்டே ஆடும் சிவ நடனத்தைக் கண்டு வட்டமாக ஆடுவதற்கு இடம் கொடுத்து விலகி நின்றார்கள் மக்கள்.

தவில் வித்துவான் கோஷ்டியினரும் காணிச்சிக்காரன் கூட பறையடிப்பவர்களில் பிரிந்து நின்று எதிரெதிராக வாசிக்கத் தொடங்கினார்கள். வருடத்தின் 364 நாட்கள் வரை வீட்டுக்கும் கோவிலுக்கும் சாந்தமான மனிதராக அலைந்துகொண்டிருந்த பூசாரி இப்படி ஆக்ரோஷமாக அந்தரத்தில் குதித்து பூமி குலுங்க ஆடிக்கொண்டே ஒவ்வொரு தெருமுனையிலும் நின்று ஆடுவது ஊர்க்காரர்களுக்குப் புதுமையாகத் தெரிந்தது. அப்போதுதான் காணியாச்சிகாரருக்கும் தவில் வித்துவானுக்கும் இடையே போட்டி ஏற்பட்டது. குச்சியைச் சுழற்றியும் நிறுத்தியும் மேலே அந்தரத்தில் விட்டெறிந்து பிடித்தும் ஆடாதவரையும் ஆடவைக்கும் அபாரத் துள்ளிசையை அடித்துக் காட்டினார் சிங்காரம். பதிலுக்கு தவில் வித்துவான் நைய்யாண்டியும் கோடை இடியும் போல குரல் கொடுத்து தோளில் மாட்டியிருந்த தவிலை தூக்கி, பாய்ந்து குனிந்து அடித்து எல்லோரையும் ஆட்டமுறச் செய்துகொண்டிருந்தார். பதினேழு தெருக்களையும் மூன்று ஊர்களையும் எட்டு வீதிகளையும் கடந்து பாண்டவை ஆற்றின் கரையில் இருந்து மயானத்துக்கு வந்து சேர்ந்தபோது இரவாகியிருந்தது. பெரும் திரளான ஜனங்கள் பின்தொடர மசான புத்திரன் வேகம் கூட்டி ஓடிக்கொண்டிருந்ததால் பெட்ரோமாக்ஸ் லைட்டை தோளில் சுமந்தவர்கள் உடன் வெளிச்சம் படர எல்லோரும் மயானக்கரையை நோக்கி ஓடினார்கள். அக்கணத்தில் ஆடிய ஆட்டம் பெரும் கிலியை ஏற்படுத்துவதாக இருந்தது. ஆட்கள் அனைவரும் சோர்ந்து விட்டார்கள். விழா நிர்வாகிகள் மற்றும் ஏனையோர் பதட்டமாகக் காணப்பட்டார்கள். ஓர் ஏழு எலுமிச்சை பழங்களை ஏழு திசையிலும் வீசி, கூவும் சேவல்

அறுத்து மயானக் கொட்டகையில் இறங்கி சாம்பலைத் துழாவி எலும்பை எடுத்துத் தின்று கேட்டவர்களுக்கு வழங்கிய மசான புத்திரன் சாந்தமாகிப் போனார். எல்லாம் முடிந்து திரும்பிவரும் வழியில்தான் காணியாச்சிக்காரனுக்கும் சூலமங்கலம் தவில் வித்துவானுக்கும் இடையே வாக்குவாதம் ஏற்பட்டது.

"என்கிட்டே மல்லுக்கு நின்னு அடிக்கிற அளவுக்கு அப்படியென்ன கலை தெரியும் ஒனக்கு.. கூதிமவனே.. நாங்கள்லொம் சுதி பிடிச்சு கட்டையை மாட்டுனவங்க..."

"சாமியோவ்.. உங்களுக்கு எல்லா சூத்திரமும் தெரிஞ்சிருக்கலாம். ஆனா நாங்க பல தலைமுறையா பாட்டன் பூட்டன்னு பல காலமா ரத்ததுல ஊறியதுங்க"

"சரி டோய்.. நாளைக்கி ராத்திரி பெரியாச்சி கோவில் வாசல்ல நம்ம கச்சேரிய வெச்சிக்கலாம். இந்த சூரமங்கலத்தனா இல்ல அந்த தென்பாதிய்யான்னு பாத்துப்புடலாம்" என தவில் வித்துவான் கதிரேசன் அறிவித்தார்.

கோவில் நிர்வாகிகள் ஓடிவந்து, "என்ன புள்ள இப்படி சொல்லிட்டீங்க.. இந்த கோயிலுக்கு இந்த விழா மூனு நாளைக்கு மட்டும் நடத்துறது வழக்கம்."

"அம்மன்கிட்டே சீட்டு எழுதிப்போட்டு உத்தரவு வாங்கிட்டுத்தான் செய்ய முடியும். உங்க போட்டிக்கும் தெம்புக்கும் அம்மன்கிட்டே விளையாடாதீங்க.. சக்தி வாய்ந்தவ.. நாக்க புடுங்கி நடுவீதியில வீசிருவா.."

அவர் பேச்சைக் கேட்டு, காணிக்காரனும் கூட அடித்த ஆட்களும் சற்றுத் தயங்கி நின்று தலையைத் தாழ்த்தினார்கள்.

இந்தச் செய்தி சுற்றுப்புற கிராமம் முழுமையும் பரவியது.

மறுநாள் காலையிலேயே அம்மனிடம் சீட்டு எழுதிப்போட்டதும் உத்தரவு வந்தது. ஆட்டோ விளம்பரம் செய்து ஆளுக்கொரு செலவை ஏற்றுக்கொண்டனர் கிராம மக்கள்.

மூன்று நாள் அடித்த செலவுக்கு காணியாச்சிக்காரனுக்கு முன்னூறு ரூபாய் சம்பளம் கூலியாகத் தரப்பட்டது. தப்பை

தோளில் மாட்டிக்கொண்டு ஊர் எல்லையில் விற்ற மதுக்கஷாயம் குடிக்க கிளம்பினார்கள்.

"அண்ணே! போட்டிக்கு ஒத்துக்கிறீங்க.. எனக்கு என்னமோ பயமா இருக்கு.. இந்த பக்கத்து ஆளுங்க முரடனுங்க. நமக்குன்னு பேச ஆள் கெடையாது.. வாண்ணே இப்படியே நடையை கட்டிருவோம்.." செல்வராசு பயத்துடன் சொன்னான்.

"இந்த காணியாச்சிக்காரனைப் பத்தி என்னடா நெனைச்சே? நம்ம ஒன்னும் கம்பை எடுத்து மல்லுக்கு நிக்கப்போறது இல்ல. நமக்கு தெரிஞ்சதை நாம செய்யப் போறோம்.. அப்படி தோத்துட்டோமுன்னு நாலு பேரு சொன்னா ஒத்துக்கிட்டு ஊருக்கு போக போறோம்.."

காணியாச்சிக்காரர் மிகத் தெளிவாக இருந்தார்..

ஆளுக்கு இரண்டு கிளாஸ் குடித்துவிட்டு வந்தபோது மாலைப்பொழுது நெருங்கியிருந்தது. கோவிலுக்கு எதிரேயிருந்த மைதானத்தில் நான்குபுறம் டியூப்லைட் கட்டி மற்ற ஆட்கள் உள்ளே போகாமல் வாத்தியக் கோஷ்டியினர் மட்டும் உள்ளே போகும்படி ஏற்பாடு செய்து இருந்தார்கள். அந்த ஊர் பூதமங்கலத்தில் ஒரு பிரிவு கோஷ்டியினர் காணியாச்சிக்காரருக்கு தெம்பூட்டி பேசினார்கள்.

போட்டித் தொடங்க ஒருமணி நேரத்துக்கு முன்பாக ஆதரவாக இருந்த சிலர் குடிக்க அழைத்தார்கள். யோசித்த அவர் 'வேண்டாங்க' என்றார். கூட அடிக்கும் செல்வராசு கூட அதனை ஆமோதித்தான்.

"இல்லைய்யா.. கொஞ்சம் சுதி ஏத்திக்கிட்டா போட்டியில சுதி குறையாம அடிச்சு அந்த புள்ளைய விரட்டியடிக்கலாம்." காணியாச்சிக்காரன் உறுதியாக இருந்தார்.

கோவில் மைதானத்திலிருந்து பின்னே நீண்டுக்கிடக்கும் தரிசு வயல்களைத் தாண்டி அழைத்துப் போனார்கள்.

கேனிலிருந்து ஊற்றிக் கொடுக்க, நல்ல துவர்ப்பும் புளிப்பும் இனிப்பும் கலந்த சுவையில் இருந்தது. குடிக்க வேண்டாம் எனச் சொன்ன செல்வராசு கூட மூன்று கிளாஸ் குடித்தான். காணியாச்சுக்காரர் ஐந்து கிளாசைத் தாண்டிவிட்டார். சுட்ட

கருவாடு கொடுத்தார்கள். நல்ல போதை ஏறிவிட்டது. கிளம்பி வந்தார்கள். எதிரே கொஞ்சம் வைக்கோலை அள்ளிக் குவித்து பறையைச் சூடுப்படுத்தி எரியவிட்டார்கள். இடது கையில் பிடித்து கொஞ்சம் கொஞ்சமாக நகர்த்தி சூடுபடுத்தியபோது சுணங்கிக் கிடந்த தப்பு உறங்கிக் கிடந்த குரலை மாற்றி டண்.. டண் டண்... எனப் பேசத் தொடங்கியது.

நெற்றியிலிருந்து உடல் முழுவதும் வியர்வை ஆறாகப் பெருகியது. காணியாச்சிக்காரர் சிங்காரத்துக்கு சாராயத்தின் வேலை அதிகமாகி விட்டது என்று தோன்றியது. நல்லா சூடுபடுத்திகோங்க ஒரு சத்தம் அடித்து முடித்துதான் அடுத்த சத்தத்துக்கு சூடுபடுத்த முடியும் என்று ஊர்க்காரர் ஒருவர் யோசனை சொன்னார்.

இவரைப் போல மற்ற மூன்று ஆட்களும் வியர்வையில் நனைந்துக் கொண்டிருந்தார்கள்.

“ஒரே புழுக்கமா இருக்கு.. மழை வரலாம் சாமிகளா” என்று சுதியை ஒழுங்குப்படுத்திக்கொண்டே செல்வராசு சொன்னான்.

சீக்கிரமாக மைதானத்துக்கு வாருங்கள் என மைக்கில் முழங்கலானார்கள்.

பெரியாச்சி அம்மன் முன் நெடுஞ்சாண்கிடையாக விழுந்து வணங்கிட்டு, படியில் கிடந்த திருநீறை அள்ளி நெற்றியில் பட்டை போட்டுக்கொண்டு, நால்வரும் மைதானத்துக்கு நடந்தார்கள். கூட்டம் கூடிவிட்டிருந்தது. தயாராக கதிரேசன் கோஷ்டியினர் தவில்களுக்கு வார் பிடித்து சுதி பிடித்து விட்டார்கள். அடித்து சுதி பார்த்துக்கொண்டார்கள். தவிலிசை மிக நுணுக்கமாக ஒலி வாங்கியிருந்தது வெளியே வந்தது.

இரண்டு பெஞ்சை சேர்த்துப்போட்டு கிராம நிர்வாகிகள் ஐந்து பேர் நடுவர்களாக உட்கார்ந்துகொண்டார்கள். கிராமத்தலைவர் பேசினார். நாங்கள் கிராம கமிட்டி எடுக்கும் முடிவுகளுக்கு இரண்டு கோஷ்டியினரும் கட்டுப்பட வேண்டும். எவருக்கும் இங்கு பாரபட்சம் காட்டமாட்டோம். ஒரு கோஷ்டி எழுப்பும் இசை அதே நுணுக்கத்தோடு மற்றொரு கோஷ்டியும் எழுப்ப வேண்டும் என்று சுருக்கமான விதிமுறையைச் சொல்லி முடித்தார்.

"முதலில் அம்மாளுக்கு இசையை சமர்ப்பித்து விடுங்கள்"

காணியாச்சிக்காரனுக்கு வியர்வை பெருகிக்கொண்டே போனது. அவ்வப்போது துண்டால் துடைத்துக்கொண்டே அடிக்கத் தொடங்கினார். தனித்தனியாக முதல் சத்தத்தை அடித்து இறை வணக்கத்தைச் செலுத்த வேண்டும். அப்போது எம்பிக்குதித்து தரையில் படுத்து ஒரு நமஸ்காரம் செய்ய வேண்டும். அப்படி குனிந்தபோது அப்படியே சரிந்து கீழே விழுந்தார். கூட்டத்தில் ஒரே கூச்சல். எழ முயன்றார். முடியவில்லை. தொண்டையில் ஏதோ ஒன்று அடைத்துக்கொண்டது. பார்வை மங்கலாகிக்கொண்டே போனது. அப்படியே சரிந்தார் மண்ணில். கூட அடித்த ஆட்கள் குலை நடுங்கிய குரலில் "மச்சான் எந்திரிய்யா.." என்று கதறினார்கள் எழவில்லை. அப்படியே கையில் மாட்டிய பறையோடு சரிந்து கிடந்தார். "வண்டிய பிடிங்கடா.." அவரோடு கூட அடித்த ஆட்களும் மயங்கினார்கள். எல்லோரையும் நீடாமங்கலம் ஆஸ்பத்திரியில் சேர்ந்தபோது காணியாச்சிக்காரனின் உயிர் பிரிந்துவிட்டது என்று டாக்டர்கள் சொன்னார்கள். மற்ற மூன்று பேரும் மயக்க நிலையில் இருந்தனர். குடித்திருந்த சாராயம்தான் மரணத்துக்குக் காரணம் என்று சொல்லி விஷயத்தை முடித்துவிட்டார்கள். மேற்கொண்டு எதுவும் நடக்கவில்லை. வழக்கு முடிக்கப்பட்டது.

நினைவுகள் உறங்கவிடாமல் வலி கொடுத்தது. எழுந்து உட்கார்ந்து விட்டாள் கன்னி. அப்பா இருந்திருந்தால் நிலைமை மாறியிருக்கும். மானிய நிலம் போயிருக்காது. எப்படியாவது என்னுடைய வாழ்க்கையும் இந்த தென்பாதி கிராமத்திலிருந்து வேறு எங்காவது போயிருக்கும். நினைவுகளைக் களைத்தாள். புதியதாக ஏதாவது ஒன்றை நினைக்க வேண்டும் என விரும்பினாள்...! மகிழ்ச்சியாக, மேலும் இதமாக, சுகம் தருவதாக, துணிச்சலாக எப்படியாவது இந்தக் கஷ்டத்திலிருந்து, வறுமையிலிருந்து மீள வேண்டும், நிலத்தை மீட்க வேண்டும், அப்பாவை போல் அதில் உழைத்து நெல் சாகுபடி செய்யவேண்டும், மூன்று போகம் விளையும் வளமையான கடைமடை வயல். அப்படியே உறங்கிப்போனாள் செவத்தகன்னி.

காலையில் எழுந்து, குளித்து முடித்து செல்லியம்மன் கோவிலில் திருநீறு பூசிக்கொண்டு சுவரில் சாக்கு சுற்றிக் கட்டி தொங்கிக்கி டக்கும் அப்பாவின் தப்பை எடுத்து தோளில் மாட்டிக்கொண்டு தெருவில் இறங்கி நடக்கத் தொடங்கினாள். அவளைப் பார்த்த செடிபவுனு "உனக்கு என்ன பைத்தியமா புடிச்சிருக்கு" என்றாள்.

'டன்டனக்... டனக் னக்' குச்சியால் தட்டிக்கொண்டே நடந்தாள்.

கீழத்தெருவுக்கு வந்து செல்வராசு மாமா வீட்டு வாசலில் நின்று ஒரு சத்தம் அடித்து நிறுத்தினாள். அதிரச்சியுடன் பார்த்தார். 'இன்னையிலிருந்து காணியாச்சி பார்க்கப் போறேன்' என்றாள். அவருக்கு அழுகை பொத்துக்கொண்டு வந்தது.

"உங்கப்பாவுக்கு சாராயத்துல வெஷத்த போட்டுத்தான் தாயீ கொன்னுப்புட்டானுங்க" என்று செல்வராசு சொல்லிவிட்டுக் குலுங்கிக் குலுங்கி அழுதான்.

26

கோடையின் முன்மதியப் பொழுது அது. இரண்டு வெள்ளை நிற அம்பாசிட்டர் கார்கள் போய்க்கொண்டிருந்தன. கமலாபுரத்தைக் கடந்து தெற்கே வடபாதிமங்கலம் சாலையில் செல்லும்போது இருபுறங்களிலும் கிடந்த வயல்வெளிகளில் பெண்கள் பயிறு எடுத்துக்கொண்டிருந்தார்கள். கும்பல் கும்பலாக பனை மரங்கள் அணிவகுத்து நின்றுகொண்டிருந்தன. பணியில் ஈடுபட்டு இருந்த பெண்கள் சாலையில் புழுதி கிளம்பிச் செல்லும் கார்களைப் பார்த்தார்கள். இரண்டாவது காரில் சந்திரன் அமர்ந்து இருந்தான். அவனுடன் அமர்திருந்த ஊர்க்காரர்கள் மற்றும் சில இளைஞர்கள் சந்திரனைக் கிண்டல் செய்துகொண்டு வந்தார்கள். அவர்களைப் பார்த்து எந்த பதிலும் சொல்லாமல் மௌனமாக அமர்ந்திருந்தான். இடுப்பில் கட்டியிருந்த வேஷ்டி நழுவி அவிழ்ந்துவிடுமோ என்று அஞ்சினான். வெயில் சுரீலென்று அடித்துக்கொண்டிருந்தது. காரில் டேப் ரெக்கார்டில் பாட்டு ஓடிக்கொண்டிருந்தது. மற்றவர்கள் கிராமத்துச் சாலையின் கார் பயணத்தை ரசித்து அனுபவித்துக்கொண்டிருந்தார்கள். முன்செல்லும் காரில் அப்பாவும் அம்மாவும் மற்ற உறவினர்களும் இருந்தார்கள். கார் வடபாதிமங்கலத்தில் குறுக்கிடும் ஆற்றைக் கடந்து கோட்டூர் முடுக்கத் தெருவில் போய் நின்றது.

தெருவின் இருபுறங்களிலும் இருந்த வேப்ப மரங்களில் வெண்மையான பூக்கள் பூக்கத் தொடங்கியிருந்தன. அதன் வாசனைக்கு தேனீக்கள் வந்து மொய்த்துக்கொண்டிருந்தன. வீட்டுத்தோட்டங்களில் இருந்த தென்னை மரங்களில் கள் கட்டியிருந்தார்கள். புளிப்பு வாசனை தெருவெங்கும் நிறைந்திருந்தது. வடக்கு பார்த்து இருந்த மாடி வீட்டின் முகப்பில் நாலைந்து ஆண்கள் நாற்காலியில் அமர்ந்து இருந்தார்கள். இவர்களை வரவழைத்து உள்ளேபோய் நடுவீட்டில் அமர வைத்தார்கள். மயில் ராவணன் மற்றும் சிலர் மற்றும் நாற்காலியில் அமர்ந்தார்கள். இன்னும் சிலர் அருகில் கிடந்த பெஞ்சில் உட்கார்ந்துகொண்டார்கள். பெண் வீட்டார்கள் மயில் ராவணிடம் அவரின் சொந்த பந்தங்களைப் பற்றி விசாரித்துக்கொண்டிருந்தார்கள்.

பெண் வீட்டில் இருந்து தண்ணீர் கொடுத்தார்கள். சம்பந்தம் தகையாமல் குடிக்க மாட்டோம் என்று மயில் ராவணன் மறுத்துவிட்டார். சந்திரன் ஆட்களோடு ஆட்களாக அமர்ந்து இருந்தான். இவனைச் சுட்டிக்காட்டி பெண் உறவினர்கள் பேசிக்கொண்டார்கள். சந்திரன் தலை கவிழ்ந்து இருந்தான். அப்போது உள்ளே வந்த ஊர்த்தலைவர், ராவணனைப் பார்த்துவிட்டு "உங்கள எனக்கு தெரியுமே வாத்யாரே.. உங்க விளையாட்டை நான் மதுக்கூர்ல பாத்துருக்கேன். இதுதான் நம்ம தம்பியா, அவருக்கும் தொழில் சொல்லிக் கொடுத்து இருக்கீங்க தானே" என்றார் அவர். அதற்கு மழுப்பலாக பதில் சொன்னார் ராவணன்.

சந்திரனை அழைத்து நாற்காலியில் அமரச் சொன்னார்கள். பெண்ணுக்கு புதுப்புடவை கட்டி தண்ணீர் கொடுத்து அழைத்து வந்தார்கள். நீலவேணி இவனுக்குத் தண்ணீர் கொடுத்தாள். அவள் கண்களைத்தான் பார்த்தான். அது கலங்கிப் போயிருந்தது. வீட்டுக்குள் இருந்து வெளியே கிளம்பி வந்தார்கள். எல்லாருமே பெண் பிடித்திருக்கிறது என்றார்கள். மயில் ராவணன் இவள் எனக்கு மருமகளாக வரவேண்டும் என்று உறுதிபடக் கூறினார். ஊர்க்கார இளைஞர்கள் எல்லோரும் "சந்திரா.. பொண்ணு சூப்பருடா" என்றார்கள். மூன்றாவது நாளே நிச்சயதர்த்தம் நடைபெற்றது. அன்று நீலவேணியின் முகத்தை நேரில் பார்த்தான். வட்டமான முகம். நெளிநெளியான கூந்தல். மூக்கில் சின்ன முக்குத்தி. சற்றே பெரிய கண்கள். அளவான உயரம். அவள் நெற்றியில் பொட்டு வைத்து கையில் மோதிரத்தை அணிவித்தான். மாநிறத்துக்கும் மேலான நிறம். ஆனால் சந்திரனுக்கு அவளைப் பிடிக்கவில்லை. இவனிடம் பெண் பிடித்து இருக்கிறதா? என்று அம்மா கூட கேட்கவில்லை என்பதை வருத்தமாக உணர்ந்தான்.

ஊர் திருவிழா சித்திரையில் முடிந்த பிறகு வைகாசி பதினைந்தாம் தேதிக்கு மேல் நாள் குறிக்கச் சொன்னார் ராவணன். அவர் கேட்டுக்கொண்டபடி வைகாசி பதினெட்டாம் தேதி திங்கள்கிழமை திருமணம் என்று முகூர்த்தவலை எழுதினார்கள்.

நிச்சயம் முடிந்த நான்காவது நாள் மதியத்தில் விரால் மீன் வறுவலுடன் மதிய சாப்பாட்டைச் சாப்பிடும்போது அம்மா

கேட்டாள். "சந்திரா, உனக்கு பொண்ணு பிடிச்சிருக்கு தானே" அவளை ஒரு பார்வை பார்த்துவிட்டுச் சாப்பிட்டுக் கொண்டிருந்தேன்.

"உனக்கு படிச்சிருக்கோ இல்லியோ,.. எங்களுக்கு புடிச்சிருக்கு. பொண்ணு நல்ல குணமாம். அவ அழகுக்கு என்ன? பட்டுப்புடவை கட்டி வந்தான்னா அம்மன் கணக்கா இருப்பா"

மயில் ராவணன் நடுவீட்டில் இருந்து இரண்டு தடவை இருமினார். செம்பில் நீர்கொண்டு போனாள். பிறகு சாப்பாடு கொண்டுபோய் கொடுத்தாள். அப்போது அவர் உரத்த குரலில், "வர்ற ஞாயித்துக்கிழம கோவில்ல காப்பு கட்டுறது. திருவிழா முடியுற வரைக்கும் கவுச்சி கெடையாது. அவனையும் மாலை போட்டுக்க சொல்லு. அப்புறம் அந்த பொண்ண பாக்குமுன்னா போய் பாத்துட்டு வந்திட சொல்லு. காப்பு கட்டியாச்சுன்னா வெளியில ஓரண்டியும் போக கூடாது"

சந்திரன் சாப்பிட்டுவிட்டு எழுந்தான். "உங்கப்பா சொன்னது கேட்டுச்சா"

"ம்.. கேட்டது" என்று சொல்லிக்கொண்டே புறவாசலுக்குப் போனான்.

"நில்லுடா, நாளக்கி போய் அந்த பொண்ண பாத்துட்டு வர்றியா?"

எந்த பதிலும் சொல்லாமல் போய்க்கொண்டிருந்தான். குழப்பத்துடன் அவன் போவதைப் பார்த்துக்கொண்டிருந்தாள். கொட்டிலில் கட்டியிருந்த மாடுகள் 'ம்மா' என்று பெருங்குரலில் கத்தின.

27

முருகேசனுக்கு.. சற்று குழப்பத்துடன் நான் எழுதுகிறேன். என்னைப் பற்றியும் எனது குடும்பத்தை பற்றியும் சொல்லியிருப்பார்கள் என்று நினைக்கிறேன். என்னைப் பார்த்த சில நாட்களிலே உங்களது விருப்பத்தைச் சொல்லிவிட்டீர்கள். ஆனால் நான் அப்படி எளிதாக எந்த முடிவுக்கும் வரமுடியாது. எங்கள் பூர்வீகம் கோடியக்கரை பக்கத்தில் உள்ள மணல்மேட்டுக்குடி. அந்த ஊரில் எங்கள் உறவினர்கள் இருக்கிறார்கள். எங்கள் குடும்பம் தாத்தா உயிரோடு இருந்தவரை செல்வாக்குடன் இருந்தது. ஒருகாலத்தில் புகையிலை வியாபாரத்தில் எனது அப்பாவும் அவரது சகோதரர்களும் செல்வாக்குடன் வாழ்ந்தவர்கள். அப்பாதான் தொழிலைப் பார்த்துக்கொண்டார். அவருக்கு ஏற்பட்ட நண்பர்கள் சகவாசத்தால் பல வழிகளில் பணத்தை இழந்தார். கடன்மேல் கடன். சுமை அதிகமாகியது. அப்பாவுடன் பிறந்த இரண்டு சித்தப்பாக்களும் அப்பா தொழிலுக்கு லாயக்கற்றவர் என்று விலக்கிவிட்டார்கள். அதோடு, இருந்த கடை, வீடு, நிலம் ஆகியவற்றை எழுதி வாங்கிக்கொண்டு நடுத்தெருவில் விட்டுவிட்டார்கள். சொந்த கிராமத்தில் வாழ வழி தெரியாமல் இங்கே வந்து பிழைப்பைத் தேடிவந்து இருக்கிறோம். வேறுவழியில்லை அப்பாவுக்கு சில நாட்களுக்கு முன்பு வாதம் வந்துவிட்டது. படுத்த படுக்கையாகக் கிடக்கிறார். அம்மா வீடுகளுக்கு பத்து பாத்திரங்கள் தேய்க்கும் வேலைக்குப் போகிறாள். ஒரு காலத்தில் பணம், செல்வாக்கு என்று வாழ்ந்தவள். வயதுக்கு வந்த இரண்டு தங்கைகள். படிக்க வேண்டும். மாதச் சம்பளத்தில் குடும்பத்தை நகர்த்த முடியவில்லை என்றுதான் தஞ்சாவூர் டவுனில் இருந்து கக்கன் காலனிக்கு வந்து குடியேறிவிட்டோம். ஒரு வருடமாக பிழைப்பு அப்படி இப்படி என்று போய்க்கொண்டு இருக்கிறது. லெட்சுமிதான் சொன்னாள். கடையில் வேலை பார்த்துக்கொண்டு, வாரத்துக்கு இரண்டு முறை ஆட்டத்துக்குப் போவதாகவும் அதில் ஓரளவுக்கு வருமானம் கிடைப்பதாகவும் சொன்னாள். குடும்ப நிலையை நினைத்து நான் ஒரு முடிவுக்கு வந்த நான், லெட்சுமியிடம் கரகமும் நித்யாவிடம் ஆட்டமும்,

பாட்டும் கற்றுக்கொண்டு இரண்டு மாதங்களாக ஆட்டத்துக்குச் சென்று வருகிறேன். நான் ஒரு மாதம் வேலைப் பார்த்து கடையில் வாங்கும் சம்பளம் ஒருநாளில் கிடைத்து விடுகிறது. அப்பா உடல் நிலை சரியில்லாமல் படுத்த படுக்கை ஆகிவிட்டார். அவர் நல்ல நிலையில் இருந்தால் இதற்கு ஒத்துக்கொள்ள மாட்டார். அம்மா நான் ஆட்டத்துக்குச் சென்றுவரும் நாட்களில் சரியாக முகம் கொடுத்துப் பேசுவதில்லை. ஆனால் எனது தங்கைகள் முன்பைவிட கொஞ்சம் பரவாயில்லை, நன்றாக இருக்கிறார்கள். நீங்கள் வாசித்த மூன்று கச்சேரிக்கும் நான் வந்தேன். இப்போது நீங்கள் என்னிடம் எந்த நோக்கத்தில் பழகுகிறீர்கள் என்று புரிந்துகொண்டேன். எனது வாழ்க்கை என்பது என்னோடு மட்டுமல்ல, எனது குடும்பத்தையும் சார்ந்தது. நீங்கள் என்னைத் திருமணம் செய்துகொள்ள விரும்புவதாக லெட்சுமியிடம் சொன்னீர்களாம். அதுகுறித்து நான் சிந்திக்க வெகுகாலம் ஆகும். தற்போது எனது திருமணம் குறித்த எந்த எண்ணமும் இல்லை. எனது தங்கைகள் வாழ்க்கை என்னைச் சார்ந்தது. இரண்டு பேருக்கும் நல்ல வழி அமைத்து கொடுக்கும்வரை என்னைக் குறித்து நான் சிந்திக்க முடியாது. என் நிலைமை உங்களுக்கு இதன் மூலம் புரிந்து இருக்கும் என்று நினைக்கிறேன். இயல்பாகப் பழகுவோம், எந்த ஒப்பனையும் வேண்டாம். நீங்கள் செல்லும் கச்சேரிக்கு எனக்கும் வாய்ப்பு வாங்கித் தாருங்கள். நன்றி.

வெட்டாற்றில் வெள்ளம் நுங்கும் நுரையுமாக போய்க்கொண்டிருந்தது. நாதஸ்வரம் முருகேசன் தெற்குக்கரையில் அமர்ந்திருந்தான். சட்ரஸ்சில் இருந்து நீர் கொப்பளித்துக்கொண்டு பாய்ந்தது. சற்று தூரம் தள்ளி சிலர் வலை வைத்து மீன் பிடித்துக்கொண்டிருந்தார்கள். கரை மீதில் அமர்ந்து இருந்தான். அவன் முனம் குழப்பத்தில் ஆழ்ந்து கிடந்தது. கங்களாஞ்சேரியில் இருந்து தஞ்சாவூர் முப்பத்தியோரு மைல் தொலைவில் இருந்தது. சைக்கிளில் கிளம்பினால் இரண்டு மணிநேரத்துக்குள் சென்று விடலாம். சித்ரா அனுப்பியிருந்த கடிதத்தை இருபது முறைக்கு மேல் படித்துப் பார்த்துவிட்டான். அவ்வளவு அழகான கையெழுத்து. அத்தனை தெளிவான வார்த்தைகள் இவனுக்கு வலியை ஏற்படுத்தியது.

உடனே அவளைப் பார்க்க வேண்டும் என மனம் மேலும் கீழுமாக ஊஞ்சல் ஆடியது. இத்தனை நாட்கள் பார்த்தவை எல்லாம் வெறும் உடல்கள்தான். அதில் ஒன்றுமில்லை என்று தோன்றியது. ஆனால் சித்ரா அப்படியில்லை. இவனில் முழுமையாக ஒரு வாசிப்பை வாசித்துவிட்டாள் என்றுதான் தோன்றியது. அவளையும் அவளது குடும்பத்தையும் தனது தோள்களில் சுமக்கலாம் என்றே முடிவுக்கு வந்துவிட்டான்.

"என்ன, முருகேசா.. படத்துக்கு போறோம் வர்றீயா"

"என்ன படம் மாப்புள்ள?"

"செங்கம் தியேட்டருக்கு. சீன் எல்லாம் சூப்பரா இருக்காம் மச்சான்"

"சீ.. நீங்க போங்கடா.. நான் வர்றல"

சீறிப்பாயும் வெட்டாற்றையே பார்த்தான்.

28

அந்த பனி அடர்ந்த காலைப்பொழுதைக் கடந்து வசந்தா தப்படிச்சான் மூலைக்கு வந்து சேர்ந்தபோது கலியமூர்த்தி புதிதாக வாங்கி வந்திருந்த தவிலை வார் பிடித்துக்கொண்டிருந்தான். அது வாங்கிய இந்த இரண்டு மாத காலத்தில் அப்படி ஒன்றும் பெரிதாக வாய்ப்பு கிடக்கவில்லை. புதிதுதானே என்று அலட்சியமாக வைத்துவிட்டால் தோல் நமுத்துப் போய்விடும். அப்புறம் தூக்கி ஏறிய வேண்டியதுதான். அவன் மனைவி பாப்பா குறவையும் கெளுத்தியுமான நாட்டு மீன்களை வாசலில் போட்டு ஆய்ந்துக்கொண்டிருந்தாள். விடிந்தும் விடியாத அந்தப்பொழுது நல்ல வெண்ணிறப் பனியால் சூழ்ந்து கிடந்தது. மார்கழி மாதம் என்பதால் மழைக்காலம் முடிவுற்று குளிர்காலம் தொடங்கி ஒரு வாரத்துக்கு மேல் ஆகிவிட்டிருந்தது. தப்படிச்சான்மூலையின் நடுத்தெருவில் தெற்குப் பார்த்த அந்த வீட்டில் நாலைந்து குட்டிகளோடு கறுப்பு நாய் ஒன்று மீன் கவுச்சியை நுகர்ந்துகொண்டு நின்றது.

கலியமூர்த்திக்கு பத்து நாளைக்கு முன்பு ஓர் அரசியல் கட்சித்தலைவர் பிறந்த நாள் விழாவில் வாசிக்க அழைப்பு வந்திருந்தது. அதற்கு முன்பாக இரண்டு வாய்ப்புகள் கிடைத்தன. அதற்கு பிறகு ஒன்றுமில்லை. வீட்டிலேயே முடங்கிக் கிடந்தான். அன்றாடச் செலவுக்கு மேலும் கடன் வாங்கித்தான் நாட்களை நகர்த்த வேண்டியிருக்கிறது. கடைத்தெரு பக்கம் போனால் ஆட்கள் ஐந்து, பத்து என்று கேட்டு கை நீட்டுகிறார்கள். அதோடு பிராந்திக்கடை பக்கம் போனால் போதும், “எனக்கு ஒரு பாட்டில் இன்னக்கி வாங்கி கொடு” என்று நச்சரிக்கிறார்கள். அதற்கு பயந்துகொண்டு எவராவது போனால் அவர்களிடம் பணத்தைக் கொடுத்து அனுப்பிவிட்டு சத்தம் போடாமல் குடித்துவிட்டு படுத்துவிட வேண்டியிருக்கிறது.

வாசலில் எவரோ வந்துநிற்பது போல தெரியவும் எட்டிப் பார்த்தான். லதா வாங்க வாங்க என்று வாசலைப் பார்த்து வசந்தாவை அழைத்தாள் என்றாலும் அவள் முகத்தில்

மலர்ச்சியில்லை. கீச்சு கீச்சுவெனப் பேசும் குரலில் இறுக்கம் கூடியிருப்பதை அவன் உணர்ந்தான்.

"மூர்த்தி" என்று குரல் கொடுத்துக்கொண்டே உள்ளே நுழைந்தாள்.

"வசந்தா எப்படியிருக்கே.. அவரு நல்லாயிருக்கப்புளயா...."

"இருக்காரு.. மருந்து மாத்திரையில தான் ஓடிக்கிட்டு இருக்கு குடும்பத்தை விட்டுட்டு என்னை நம்பி வந்த மனுசனை எப்படி கைவிடுறது ஏதோ ஓடிக்கிட்டு இருக்கி"

பாப்பா கலியமூர்த்தியை ஊடுருவிப் பார்த்தாள். அவள் பார்வையின் அரத்தம் புரிந்தவன் மிக எச்சரிக்கையாக நடந்துகொண்டான்.

வசந்தாவின் முகத்தைப் மீண்டும் ஊடுருவிப் பார்த்தான்.

வசந்தா சட்டென்று திண்ணையில் இவன் அருகே அமர்ந்து பேசத்தொடங்கினாள். அதே முகம். பொலிவு மெல்லக் குறைந்திருந்தது. கண்களுக்கு கீழே கருவளையம் படர்ந்திருந்தது. நரை அதிகமாகியிருந்தது. ஆனால் உடம்பு கட்டுக்குலையாமல் இருந்தது. வெற்றிலை பாக்கு பழக்கத்தால் பற்களில் கறை. ஆனால் அன்று பார்த்த அதே பிரமிப்புடன் வசந்தாவை இப்போதும் பார்த்தான்.

பாப்பா சுத்தம் செய்த மீன்களை எடுத்துக்கொண்டு சமையலறைக்குள் நுழைந்தவள், ஒருகணம் திரும்பி பேசிக்கொண்டிருக்கும் வீட்டுக்காரனையும் அவளையும் பார்த்தாள். பொழுது விடிந்தும் பனியின் தாக்கமும் குளிரும் குறைந்திருக்கவில்லை. அங்களாம்மன் கோவிலில் கட்டியிருந்த கூம்பு வடிவ ரேடியாவில் சீர்காழி கோவிந்தராஜன் முருகனை மனமுருகிப் பாடிக்கொண்டிருந்தார்.

வசந்தா இவன் முகத்தைப் பார்த்து சற்று கிசுகிசுப்பான குரலில், "நகை இருந்தா கொடுங்க... அடகு வெச்சிகிறேன்.. அந்த ஆளுக்கு மருந்து மாத்திரை வாங்க காசில்ல.. மாசி முன்கோப்புல எப்படியாச்சும் புரட்டி மீட்டு தர்றேன். இவ்வளவு காலம் அவரை வெச்சி வரவு செலவு செஞ்சாச்சு இனிமே அவரை கண்டுகாம விட்டாக்கா ஊரு ஒலகம் என்னா சொல்லும்"

மூர்த்தி பதிலேதும் சொல்லாமல் அவள் முகத்தைப் பார்த்தான். சங்கடமாக இருந்தது. என்ன பதில் சொல்லுவது என்று தெரியவில்லை.

அப்போது ஓர் ஆண் நாய் இரண்டு குட்டிகளோடு மீன் கழிவுகளைத் தின்றுக்கொண்டிருந்த பெண் நாயை ஆக்ரோஷமாகப் பாய்ந்துவந்து கடித்துக் குதறியது. குட்டிகள் பயத்தில் அலறின.

திண்ணையில் இருந்து எழுந்து போய், நாயை குச்சியைக் காட்டி விரட்டினான். மெதுவாக சூரியன் மேலேழுந்து கொண்டிருந்தது. ஆனாலும் பனி வயல்வெளியெங்கும் வெண்மை பூசியிருந்தன. வசந்தா தனது தலையைத் தொட்டுப்பார்த்தாள். பனியின் ஈரம் முடிக்கற்றைகளில் கோர்த்து இருந்தது. ஆனாலும் அது ஒன்றும் பெரிதாக தெரியவில்லை. மூர்த்தி முகத்தில் பதட்டம் மின்னியது. இதனை அவன் சற்றும் எதிர்பார்க்கவில்லை. அவள் முகத்தை குழப்பமாகப் பார்த்துவிட்டு, "என்கிட்டே ஒண்ணுமில்ல அவ கிட்டே கேளு. அவளப் பத்திதான் உனக்கு தெரியுமே.... ம்.. அவ எப்போ என்ன நினைப்பாளோ யாருக்கு தெரியும்? அதான் எனக்கு தெரியாத மாதிரி, அவள தனியா அழைச்சிகிட்டு போயி கேளு புரியுதா? போன வாரம் அவ ரெண்டு கிராம் மோதிரத்தை நான் வாங்கி அடகு வெச்சுட்டேன்" என்றான் கிசுகிசுப்பாக.

புறவாசலுக்குப் போய் பாப்பா, டீ போடும் பித்தளை குண்டானை கழுவி எடுத்து வந்தாள். வந்த வேகத்தில் மீண்டும் தம்ளரை எடுக்க மீண்டும் நுழைந்தாள். பாத்திரங்கள் கனத்த ஓசையெழுப்பின. "இந்த பூனைங்களுக்கு கவுச்சி வடை அடிச்சா போதும் சுத்தி சுத்தி வருங்க" என்று சொல்லிக்கொண்டே வெளியே வந்தாள்.

மூர்த்தி தவிலின் வாரைப் பிடித்து ஒழுங்குப்படுத்தி அடித்து சுதி பார்த்தான். டங்ன் டங்ன்.. என சுதி இறுகியது. பெண் குழந்தைகள் இரண்டும் எழுந்து வந்து வசந்தாவை நலம் விசாரித்தார்கள்.

'கேட்காதவள் வந்து கேட்கிறாள்'. தவிலில் மீண்டும் பொய்யாக ஓசையை எழுப்பிப் பார்த்தான்

லதா வந்து நின்றாள் "சொல்லுக்கா.. காத்தலையே இந்த பக்கம்"

சொல்ல வாயெடுத்து நிறுத்திக்கொண்டாள். கலியமூர்த்தி தவிலால் தட்டி டும்..டும்.. என அடித்து ஓசையெழுப்பிக் கேட்கச்சொல்லி சமிக்ஞை செய்தான். தவில் வாசிப்பவர்களுக்கும் ஆடுபவர்களுக்குமான ரகசிய மொழி அது. வாசிப்பவர்கள் தங்களுக்கு சோர்வு ஏற்படும் போது குறைவான சத்ததை எழுப்பினால் ஆடுபவர்கள் அதனைப் புரிந்துகொண்டு கூட்டத்தில் இருந்து எவ்வளவு விசில் சத்தம் வந்தாலும் வேகமெடுத்து ஆடமாட்டார்கள். அதேபோல ஆடுபவர்கள் ஆடமுடியாது கால் வலிக்கும்போது காலில் அணிந்திருக்கும் சலங்கையை தரையில் வைத்து இரண்டு முறை குலுக்கினால் அடியின் வேகத்தைக் குறைப்பது தொடங்கி சாப்பிடுவது, சம்பளம் அதிகம் கேட்பது வரை பல சங்கதிகள் அதில் உண்டு.

'இஞ்ச வா.. ஒரு செய்தி இருக்கு...' என்று பாப்பாவைப் பக்குவமாகப் பேசி அழைத்துக்கொண்டு போனாள் வசந்தா. இவன் வார் பிடிப்பதை நிறுத்திவிட்டு கதவோரமாக பேசிக்கொண்டிருப்பவர்களைத் திண்ணையில் இருந்து எட்டிப் பார்த்தான். அவர்களின் பேச்சு வார்த்தை அவ்வளவு துல்லியமாகக் கேட்கவில்லை. சில நிமிடங்களில் இருவரும் திரும்பி வந்தார்கள். வசந்தாவின் முகம் இறுகியிருந்தது. உட்கார்ந்தாள். "வெத்தலை பொட்டலத்தை கொடு" என்றாள். மூர்த்தி எடுத்துக் கொடுத்தான். பொட்டலத்தைப் பிரித்து ஒரு வெற்றிலையை எடுத்து அதில் இருந்த நீரை புடவை முந்தனையால் துடைத்தாள். பாப்பா திண்ணையின் எதிர்முனையில் அமர்ந்து மௌனமாக இருந்தாள். இவனுக்கு தொண்டைக்குள் ஒரு வறட்சி..

"பாப்பா.. கொஞ்சம் தண்ணி கொடு" அவள் உள்ளே போனாள்.. இடுப்பு பெல்ட்டில் இருந்து இரண்டு நூறு நோட்டுக்களை எடுத்துக் கொடுத்தான். வாங்கி மார்பில் மறைத்து வைத்துக்கொண்டாள். பாப்பாவிடம் தண்ணீரை வாங்கி சொம்பைத் தூக்கிவைத்து மடக் மடக் எனச் சத்தம் எழுப்பியபடி குடித்தான். அவள் கண்கள் சிவக்க இவனைப் பார்த்தாள்.

'கிளம்புறேன்' என்று வசந்தா சொன்னபோது அவள் குரல் உடைவதை கவனித்தான்.

வாசலில் இறங்கி கண்களில் தேங்கி நின்ற கண்ணீரைத் துடைத்துக்கொண்டாள். ஒருதடவை திரும்பிப் பார்த்து தலையசைத்தாள். கைகளை அசைத்து நடக்கத் தொடங்கினாள்.

"அந்த சிறுக்கி எதுக்கு இஞ்ச வர்றா? எவனும் கிடைக்கலையா.. இவளால எத்தினி குடும்பம் அழிஞ்சிருக்கு.. நாக்கை புடுங்கிப் போடற மாதிரி கேட்டிருப்பேன்.. வீடுதேடி வந்ததுனால சும்மா விட்டேன்."

"வேலையை பாரு.. நமக்கும் இப்படியொரு நெலை வராதுன்னு என்ன நிச்சயம்?"

"நீயும் அவள நக்கிப் பாத்தவன் தானடா.. அப்புறம் எப்புடி பேசுவே...?" சட்டென்று வார்த்தைகள் வெடித்துவந்து விழுந்தன

உட்கார்ந்திருந்தவன் எழுந்து அடிக்க ஓடினான். மகள்கள் வந்து குறுக்கே நின்றார்கள். இவன் திரும்பி புறவாசல் வழியாகக் கொல்லைக்கு வந்தான். மரத்தில் அமர்ந்திருந்த நாலைந்து காகங்கள் இடைவிடாது கரைந்தன.

சிறிய பஸ் ஸ்டாப்பில் வசந்தா பஸ் பிடிக்கக் காத்திருந்தாள். பனி விலகி உடலுக்கு இதம் தரும் வெயில். வயிறு பசிப்பது போலிருந்தது. பணத்தை மாற்ற மனமில்லை.

"ஆடாத ஆட்டம் நாங்க ஆடுறோம்

போகாத ஊருக்கெல்லாம் நாங்க போகுறோம்

அப்படியும் கால் காசு ஒட்டலையே கடவுளே!

கருணையிருந்தா கண் தொறந்து பாரும்மே"

திடீரென்று அந்தப் பாடல் ஞாபகத்தில் வர முணுமுணுத்துக்கொண்டாள். ஞாயிற்றுக்கிழமை என்பதால் பஸ் ஸ்டாப் வெறிச்சோடிக் கிடந்தது. சற்று தொலைவில் இருந்த டீக்கடையில் சிலர் நின்று பேசிக்கொண்டு இருந்தனர். அதிலிருந்த ஒருவன் இவளைப் பார்த்து நடந்து அருகில் வந்தான். குறவன் குறத்தி ஆட்டத்தில் அதிகளவில் சில்மிஷம்

கூடிவிட்டால் பபூனை அடித்து உதைத்துக்கொண்டே இந்தப் பாடலை எட்டியலூர் மானங்கணி பாடுவார். அவரின் கணீர் குரல் கலகலப்பை அப்படியே உறையச் செய்துவிடும்.

அவன் இவள் அருகில் வந்தான். "என்னா.. வசந்தா, நல்லாயிருக்கியா... அவன் எப்படியிருக்கான் என் பங்காளி... அப்பவே நான் சொன்னதை கேட்டியா.. என்னோட வந்திருந்தா.. இப்படி மூக்கு மொட்டயா, காது மொட்டையவா வெச்சிருப்பேன்? ராசாத்தி மாதிரியில்ல..."

"போடா உன் ஜோலிய..பார்த்துகிட்டு.."

எதிரே வந்த மினி பஸ்சில் வேகமாக ஓடிப்போய் ஏறினாள்.

29

வாயில் குதப்பிக்கொண்டு இருந்த வெற்றிலையை காறித் துப்பிவிட்டு வந்து தவிலைச் சரிசெய்து விட்டு கலியமூர்த்தி எழுந்தான். வசந்தா கண்களைக் கசக்கிக்கொண்டு போனது ஒரு படக்கட்சி போல அடிக்கடி காட்சியாகி மறைந்தது. கொல்லைக்குப் போய் பல் துலக்கினான். சமையறையில் இப்போது பாத்திரங்கள் குதித்துவிழும் சத்தங்கள் கேட்டன. வீட்டின்தென்புறத்தில் போடப்பட்டிருந்த கீற்றுக்கொட்டகையில் கிடந்த சூப்பர் எக்ஸலை எடுத்தான். மண் சட்டியில் மீன்குழம்பைத் தாளித்திருந்தாள். வெப்பம் அதிகமாகி வெந்தயம் கருகியது .கூட்டி வைத்திருந்த குழம்பை சட்டியில் ஊற்றிவிட்டு வெளியே தெரிந்த அவள் முகம் யோசனையில் உறைந்திருந்தது. வண்டியைக் காலால் இரண்டு தடவை உதைத்தான். புகையைக் கக்கிக்கொண்டு சடசடத்தது. ஏறி அமர்ந்தான். தப்படிச்சான் மூலையைக் கடந்து, வடக்கே திருவையாறு சாலைக்கு வண்டி போனது. அங்குதான் கடை இருந்தது. காலையிலேயே ஆங்காங்கே ஆட்கள் உட்கார்ந்து குடித்துக்கொண்டிருந்தார்கள். இவனைக் கண்டதும், பிளாக்கில் சரக்கு விற்பவன், “என்னாச்சி காலையில இந்த பக்கம்” என்றான்.

“ஒரு குவார்ட்டர் கொடுப்பா” நோட்டுக்களை அவனிடம் நீட்டினான். ஒரு பிளாஸ்டிக் கப், மாங்காய் ஊறுகாய், தண்ணீர் பாக்கெட் போன்றவற்றை வாங்கிக்கொண்டு வடக்குப்புறமாக நடந்து ஆற்றின் கரைக்கு வந்தான். சூரியன் மெல்ல மேலேழுந்து குளிரை விரட்டிக்கொண்டிருந்தது. புற்கள் இல்லாத இடத்தில் அமர்ந்தான். பாட்டில் மூடியைத் திறந்து ஏதோ ஒரு வேகத்தில் விட்டெறிந்தான். திரவத்தை ஊற்றி நீரைக் கலந்தான். ஊறுகாயை முகர்ந்துகொண்டு ஒரே மூச்சில் அரை பாட்டில் ரம்மையும் குடித்தான். திரவம் எரிச்சலோடு தொண்டைக் குழிக்குள் இருந்து கீழிறங்கியது.

“எவ்வளவு பெரிய ஆட்டக்காரி.. எத்தனை சம்பாத்தியம்.. அவ்வளவையும் இழந்துட்டு நூறு, இருநூறுக்கும் அலையுறா... காரைக்குடியில இவ ஆட்டத்தை பார்த்த செட்டி ஒருத்தான்

என்கூட வந்துடு, உன்னை நான் கட்டிக்கிறேன். ஒரு மச்சு வீடு, நாலு ஏக்கர் நெலம், 50 பவுன் நகை போடுறேன் அப்படின்னு சொன்னான். அதுக்காக இவ அலட்டிக்கலியே... இது மாதிரி எத்தனை பேர பாத்தவ.. கந்தவக்கோட்டை ஜமீன் ஒரு ராத்திரி ஆட்டத்துக்கு இவளுக்கு மட்டும் 10 ஆயிரம் கொடுத்தான் அந்த காலத்துலேயே. இன்னக்கி அதுக்கு என்ன மதிப்பு? இதுமாதிரி எத்தனை ஆயிரங்கள்... காசை பத்தி கவலைப்படாத பாவி இவ.. ஆட்டமுன்னு சொன்னா.. நிகழ்ச்சிக்கு பேசுற தொகையை விட ரெண்டு மடங்கு அன்பளிப்பே வரும்.''

மீதியுள்ள பாட்டிலையும் குடித்துவிட்டு கணநேரத்தில் ஏற்பட்ட உற்சாகத்தில் பாட்டிலை விட்டெறிந்தான். இவனது அப்பா தஞ்சாவூர் அமைதிராஜன் பார்ட்டியில் ரவண சட்டி வாத்தியம் அடித்துக்கொண்டிருந்தார். அப்பாவின் கூட்டாளி பூலாங்கண்ணன்தான் தப்படிச்சான்மூலைக்கு அப்பாவைப் பார்க்கவரும் சமயத்தில், ``பயலை நல்ல வித்துவானா பார்த்து அனுப்பி வை... முகத்தில நல்ல களை இருக்கு. எதிர்காலத்துல பெரிய ஆளா வருவான்'' என்று சொன்னார்.

``நம்ம ஆளுகிட்டே அனுப்பலாம்.. ஆனா அவருக்கு குடிக்கவும் கூத்தியா வூட்டுக்கு போறத்துக்குமே நேரம் போதல'' என்று இவனுடைய அப்பா கூத்தன் சலித்துக்கொண்டார். அதன் பிறகு நீடாமங்கலம் 'கோடையிடி' கோவிந்தனிடம் சேர்த்துவிட்டார். இரண்டு வருட காலத்திலேயே தவிலை மாட்டிக்கொண்டு நைய்யாண்டி சத்தம் வைக்கும் அளவுக்குத் தயாராகிவிட்டான்.

காட்டூர் காளியம்மன் கோவில் திருவிழாவில்தான் முதன்முதலாக பழனிவேலு கோஷ்டியுடன் சேர்ந்து பெரிய அளவில் ஏற்பாடு செய்து கிராமியக் கலை நிகழ்ச்சியில் வாசிக்கும் முதல் வாய்ப்பு கிட்டியது. அன்று கோடையிடி பார்ட்டியில் வாசிக்கும் முருகனுக்கு உடல்நிலை சரியில்லாமல் போனது. உடனே ஆள் பிடிக்க முடியவில்லை. கலியமூர்த்தியை வைத்துச் சமாளித்துக் கொள்ளலாம் என்று கோடையிடி முடிவெடுத்தார். இவர்கள் இந்த ஊருக்கு வந்த மதியப்பொழுதில் இருந்து மைக்கில் வசந்தாவின் புகழ்பாடிக்கொண்டிருந்தார்கள்.

நவரச நாயகி, கட்டழகி, மெட்டழகி, தஞ்சாவூர் குறத்தி இளமொட்டு வசந்தாவும் கட்டழகன் காந்தக்குரல்காரன் குறவன் எட்டியலூர் மாணங்கணியின் குழுவினரின் ஆட்டம் வெகு விமரிசையாக நடைபெறும் என்று அறிவித்தார்கள். வட்டமாக மைதானம் அமைத்து மேடான பகுதியில் நின்று ஆட அரங்கம் அமைக்கப்பட்டிருந்தது. அதில் முக்கிய நிர்வாகிகள் மட்டுமே அமர அனுமதிக்கப்பட்டிருந்தனர். கோயில் வளாகத்தில் சாப்பாடு எல்லாம் முடிந்து தவிலும் கிளார்நெட் குழுவினர் மட்டுமே வந்து வாசிக்கத் தொடங்கினார்கள். அப்போது இரவு பத்து மணி தொடங்கியிருந்தது. இவர்கள் வந்து ஒன்றரை மணிக்கு மேல் இடைவிடாது வாசித்துக்கொண்டிருந்தனர். கோடையிடி கோஷ்டியினரும் பழனிவேலு குழுவினரும் போட்டி போட்டுக்கொண்டு அதிரடித்துக்கொண்டிருந்தார்கள்

இவன் தோளில் மாட்டிக்கொண்டு தனது குருவுக்கு வணக்கம் சொல்லி அவர் காலில் விழுந்து ஆசிர்வாதம் பெற்றுவிட்டு அடிக்கத் தொடங்கினான். தஞ்சாவூர் ஜில்லாவுக்கு என்று தவில் வாசிப்பில் தனித்த வாசிப்பு முறை உண்டு. ஆனாலும் அதனைப் பொதுவாகக் கற்று தேர்ந்திருக்கும் வித்வான்கள் அதனுடன் தங்களுக்கு என்று தனித்த இசையை எழுப்பி பேர்வாங்குவார்கள். அது எதிர்காலத்தில் பட்டப்பெயராகக் கூட அமையும். அப்படி அமைந்ததுதான் கோடையிடி என்ற பெயரும்கூட. அவர்களோடு அடித்துக்கொண்டிருந்தான். கூட்டம் அதிகமாகிக்கொண்டிருந்தது. சுற்றுவட்டாரப் பகுதிகளில் இருந்து மாட்டு வண்டியில் கும்பல் கும்பலாக வந்தார்கள். இளைஞர்கள் சைக்கிளில் வந்து குவிந்தார்கள். 11 மணிக்கு சிவன், வீரன், காளி ஆட்டம் தொடங்கியது. கிட்டதட்ட ஒருமணி நேரம் இடைவிடாது ஆடிக் களைத்தார்கள். அன்று மொத்தம் 13 தவில், 5 கிளாரிநெட், 3 ரவணம், 5 கரக ஆட்டக்காரிகளில் 2 குறத்திகள், 3 பபூன்கள், 2 குறவன்கள். இதுபோன்ற பெரிய நிகழ்ச்சி சில குறிப்பிட்ட இடங்களில் மட்டும்தான் நடக்கும். கண்ணுக்கு எட்டியவரை கூட்டம். கோடையிடி தனக்கு எதிராக இவனை நிற்கவைத்தார். வான் இடியைப் போன்ற ஓர் அதிபயங்கர சத்தத்தை எழுப்பி அதனைச் சட்டென்று நிறுத்தி சீரான வாசிப்பின் ஊடே ஒரு

பலத்த அடியை மீண்டும் அடித்து எதிரில் வாசிக்கும் சத்தத்தை அர்த்தமிழக்கச் செய்யவேண்டும். தூரத்தில் இருந்து இதனைக் கேட்பவர்கள் இடி இடிக்குது, மழை வரும்போல என்று சொல்வார்கள். அதேபோன்ற பாணியைத்தான் தனது சிஷ்யர்களுக்கும் சொல்லிக் கொடுத்துக்கொண்டிருந்தார் கோடையிடி.

சதைப்பற்று இல்லாமல் 'அளக்கு' போன்ற மெல்லிய உடல்வாகைக் கொண்ட கலியமூர்த்தி தவிலை மாட்டி கோடையிடியின் சத்ததைப் பின்தொடர்ந்து வாசிக்கத் தொடங்கினான். எதிரே அடித்துக்கொண்டிருந்த பழனிவேலு, 'அட ஒக்காலி.. பய கோடையிடியை தாண்டிடுவான் போலிருக்கு. நரம்பு மாதிரி இருந்துகிட்டு என்னா அடி அடிக்கிறான்' என்று துள்ளிவந்து இவன் அருகே நின்று அடிக்கத் தொடங்கினார்.

வாலிபர்கள் பபூன் கூடூர் சண்முகத்தை ஊற்சாகமூட்டும் வகையில் விசிலடித்தும் ஊளையிட்டும் குரல் கொடுத்துக்கொண்டிருந்தார்கள். ஆட்டக்களத்தில் அனல் பறக்கத் துவங்கியது. அன்பளிப்புகள் கொடுப்பவர்கள் பணத்தை கிராம நிர்வாகியிடம்தான் கொடுக்க வேண்டும் என்று அறிவிப்பு செய்தார்கள். இதற்கு இளைஞர்கள் மத்தியில் எதிர்ப்பு கிளம்பியது. கூட்டத்தில் துள்ளி குதித்தெழுந்த ஹிப்பி வைத்து கறுப்புச் சட்டையணிந்த இளவட்டம் ஒருவன் 'முடியாது நாங்கள் ஆடுறவங்களுக்கு நாங்க குத்திதான் விடுவோம்' என்று குரல் கொடுத்தான். அப்போது அவனை இரண்டு பேர் சமாதானம் செய்து அமர வைத்தனர்.

கோடையிடி குடிப்பிரியர் போதை இறங்கும்போது குடித்துவிட்டு வந்து ஆக்ரோஷமாக அடித்துக்கொண்டிருந்தார். கிளாரிநெட் வாசிப்பவர்கள் புதிய, பழைய பாடல்களை மாற்றி மாற்றி வாசித்தனர். கரகங்களுடன் மூன்று ஆட்டக்காரிகள் போட்டியிட்டுக்கொண்டு ஆடினார்கள். அடிக்கடி தவில் கோஷ்டியினர் இடையே வாசிப்பதில் போட்டி ஏற்பட்டது. பபூன் ஆட்டக்காரிகள் இடையே குறுக்கே நெடுக்கே புகுந்து போக்கு காட்டி அவர்களின் உறுப்புகளைப் பிடிப்பதுபோல பாவனை செய்து சிரிப்பலையை

உருவாக்கினான். ஆட்டக்காரர்கள் அமர்க்களமாக ஆடிக்கொண்டு இருந்தார்கள். அப்போதுதான் அந்தச் சம்பவம் நடந்தது.

30

திடீரென்று கோடை மழை பிடித்துக்கொண்டது. இடியும் மின்னலும் கீழ்வானில் இருந்து இறங்கியது. எள்ளுக்கு மழை ஆகாது. பூக்கள் எல்லாம் கொட்டிவிடும். அடித்து பெய்த மழையில் ஆளோடி வரை வந்து காற்றுடன் சாரல் அடித்தது. ஊரில் அம்மனுக்கு காப்பு கட்டினால் நிச்சயம் சிறு தூறல் விழாமல் இருக்காது என்று மயில் ராவணன் சொன்னார். "அந்த பய எங்கே" என்று எரிச்சலுடன் மகனை கேட்டார். "கோவில்லதான் இருப்பான்" என்று சொல்லி சமாளித்தாள். "சம்மந்தி வீட்டுல கல்யாணத்துக்கு பத்திரிக்கை எல்லாம் ரெடி பண்ணிக்கிட்டு இருக்காங்களாம். நம்ம சொந்தபந்தம் பேர எழுதிக்கொடுக்கணும். இருவீட்டார் அழைப்புன்னு ஒன்னு. தனியா ஒன்னு அடிக்கணும்" என்றார்.

ராவணன் சொன்னது அவளுக்குப் புரியவில்லை. குழப்பத்துடன் அவரைப் பார்த்தாள்.

பத்திரிகை பற்றி பேசினாலும் அவரது மனம் பூராவும் எல்லாம் எள் வயல் சுற்றியே இருந்தன. ஒருமணி நேரம் விடாது மழை பெய்ந்தது. திண்ணையில் இருந்து எட்டி வானத்தைப் பார்த்தார். வடப்புற வானில் வானவில் விழுந்திருந்தது. கோடைக்காலத்தில் அதனைப் பார்க்க முடியும். அத்தனை துல்லியமாக தெரிந்தன. அதனைக் கண்டதும் கனத்து போயிருந்த அவனது மனம் லேசாகிவிட்டிருந்தன. கொட்டலில் கிடந்த மாடுகள் பசியில் கத்தின. கோவில் திருவிழாவுக்கு காப்பு கட்டியதிலிருந்து தனது மாணவர்களுக்கு பயிற்சி அதிக நேரம் கொடுத்துக்கொண்டு இருக்கிறார். இந்த வருடத்துடன் பயிற்சியை நிறுத்திவிடலாம் என்று முடிவெடுத்து இருந்தார்.

மனைவி டீ கொடுத்துவிட்டு போனாள். சாரலுடன் பெய்யும் மழைக்கும் இந்தச் சூழலுக்கும் அத்தனை வசீகரமானதாக இருந்தது. இந்த வருடம் மாணவர்களை மோதவிட்டு பலப்பரீட்சை பார்க்கக் கூடாது. அவர்கள் கற்ற கலையை தனித்தனியே காட்டினால் போதும் என்று மாணவர்களிடம் தெரிவித்து இருந்தார். இதுதான் சரி என்பது போல அவர்களும் ஆமோதித்து இருந்தார்கள்.

அரைமணி நேரத்தில் மழைவிட்டதும் புல்லறுவை எடுத்துக்கொண்டு சைக்கிளில் வயலுக்குக் கிளம்பினார்.

மழை எல்லாவற்றையும் கழுவிட்டது போல பெய்திருந்தது. மேய்ச்சலுக்குப் போயிருந்த ஆடுகள் நனைந்தபடி திரும்பிக்கொண்டிருந்தன. வண்டல் மண்ணின் வாசம் கிளர்ந்துகொண்டிருந்தது. தார் போட்டு பெயர்ந்து போயிருந்த சாலையில் சிறுகற்கள் அங்கங்கே சிதறிக்கிடந்தன. கோவில் வழியாக போனார். அங்கே இருந்த இளைஞர்கள் கூட்டத்தில் சந்திரன் இருக்கிறானா? எனப் பார்த்தார். அவனை மட்டும் காணவில்லை. எங்கே போயிருப்பான்? இன்னும் சில நாட்களில் திருமணம். பொறுப்பு என்பது அறவே இல்லை என்று அவன்மீது கோபமாக வந்தது. கொட்டிலில் வாயில்லா ஜீவன்கள் கத்திக்கொண்டு கிடக்கின்றன. நாளை நாம் இல்லையென்றால் இவன் எப்படி பிழைப்பான். ஒரு மண்ணுக்கும் லாயக்கில்லாத பயலாக இருக்கிறான். கோவிலைத் தாண்டிச் சென்றபோதுதான் சம்மந்தி வீட்டில் இருந்து வந்தால் என்ன பதில் சொல்வது என்று தோன்றியது. உடனே வயலுக்குப் போவதை தவிர்த்து திரும்பினார். கோவிலுக்கு வந்து அங்கே இருக்கும் இளைஞர்களைப் பார்த்து, "சந்திரன் எங்கே?" என்று விசாரித்தார். கோவில் பூஜை சாமன்கள் வாங்க கிராம முக்கியஸ்தர்களுடன் சென்று இருப்பதாகச் சொன்னார்கள். அவன் வந்தால் உடனே வீட்டுக்கு வரச்சொல்லுங்கள் என்று சொல்லிவிட்டுத் திரும்பினார். வாசலுக்கு வந்தபோது சம்மந்தி வந்திருந்தார். நல்லதா போச்சு என்று அவரை வரவேற்றார். திருமண நிகழ்ச்சி குறித்தும், பத்திரிகை பற்றியும் பேசினார்கள். இவருக்கு தெரிந்த பேர்களை பத்திரிகை அடிக்க குறித்துக் கொடுத்தார். மாப்பிள்ளை எங்கே என்று நாலைந்து தடவை சம்மந்தி கேட்டுவிட்டார். கோவில் விஷயமாகப் போயிருப்பதாகச் சொன்னார். நேரமாகியிருந்தது. சந்திரனைக் காணாத ஏமாற்றத்துடன் அவர் கிளம்பிப்போனார். அவர் போகும்போது... "எங்க வீட்டுல போன் வெச்சிருக்கோம்... நீங்களும் வெச்சிக்கிட்டா சின்ன விஷயத்துக்கும் அலைய வேண்டி இருக்காது" என்று சொன்னார். ராவணன் பதிலுக்கு "பாக்கலாம்" என்று சொன்னார். அவர் டிவிஎஸ் 50-ல் கிளம்பிப் போனார்.

அவர் போன பிறகு, “பாத்தியாடி.... உன் புள்ள லெட்சணத்த” என்று சொல்லிவிட்டு இடைவிடாது கத்திக்கொண்டு இருக்கும் மாடுகளுக்கு தண்ணீர் வைத்து வைக்கோல் அள்ளிப்போட்டு விட்டு வந்து குளித்துவிட்டு நாற்காலியில் அமர்ந்திருந்தார். அப்போது சந்திரன் குளித்துவிட்டு நெற்றியில் திருநீறு பட்டையோடு வந்துகொண்டிருந்தான். அவனைக் கண்டபடி திட்ட வேண்டும் என்று தோன்றியது. ஆனால் ஏனோ வந்த வார்த்தைகளை அடக்கிக்கொண்டார்.

31

வெகுநாளைக்குப் பிறகான இதுபோன்ற காலைநேரக் குடி கலியமூர்த்திக்கு அதிகமான மனக்குலைவை ஏற்படுத்தியது. டூ விலரை எடுத்துக்கொண்டு வசந்தா வேகமாக வீட்டுக்கு கிளம்பினான். அப்போது அவள் வீட்டு வாசலில் இரண்டு பெண்கள் அவளுடன் பேசிக்கொண்டு நின்றனர். "மனசு செரியில்லிங்க... ஒரு மாதிரியா.. மனசு கிடந்து அடிச்சுக்குது..." என்று சொல்லிக்கொண்டு இருந்தவள் இவனது வண்டிச்சத்தம் கேட்டு திரும்பிப் பார்த்தாள். இவன் சிரித்துக்கொண்டே வண்டியை நிறுத்தினான்.. .

சண்முக சுந்தரம் படுக்கையில் கிடந்தார். கிழக்கு பார்த்து இருந்த அந்த சிறிய கான்கிரீட் வீட்டில் மூன்றே அறைகள்தான். கடைசியாக இருந்த அறையில் சமையல், முகப்பில் கதவில்லாத அறை, அதனைத் தாண்டி கனசதுர அமைப்பில் இருந்த மற்றொரு அறையில் ஒரு மரக்கட்டிலில் அவர் படுத்துக் கிடந்தார். ஆறரை அடிக்கும் குறையாத உயரம் கூன்விழுந்து போயிருந்தது. திடகாத்திரமான உடல் தளர்ந்துபோய் வாயிலிருந்து ஊன்நீர் வடிந்துகொண்டிருந்தது. இருமி சளி துப்ப, திரணியற்று அடிக்குரலில் ஓசையிட்டுக்கொண்டிருந்தார். மேல்மூச்சு கீழ்மூச்சு அடிக்கடி வாங்கியது. டாக்டர்கள் நல்லது கெட்டதுகளை வாங்கித் தரச்சொல்லி மூன்று மாதம் ஆகிவிட்டது. உடல் நிலை சரியில்லை என்று எத்தனையோ தடவை அவர் மனைவி மக்களுக்கும் தகவல் சொல்லி அனுப்பியும் ஒருவர்கூட வந்து பார்க்கவில்லை.

ஜன்னலோரத்தில் கையில் இருந்த மணிபர்ஸை வைத்துவிட்டு வீட்டுக்குள் நுழைந்து அவரைப் பார்த்தாள். அவரது முகம் கறுத்துப் போய்விட்டிருந்து. 'டீ போடுறேன். குடிக்கறியா' என்றாள். அவர் பதிலேதும் சொல்லாமல் இவளைப் பார்த்துவிட்டு தலையைக் கவிழ்த்துக்கொண்டார். இவன் உள்ளே சென்று அவரைப் பார்க்க விருப்பம் இன்றி திண்ணையில் கிடந்த சிறிய நாற்காலியில் அமர்ந்தான்.

கரூர் பக்கத்தில் நிகழ்ச்சி நடத்த வேண்டும் என்று இருபது வருடங்களுக்கு முன்பு பொங்கல் கழிந்த மூன்றாவது நாளில்

ரெட்டிப்பாளையம் கூத்தண்டவன் கோஷ்டியை சேர்ந்த ஆறுக்குட்டிதான் சண்முக சுந்தரத்தையும் அவரது ஊர்காரர்களையும் அழைத்துக்கொண்டு வந்தான்.

“வர்ற வைகாசியில இவுங்க ஊர்ல நடக்குற வைகாசி அம்மன் கோவில் திருவிழாவுக்கு நீங்க அவசியம் வரணும்னு இவுங்க ஆசைப்படுறாங்க... உங்க ஆட்டத்தை திண்டுக்கல்ல பாத்தாராம்.. அதான் அண்ணன் அனுப்பி விட்டுச்சி.”

சரிங்க.. நீங்க நம்ப ஊருக்கு வாங்க.. உங்களுக்கு ராஜ மரியாதை நாங்க செய்யுறோம். அப்படி வந்தவர் தனது வாழ்க்கைக்குள் வருவார் என்று கனவில்கூட நினைத்துப் பார்க்கவில்லை வசந்தா.

டீயைப் போட்டு எடுத்துக்கொண்டு வந்தாள். அவரால் எழுந்து உட்கார முடியவில்லை. கட்டிலில் கிடந்தவரை தோளில் கைவைத்து அணைத்து உட்கார வைத்தாள். எலும்பு துருத்திக்கொண்டு தெரிந்தது. தம்ளரில் டீயை சூடின்றி ஆற்றிக்கொடுத்தாள். அவர் வாய் கெட்ட வார்த்தைகளை உமிழ்ந்தன.

கலியமூர்த்தி இடுப்பில் சொருகியிருந்த வெற்றிலைப் பொட்டலத்தை எடுத்து வெற்றிலையில் சுண்ணாம்பைத் தடவினான். “டீ குடிக்கிறியா” என்றாள். வேண்டாம் என்று சைகையால் காட்டினான். “காலையிலத்தான் குடிச்சிட்டியே” என்று சொல்லிவிட்டு உள்ளே போனாள்.

கூட்டம் கட்டுக்கு அடங்காமல் போய்க்கொண்டிருந்தது. ஆட்டம் நடைபெறும் மேட்டைத் தவிர நாலாபுறமும் நிரம்பி வழிந்தது. ஒப்பனை அறையில் இருந்து குறவன்கள் எட்டியலூர் மாணங்கணியும் கொடிக்கால்பளையம் அப்துல்காதரும் போட்டி போட்டுக் விசிலடித்தபடி ஆட்டக்களத்துக்கு வந்தார்கள். ‘ஒ’வெனக் குரல் கொடுத்து “வந்தனமாம்... வந்தனம்... வந்த ஜனம் குந்தணும் வரும்போது வாங்கி வந்த வாசமுள்ள சந்தனம்” கட்டைக் குரலில் பாடி சூடாக்கினார்கள்.

மூன்றாம் ஜாமம் தொடங்கியிருந்தது. வாசிப்பவர்களுக்கு வணக்கம் செலுத்திவிட்டு மைக் அருகே சென்று கூத்துப் பாடல்களைப் பாடத்தொடங்கினார் மாணங்கனி. அப்போது

ஒப்பனை அறையில் இருந்து வசந்தா சலங்கைகள் அதிர பாய்ந்து அரங்கத்துக்கு வந்தாள். ஐந்தரை அடியை விட சற்று உயரமாக இருந்தாள். நீண்ட கரங்கள். அதில் கலர் கலரான வளையல்கள் மின்னியது. வட்டமான முகத்தில் பவுடர் ஏறிய சிவந்த நிறம் மேலும் வசீகரம் கூடியிருந்தது. கறுப்பும் வெள்ளையும் சமவிகிதத்தில் கலந்த பெரிய கண்களால் கூட்டத்தை நோக்கினாள். சற்று பெரிய உதடு. அதில் சாயம் கசிந்துகொண்டிருந்தது. கச்சிதமான உடல்வாகு முன்னழகும் பின்னழகும் ஒன்றையொன்று மிஞ்சுவதாகத் தெரிந்தது. சதைப்பற்று இல்லாத மெல்லிய இடை. பச்சைநிறப் பட்டுப்பாவாடை உடுத்தியிருந்தாள். அதற்கு ஏற்ற பச்சையும் சிவப்பும் கோடிட்ட ஜாக்கெட் அணிந்திருந்தாள். கால்களில் பெரிய சலங்கைகள். கழுத்தில் மணி மாலைகள். கூந்தலில் பறவையின் இறகுகளால் ஆன ஜடை பின்னி வட்டமாக எடுத்துக் கட்டப்பட்டு இருந்தது. அதில் தாழம்பூ வைக்கப்பட்டிருந்தது.

பார்வையாளர்கள் பெருங்குரலில் இவளைக் கண்ட குதூகலிப்பில் குரலிட்டு ஆரவாரம் செய்யத் தொடங்கினார்கள். குரு வணக்கம் செலுத்தி சுற்றிவந்து ஆடத்தொடங்கியிருந்தாள். அப்போது ஒரு பகுதியில் இருந்து நாலைந்து பூப்பந்துகள் பறந்துவந்து இவள்மீது விழுந்தன.

கிராம நிர்வாகி எழுந்து மைக்கைப் பிடித்து இதுபோன்ற செயல்களில் ஈடுபட வேண்டாம் என்று வன்மையாகக் கண்டித்தார். அப்போது இளைஞர்கள் விசிலடித்து ஊளையிட்டனர். ஆடிக்கொண்டே மைக் முன் வந்த வசந்தா "என் மச்சான்களா.. கொழுந்தன்களா.. ஆட்டத்தைப் பார்க்க வந்த என் ஆசை மாமன்களா..." என்று கனிவும் குழைவுமான குரலில் நெகிழ்ந்தாள். கோடையிடியும் பழனிவேலும் தங்களது தவிலில் தனித்த இசையை எழுப்பி ஊற்சாக எல்லைக்குள் கேட்பவர்களைத் தள்ளும் அபார அடியை அடித்துக்கொண்டிருந்தனர். அப்போது இரண்டு குறவன்களையும் பின்னுக்குத் தள்ளி வானத்துக்கும் பூமிக்குமாக எகிறி குதித்து ஒரு விசித்திர நடனத்தை ஆடிக்காண்பித்தாள். அப்போது கூட்டத்தின் தென்பகுதியில் இருந்து திடீரென்று

பெருத்த ஓலம். "டேய்.. கத்தியல குத்திபுட்டான்" என்று ஒருவன் கத்தினான். ஆட்கள் கூட்டத்தில் விலகி அங்குமிங்கும் தெறித்து ஓடத்தொடங்கினார்கள். என்ன கொலையா...? யாரோ கத்தினார்கள். கூட்டத்தில் கொஞ்ச நேரத்துக்குள் ஒரே குழப்பம் ஏற்பட்டது. யார் யாரையோ தாக்கிக்கொண்டனர். ஆங்காங்கே எரிந்துகொண்டிருந்த டியூப் லைட்கள் வெடித்துச் சிதறின. திடீரென்று ஜெனரேட்டர் ஆப் ஆகி ஒட்டுமொத்த ஆட்டக்களமும் இருளில் முழ்கியது. முகம் தெரியாது போய் ஒருவரை ஒருவர் தள்ளிக்கொண்டும் மோதிக்கொண்டும் கீழே விழுந்தும் ஓடத்தொடங்கினர். என்ன நடக்கிறது எவருக்கும் முழுமையாகத் தெரியவில்லை. பெரும் குழப்பம், பதட்டம் நிலவியது.

கலியமூர்த்தி தனக்கு முன்பு சலங்கை சப்தம் எழுப்பி ஓடிக்கொண்டிருக்கும் ஓர் உருவத்தைப் பின்தொடர்ந்து வயல்வெளியில் காய்ந்த பொறுக்குகள் குத்த வேகமாக நடந்துகொண்டிருந்தான். ஊரே இருளில் கொண்டிருந்தது. இவன் தோளில் மாட்டியிருந்த தவிலை மட்டும் கழற்றவில்லை. ஓர் அரை பர்லாங் தூரம் நடந்து திரும்பிப் பார்த்தபோது ஆட்டம் நடந்த பகுதியில் தீப்பற்றி எரிவது தெரிந்தது. தனக்கு முன்னே நடக்கும் அந்த நபர் ஆட்டக்கோஷ்டியைச் சேர்ந்தவர் என்பதை மட்டும் யூகித்துக்கொண்டான். கடும் இருளில் ஆணா பெண்ணா என்று தெரியவில்லை. ஆட்டக்களத்தில் ஆட்களின் குரல்கள் தொடர்ந்து கேட்டது. அமைதி திரும்பி விட்டதா? என்று அறியமுடியவில்லை. கோடையிடி எங்கே போய் இருப்பார் என்று தெரியவில்லை. முன்னால் நடந்துகொண்டிருந்த உருவம் மேடாகத் தெரிந்த பகுதியில் ஏறி நின்றது. குமரேசன் நடந்து அருகில் சென்று அண்ணாச்சி என்று அழைத்தான். பதிலில்லை. மிக அருகில் சென்று கூர்ந்து பார்த்தான். ஒரு பெண் முனகிக்கொண்டிருந்தாள். 'நீ யாரு?' பெண் குரல். கூர்ந்து பார்த்தால் வசந்தா.

'நான் கோடையிடி சிஷ்யன் குமரேசன்'

தவிலோடு நின்றான். 'துண்டு இருந்தா கொடு' என்றாள். தோளில் சுற்றியிருந்தை எடுத்து நீட்டினான். முனகிக்கொண்டே துடைத்தாள்.. அப்போது அவள் சன்னமாக அழுவது கேட்டது.

ஏன்? என்றான். என் மார்ல பிளேடலா எந்த குடிக்கியோ கிழிச்சிட்டான். இதப் பாரு... ரெத்தம் என்று அந்த இருளில் அந்த பிசுபிசுப்பான குருதியைக் காண்பித்தாள். குப்பென்று பயம் நிரப்பும் வாசனை. மூக்கைப் பிடித்துக்கொண்டான்.. "நல்லவேளை.. அவன் கிட்டே வந்து அணைத்தபோது தள்ளிவிட்டேன்... இல்லாட்டி... அவன் முழுசா அறுத்திருப்பான்.." அவள் சொல்வதை அச்சம் கலந்த மிரட்சியுடன் கேட்டான். "வா.. அந்தப் பக்கம் போவோம். ஏதாச்சும் வீடு வாசல் தெரியுதான்னு பாப்போம்.." என்றாள்.

இருவரும் இருளில் நடக்கத் தொடங்கினார்கள். "இங்கே நிப்போம்.. யாராச்சும் நம்ம ஆளுங்க தேடிக்கிட்டு வர்றாங்களான்னு பார்ப்போம்" என்றான். அதெல்லாம் ஒன்னுமுல்ல.. நீ வா.. நாம் போகலாம்" எல்லா வழியும் தெரிந்தது போல் நடந்துகொண்டிருந்தாள். "நல்லவேளை அம்மா வேளாங்கண்ணியை அழைச்சிக்கிட்டு வரலை." எனச் சொல்லி சலங்கை அதிர கெட்ட வார்த்தையால் திட்டிக்கொண்டே நடந்தாள். அவர்கள் குடும்பம் அழிந்து போகணும் மாரியம்மா என்று மனம் உருகி வேண்டி கண்ணீர் வீறிட்டாள்..

அப்போது சற்று தூரத்தில் விளக்கு வெளிச்சம் தெரிந்தது. இருவரும் வேகமாக நடந்தார்கள். "பார்த்து நட... அதுக்குதான் சலங்கைய கழட்டல" வரப்புகளைக் கடந்து வெளிச்சம் தெரியும் பகுதியை நோக்கி நடந்துகொண்டிருந்தார்கள். அப்போது பெரிய திடல் குறுக்கிட்டது. அதில் நெல் அறுவடை செய்த வைக்கோல் போர்கள் போடப்பட்டிருந்தன. "நான் இஞ்சயே நிக்கிறேன்.. நீ தவில இப்படியே இறக்கி வெச்சுட்டுப் போயி கொஞ்சம் குடிக்க தண்ணி மட்டும் கொண்டா... என்ன எளவு சரக்குன்னு தெரியல.. இப்படி தண்ணி தவிக்குது" என்றாள்.

கலியமூர்த்தி வெளிச்சம் வந்த திசையைப் பார்த்து நடந்தான். ஒரு வாய்க்கால் குறுக்கிட்டது. அதில் நல்ல சோடு தெரிந்தது. பனை மரங்கள் வரிசையாக நின்றன. கள்ளின் வாசனை பரவியிருந்தது. மரங்கள் இருந்த பகுதிக்குப் போனான். 'கள்' கலயங்கள் நாலைந்து கவிழ்த்து கிடந்தன. அதில் ஒன்றை

எடுத்துக்கொண்டு நடந்தான். சற்று தூரத்தில் அந்தப் பகுதியில் நாலைந்து குடிசைகள் தெரிந்தன. இப்போது இருட்டை துளைத்துக்கொண்டுப் பார்த்தான். ஒரு 'பீலி' இருந்தது. வேகமாக கலயத்தை வைத்து தண்ணியடித்தான். "யார் ரா அது....?" குடிசையில் இருந்து முதிர்ந்த ஆண் குரல் வந்தது. பதில் சொல்லாமல் தண்ணீரைத் தூக்கிக்கொண்டு வேகமாக நடக்கத் தொடங்கினான்.

இவன் வருவதைப் பார்த்தபடி நின்றுகொண்டிருந்தாள். தண்ணீரை ஊற்றினான். குனிந்து இருகைகளைக் குவித்து லபக் லபக் என்று ஓசையெழுப்பி குடித்தாள். "வா.. போர்ல ஏறி உட்கார்ந்திருப்போம்.. இருட்டா இருக்கு பூச்சி பொட்டு அலையும்" என்றாள். தவிலை வைத்துவிட்டு போரில் ஏறினார்கள். இவன் அருகே அமர்ந்தாள். தூக்கம் வந்தா படு என்றாள். வைக்கோலில் வானத்தைப் பார்த்தபடி படுத்தான். பாதுகாப்பு உணர்வு அதிகமாகியது. விழிப்பு வந்து எழ முயன்றபோது இவனை இறுகக் கோர்த்தபடி வசந்தா உறங்கிக்கொண்டிருந்தாள்.

"இந்தா படுத்துக் கிடக்குறங்க பாருங்க" என்று யாரோ கத்த ஆட்கள் திடீரென்று சத்தமிட்டு எழுப்பினர். அந்த ஊர்க்காரர்களும் ஆட்டக் கோஷ்டியினரும் திடலில் நின்றார்கள். திடுக்கிட்டு இருவரும் எழுந்தார்கள். பதிலேதும் சொல்லாமல் வைக்கோல் போரில் இருந்து இறங்கினாள். அவர்களை முறைத்துப் பார்த்தபடி கலியமூர்த்தியின் துண்டால் மார்பை மறைத்தபடி கீழிறங்கினாள்.

இரு பிரிவினர் இடையே ஏற்பட்ட மோதலில் மூன்று பேர் இறந்து போயிருந்தார்கள். ஐம்பதுக்கும் மேற்பட்டோர் காயமடைந்துள்ளதாகப் பேசிக்கொண்டார்கள். போலீசார் குவிக்கப்பட்டு ஒரே பதற்றம் காணப்பட்டது. கிடைத்த பணத்தை வாங்கிக்கொண்டு கிளம்பியிருந்தார்கள்.

32

பத்து நாட்கள் கழித்து ஒரு சனிக்கிழமையில் கோடையிடி இவனிடம் வந்து சொன்னார், "வசந்தா.. உன்ன பாக்கனமுன்னு தஞ்சாவூருக்கு வரச்சொன்னப்ள... உன்னைப் பத்தி உருகி ஊத்துறா... போயிட்டு வாடா.. மாரியம்மன் கோவிலுக்கு பக்கத்து தெரு, அங்க போயி கேட்டா சொல்லுவங்க" என்றார். இவன் வாசலில் நின்று குரல் கொடுத்தான். எட்டிப் பார்த்தவள் இவன் என்றதும், அம்மியில் மாசலா அறைத்த கையைக்கூட கழுவாமல் ஓடிவந்தாள்.

"புண் ஆறிவிட்டதா?" என்றான் 'ம்ம்ம்' என்று சொல்லிக்கொண்டே இறுக்கி அணைத்து நெற்றியிலும் கன்னத்திலும் மாறிமாறி முத்தமிட்டாள். இவன் கூச்சத்தால் நெளிந்தான். பிரமிப்புடன் அவளைப் பார்த்தான். அன்று ஆட்டத்தில் பார்த்த அழகு கூடுதலாகத் தெரிந்தது. அவளது தாயார் வேளாங்கண்ணி இன்முகத்துடன் வரவேற்று நலம் விசாரித்தாள். சாப்பாடு தயாரானது. நல்ல இறைச்சி மணம். அருகில் அமர்ந்தாள். ஒரு பாட்டிலை திறந்து வைத்துக்கொண்டு இவனுக்கு தட்டில் சாதம் போட்டு, கறியைப் போட்டு சாப்பிடச் சொன்னாள். அவள் வார்த்தைகள் மாறத்தொடங்கின. வேளாங்கண்ணியும் வந்து அமர்ந்தாள். வசந்தாவுக்கு உற்சாகம் அதிகமாகியது. நல்ல இறைச்சி துண்டங்களை இவனுக்குப் புகட்டி விட்டாள். போதையில் வார்த்தைகள் குலைந்தன. "எத்தினி பேரு வந்தாலும் நீதான்டா என் புருஷன்" எனப் பிதற்றத் தொடங்கினாள். ஒருநாள் தங்கிவிட்டு நீடாமங்கலம் திரும்பினான்.

இப்படியாக தொடங்கிய நட்பானது எல்லா முரண்பாடுகளையும் தாண்டி வளர்ந்துகொண்டது. எத்தனையோ ஆண்கள் வசந்தாவின் வாழ்க்கையில் வந்து போய்க்கொண்டிருந்த போது இவன் உறவை எந்த ஒரு வட்டத்துக்குள்ளும் சுருங்கவிடாமல் பார்த்துக்கொண்டாள். அது அப்படியே நிலைத்து நின்றது. காரைக்கால் ஆட்டக்காரி கஸ்தூரியுடன் இவன் காதல் கொண்டு திரிந்த காலங்களில் அவள் இவனிடம் வசந்தாவின் தொடர்பை விட்டொழிக்க பலமுறை

வலியுறுத்தினாள். ஆனால் ஏனோ அதுமட்டும் இவனால் முடியாமல் போனது. வசந்தா கஸ்தூரியின் மீதான இவன் உறவு குறித்து ஒருபோதும் கேட்டதில்லை. இவனாக ஏதாவது சொன்னால் 'ம்' போட்டுக்கொள்வாள். திடீரென்று ஒருநாள் கஸ்தூரியின் உறவை முறித்துக்கொண்டு, குடிபோதையில் வசந்தா வீட்டுக்கு வந்தான். கண்ணீர் விட்டு அழுதுகொண்டே 'அந்த சிறுக்கிய விட்டு ஒதுங்க போறேன்' என்றான். இவள் பதிலேதும் சொல்லாமல் இவன் போதையில் கஸ்தூரியைக் கெட்ட வார்த்தையில் திட்டுவதையும் விமர்சனம் செய்வதையும் நிறுத்த சொன்னாள். அதன் பிறகு பிறகு சில வருடங்களுக்குப் பிறகுதான் மன்னார்குடி தவில் வித்துவான் கந்தசாமியின் மகளான பாப்பாவை முறைப்படி பார்த்து திருமணம் செய்துகொண்டான்.

வீட்டு வேலைகளை முடித்துவிட்டு வந்து இவன் அருகே அமர்ந்தாள். இவன் ஆயிரம் ரூபாய் பணத்தை எடுத்து அவளிடம் நீட்டினான். "பணத்தை நீ வெச்சுக்க. என்னால உன் குடும்பத்துல சண்டை வேணாம்.. யோசித்து பார்த்துத்தான் சொல்றேன். என் வாழ்க்கைத்தான் அர்த்தமில்லாம போய்ட்டு.. ஒரு குடும்பத்த கெடுத்த பாவம் வேற... பொம்பளைங்க சாபம் வேற., நீயாவது சந்தோஷமா இரு.. நீ எப்படிப்பட்ட வித்துவான். இப்படி காலையில போய் குடிச்சியிருக்கியின்னா... அவளுக்கும் உனக்கும் உறவு செரியில்லன்னு தானே அர்த்தம்." மூர்த்தி போதையில் பதில் வார்த்தைகளைத் தேடத்தொடங்கினான். அவள் இவன் பதிலை எதிர்பார்க்கவில்லை. அந்த ஆளு பார்வையும் செயலும் செரியில்ல ஒரு இடத்துல படுக்க முடியாம கெடந்து உருளுறாரு... நீ கௌம்பு... உன் குடுப்பத்தை போயி பாரு" திடீரென்று கோபம் வந்தவனாக, "நீ என்கிட்டே பேசு பேசசாம போ... உனக்கு நான் செய்ய வேண்டியதை செஞ்சிகிட்டு இருப்பேன்.." பணத்தை அவள் அருகில் வைத்துவிட்டுக் கிளம்பினான். வெளியில் வெயில் நல்ல இதமாக அடித்தது.

வீட்டுக்கு வந்தபோது பாப்பா திண்ணையில் அமர்ந்து குளித்த கூந்தலை உலர வைத்துக்கொண்டிருந்தாள். வண்டியை நிறுத்தி அவளைப் பார்த்தான்.

"அவ கிட்டே போயி வாங்கி குடிக்காட்டி உனக்கு பொழுது போகாதே"

விருட்டென்று பாய்ந்து ஓர் அறை விட்டான். 'போடா' என்று இவனைத் தள்ளிவிட்டு சமயலறைக்குள் புகுந்தாள். குழந்தைகள் மிரட்சியுடன் பார்த்தனர். கொஞ்ச நேரத்தில் மீன் குழம்பு சாப்பாட்டை வைத்துவிட்டுப் போனாள் மகள். நான்கு மணி ஆகிவிட்டிருந்தது திண்ணையில் படுத்து உறங்கிக் கொண்டிருந்தான். குழந்தைகள் விளையாடிக் கொண்டிருந்தனர். பாப்பா புறவாசலில் பாத்திரங்களைத் துலக்கிக்கொண்டிருந்தாள். வாசலில் நின்று குரல் கொடுத்தார்கள். மூத்த மகள் எழுப்பினாள். சின்னவளும் 'எழுந்திரிப்பா' என்று முதுகில் தட்டினாள். எழுந்து உட்கார்ந்துப் பார்த்தான். ராவண சட்டி கணேசன் நின்றுகொண்டிருந்தான். பாப்பா வந்து கதவோரத்தில் நின்று எட்டிப் பார்த்தாள்.

"அண்ணே... அந்தாளு தவறிட்டாரு.. வசந்தா சொல்லிட்டு வரச்சொன்னுச்சு." என்றான் கணேசன். கலியமூர்த்தி பதிலேதும் சொல்லாமல் இறுக்கமாக வாசலைப் பார்த்தான். விருட்டென்று பாப்பா வீட்டுக்குள் நுழைந்தாள். இவனுக்கு உடல் நடுங்கியது. தொண்டை வறண்டது. சிறிது நேரத்தில் வெளியே வந்த அவள் இவன் கையில் நகையைக் கொடுத்து... இத வெச்சி போயி காரியத்தைப் பாரு.. நான் புள்ளைங்கள தூக்கிட்டு வர்றேன். அவளுக்குன்னு யாரு இருக்கா.. நம்மள விட்டா.." என்றாள். இவனுக்கு கண்கள் மழைக்கால ஆறு போல உடைத்துக்கொண்டது.

சிவக்குமார் முத்தய்யா 139

33

நகரத்தில் இருந்து இரண்டு மைல் தொலைவு வடக்கே நீளும் மண் சாலையில் பெரிய தெருக்களையும் வசதியான விஸ்தீரமான வீடுகளையும் தோப்பு துரவுகளையும் கடைவீதிகளையும் கடந்துபோனால் புதர்கள் மண்டிய பகுதிகளைக் கடந்து கிழக்கே வங்காள விரிகுடாவை முக்கோணக் கோணத்தில் பார்ப்பது போன்று தப்படிச்சான் மூலை இருந்தது. முகப்பில் சிறிய அங்களம்மன் கோவில் அதற்கு அடுத்து பெரிய ஆலமரம் ஒன்று நின்றுகொண்டிருந்தது. அதில் கிழக்கு முகம் பார்க்க தேள் கொட்டிய பிள்ளையாரை வைத்து வணங்கிக்கொண்டிருந்தார்கள். சில நூற்றாண்களுக்கு முன்பாக இந்தப் பகுதியில் தப்படிப்பவர்கள் இங்கு குடி வந்தனர். அவர்கள் தஞ்சாவூர் நகரத்தில் ஏற்படும் மரணங்களுக்குச் சென்று தப்படித்தும் பிணத்தை எரித்தும் பிழைப்பு நடத்தினார்கள். தொடக்கத்தில் நாலைந்து குடும்பங்கள் இருந்தன. மெல்ல மெல்ல அது வளர்ந்தது. முதலில் தப்படித்தவர்கள் பிறகு தவில் வாசிக்கத் தொடங்கினார்கள். அவர்களின் வாரிசுகள் நாதஸ்வரம் வாசிப்பவர்கள் வேஷம் கட்டி ஆடவும் பழகினார்கள். காலப்போக்கில் நாட்டுபுறக் கலையில் ஆர்வம் கொண்டவர்கள் இங்கே வந்து குடியேறி குடும்பம் ஆனார்கள். இங்கே வந்தவர்கள் தங்கள் வசதிக்கு தேவையான இடங்களை வளைத்து குடிசைப் போட்டுக்கொண்டார்கள். பணம் வைத்திருந்தவர்கள் கல்சுவர் வைத்து கூரை வேய்ந்த வீடுகள் கட்டிக்கொண்டார்கள். இப்படியாக எட்டுக்கும் மேற்பட்ட தெருக்கள் உருவாகிவிட்டன. ஒவ்வொரு தெருவுக்கும் தனித்தனி பெயர் வைத்து அழைத்தார்கள். தப்படிச்சான் என்ற பெயரைக் கேட்டாலே மற்ற கிராமங்களில் முகம் சுளிப்பார்கள். அது ஒருமாதிரியான இடம் என்று பேசிக்கொள்வார்கள். அங்கே கொஞ்சம் கொஞ்சமாக குடிவந்தவர்கள் நாடகத்தில் நடிப்பவர்கள், ஆட்டக்காரிகள், தவில் வாசிப்பவர்கள் என அது தொடர்பான ஆட்களே அதிகமாக இருந்தார்கள். தப்படிச்சான் மூலைக்குச் சற்று எதிரே புதிதாக உருவாகியிருந்த கக்கன் நகரில் வீடு இல்லாதவர்கள் அரசால் குடியமர்த்தப்பட்டு

இருந்தார்கள். அவர்களும் தாழ்த்தப்பட்ட சமூகத்தைச் சேர்ந்தவர்கள் அதிகம் இருந்தார்கள். அவர்கள் அரசியல் கட்சிகளில் இருந்தார்கள். தப்படிச்சான் மூலையில் ஏதாவது பிரச்சினை என்றால் அவர்கள் முன்னுக்கு நின்றுபேசி பிரச்சினையைத் தீர்த்துவைத்தார்கள். தை பிறந்துவிட்டால் தப்படிச்சான் மூலைக்கு வெளியூர் ஆட்கள் வந்து போய்க்கொண்டு இருப்பார்கள். யார் வருகிறார்கள், யார் போகிறார்கள் என்றே தெரியாது. அப்படி ஒரு பரபரப்பாக இருக்கும். தப்படிச்சானில் வசிப்பவர்களைப் பற்றி நாலாஞ்சாதி பயல்கள் என்று பொதுவாகத் தஞ்சாவூரில் ஒரு பேச்சு இருந்தது.

34

புறவாசலில் பூத்து மணக்கும் மல்லிகைக் கொடிகள், பந்தலில் வளைந்தும் நெளிந்தும் பின்னிப் பிணைந்து கிடந்தன. மாலைநேரத்தில் பூத்து வீடெங்கும் வாசனை பரப்பிக்கொண்டிருந்தன. அதனை அம்மா முற்றத்தில் அமர்ந்து வாழைநாரில் கட்டிக்கொண்டு இருந்தாள். நீலவேணி நடுவீட்டில் இருக்கும் டிவி பெட்டியில் தூர்தர்ஷனில் வயலும் வாழ்வு நிகழ்ச்சியைப் பார்த்துக்கொண்டிருந்தாள் என்றாலும் அவள் மனம் பலவிதமாக அலைவுற்றுக்கொண்டிருந்தது. நிச்சயம் ஆன நாட்களில் இருந்து இப்படித்தான் ஒரு நிலையில் இல்லை. உறவினர்கள், தெருப்பெண்கள், முறையாளிகள் எல்லாம் இவள் வாசலுக்கு வந்தாலே ஒரே கிண்டலும் கேலியும்தான் செய்கிறார்கள். நிச்சயத்துக்கு முன்பு தெருவுக்கும் வயலுக்கும் கோவிலுக்கும் இயல்பாகப் போய்க்கொண்டிருந்தவள் இப்போது சற்று கூச்சத்துடன் நடக்க வேண்டியிருக்கிறது.

பனிரெண்டாம் வகுப்பு முடித்து ஐந்து ஆண்டுகள் ஆகிவிட்டன. அண்ணன் குவைத்தில் ஒரு கம்பெனியில் வேலை பார்க்கிறான். அவன் போய் நான்கு ஆண்டுகள் ஆகிவிட்டன. அண்ணன் சம்பாதித்து அனுப்பிய பணத்தில்தான் அடகு இருந்த வயல்களை மீட்டார் அப்பா. பாதியில் நின்ற மாடி வீட்டைப் பூர்த்தி செய்தார். நீலவேணிக்கு வருடம் தோறும் விவசாயத்திலும் அண்ணன் அனுப்பிய பணத்தையும் சேர்த்து வருடம் மூன்று பவுன் என்ற கணக்கில் நகை வாங்கிச் சேமிக்கப்பட்டு இருக்கிறது. கொல்லையில் இருந்த பூவரசை வெட்டி கட்டிலும் பீரோவும் செய்யப்பட்டு விட்டது. செட்டியார் பாத்திரக்கடையில் தை மாதமே பித்தளைப் பாத்திரங்கள் வாங்கி வைத்தாகி விட்டது.

இரண்டு வருடங்களுக்கும் மேலாக பத்துக்கும் குறையாத மாப்பிள்ளை வந்து, பார்த்து போய்விட்டார்கள். அவர்கள் எவரையும் யாருக்கும் பிடிக்காமல் போனது. இவளது அப்பாவின் தங்கையின் உறவினர்கள் வீட்டில் வந்து கட்டாயப்படுத்தி நீலவேணியைக் கேட்டார்கள். அப்பா சொந்தத்தில் கொடுக்கும் எண்ணத்தில் இல்லை என்று

உறுதியாகச் சொல்லிவிட்டார். இதனால் அத்தை மிகவும் வருத்தப்பட்டாள். ஒருவருட காலமாக வீட்டுக்கு வரவில்லை. பொங்கலுக்கு அப்பா வரிசையை பணமாக மணியார்டர் அனுப்பிவிட்டார் அதைக்கூட அத்தை பெற்றுக்கொள்ளவில்லை திருப்பி அனுப்பிவிட்டாள்.

முற்றத்தில் அமர்ந்து பூ கட்டிக்கொண்டு இருக்கும் அம்மா நீலவேணியை அழைத்து டீ போடச் சொன்னாள். " அஞ்சு மணிக்கு தானே குடிச்சே" என்றாள்.

"இப்ப மணி என்னாகுது?"

"ஆறரை"

"நான் போயிட்டா யாரு உனக்கு நெனைச்ச நேரத்துக்கு டீ போட்டு கொடுப்பா" என்று சொல்லிக்கொண்டே சமயலறைக்குள் நுழைந்தாள் நீலவேணி. அதனைக் கேட்டதும் சட்டென்று அம்மாவின் கண்கள் கலங்கிவிட்டன.

"எப்படியிருந்தாலும் மகனுக்குன்னு வர்றவக்கிட்டே, அதட்டி டீ போட்டு கொடுன்னு கேட்ட முடியுமா" என்று தனக்குத்தானே சொல்லிக்கொண்டார்.

வாசலில் அப்பாவின் டிவிஎஸ் 50 வந்து நிற்கும் ஓசை கேட்டது. பாலில் இன்னும் கொஞ்சம் நீர் ஊற்றினாள். அப்பா அம்மாவிடம் சத்தமாகப் பேசிக்கொண்டு இருந்தார்.

நிச்சயம் முடிந்து இருபது நாட்களுக்கும் மேலாகிவிட்டது. மாப்பிள்ளை சந்திரன் வருவார் என்று அம்மா அடிக்கடி தெருப்பெண்களிடம் சொல்லிக்கொண்டிருந்தாள். பிறகு ஒருநாள் மாப்பிள்ளை வீட்டுக்கு பத்திரிகை எழுதுவதற்கு உறவினர்கள் பெயர் கேட்கப் போன அப்பா வந்துதான் விவரம் சொன்னார். மாப்பிள்ளை அம்மனுக்கு மாலை போட்டு இருக்கிறார். அதனால் இங்கு வரமுடியாது எனச் சந்திரனின் அம்மா சொன்னதாகச் சொன்னார். கோவில் திருவிழா இன்னும் ஒரு வாரத்தில் தொடங்கப் போவதாக சொன்னார்.

நீலவேணி டீயுடன் வந்தாள். அப்பாவின் கையில் ஒரு நோட்டு இருந்தது. அம்மாவின் கண்கள் கலங்கியிருந்தன. இவளைக் கண்டதும் கண்களைத் துடைத்துக்கொண்டாள் தான்

அழுவது மகளுக்குத் தெரியக்கூடாது என்று நினைத்தாள்.

நீலவேணி அவர்கள் இருவரையும் கூர்ந்து பார்த்துக்கொண்டே டீயை ஆற்றி அப்பாவிடம் நீட்டினாள். அம்மாவும் வாங்கிக்கொண்டாள்.

"என்னப்பா"

"இவ பெரியப்பா மவன் பேரை போடுன்னு சொல்லி நாலஞ்சு நாளா தொல்லை கொடுக்குறாம்மா, அவன் இப்ப ஜெயில்ல கிடக்குறான். அவன் பேரு எதுக்குங்குறேன்"

"அவன் புள்ளைங்க காது குத்துக்கு உங்க பேர கொட்டை எழுத்துல மாமன் போட்டானே.. அத மறந்துட்டீங்க"

"அதுக்குதான் போட்டேனே ஒரு பவுனு போதாதா?"

அம்மா சட்டென்று தனது கண்களை துடைத்துக்கொண்டாள்.

"ஆச்சி.. உங்கம்மா எதுக்குத்தான் இப்படி தொட்டத்துக்கும் அழுவுறளோ எனக்கு தெரியல. நாளக்கி மருமவன் முன்னாடியும் இப்படி அழுவு, உன்ன மெச்சிக்குவான்"

"பேரு தானேப்பா போட்டு வுடு"

"உனக்கு புரியாதும்மா"

சிறிது நேரம் அமைதி நிலவியது.

"சமையலுக்கு, பந்தலுக்கு அட்வான்ஸ் கொடுத்தாச்சு. கச்சேரிக்குதான் சரியான பார்ட்டி கிடைக்கல. சம்மந்திக்கிட்டே தான் கேட்கணும். அவருக்கு தெரிஞ்ச ஆளுங்க இருக்காங்களான்னு" என்று சொல்லிவிட்டு கையில் இருந்த மஞ்சள் பையில் இருந்து ஒரு வெள்ளைப் பேப்பரை எடுத்து நீலவேணியிடம் நீட்டினார்.

"இதுதான் பத்திரிக்கை புரூப். படிச்சு பாத்து பாரு. தப்பு இருந்தா திருத்தணும். வேற முக்கியமான சொந்தகாரவங்க பேரு விட்டுப்போயிருந்தா சேக்கணும்"

நீலவேணி வாங்கினாள். அம்மா எழுந்து உள்ளே போனாள். அப்பா நடுவீட்டில் அமர்ந்து டிவியைப் பார்த்துக்கொண்டிருந்தார். புரூஃபுடன் அறைக்கு வந்தாள். முதலில் திருநிறைச்செல்வி

நீலவேணிக்கும் திருநிறைச்செல்வன் சந்திரனுக்கும் என்ற அந்த வாக்கியத்தைப் படித்தபோது படபடவென்று வந்தது. அவன் முகத்தை நினைவுப்படுத்தி பார்த்தாள். அவனிடம் இன்னும் ஒரு வார்த்தை கூட பேசவில்லை. அன்று நிச்சயத்தில் இவளை மிக அருகில் கண்ட அவனது கண்கள் கீழே தரையில் தலைகுத்தி நின்றன. ஆனால் அவன் கண்களை நேருக்கு நேராகப் பார்த்து விடலாம் என்று முயன்றாள். சுற்றிலும் ஆண்களும் பெண்களும் சூழ்ந்து நின்றார்கள். வெட்கம் தாங்க முடியவில்லை. இவர்களை யார் யாரோ கேலி பேசி சிரித்துக்கொண்டிருந்தார்கள். அவன் நெற்றியில் திலகம் இட்டபோது அவனது கரங்கள் நடுங்கின. இவளுக்கு நாணம் பெருகி வழிந்தது. பிறகு கையில் மோதிரத்தை அணிவித்தான். அவனது விரல்கள் சூடாகியிருந்தன. சீக்கிரமே அவன் அணிவித்துவிட வேண்டும் என்று கண்களை மூடிக்கொண்டாள். அவனைப் பற்றி அப்பா விசாரித்த வகையில் "ரொம்ப நல்ல பையன்னுதான் சொல்றாங்க" என்று சொன்னார். அவனைப் பற்றி இன்னும் கூடுதலாக அறிந்துகொள்ள வேண்டும் என்று நினைத்தாள். அவன் இக்கணத்தில் என்னைப்போல் என்னைப் பற்றி நினைத்துக்கொண்டிருப்பானா? திருமணத்துக்குள் அவன் ஒருதடவை இங்கு வரவேண்டும் அல்லது ஏதாவது ஒரு வழியில் வரவைக்க வேண்டும் அவன் கண்களை நேருக்கு நேராகப் பார்க்க வேண்டும்.

பத்திரிகையைப் படித்தாள். நாலைந்து எழுத்துப்பிழைகள் தெரிந்தன. நேற்று முன்தினம் பேசிய அண்ணன் தனது நண்பர்கள் பெயர் பத்திரிக்கையில் போட வேண்டும் என்று சொல்லியது நினைவுக்கு வந்தபோது அப்பாவிடம் வந்து சொன்னாள். "அண்ணன் பேசினான்னா பேரை கேட்டு எழுதி வெச்சுக்கோ" என்று சொன்னார். தொடுத்த மலர்சரத்தை சாமி படங்களுக்குப் போட்ட அம்மா நீலவேணியிடம் ஒரு முழம் கொடுத்து வைத்துக்கொள்ளச் சொன்னாள். அம்மாவைப் பார்த்து கேலியாகச் சிரித்தாள்.

35

காப்பு கட்டியதிலிருந்து திருவிழா களை கட்டிவிட்டது. ஊரின் எல்லையில் அம்மன் சிலை வடிவ மெர்குரி லைட் அமைத்துவிட்டார்கள். அதிலிருந்து நிகழ்ச்சிகள் நடக்கும் மைதானம் வரை சாலையின் இருமருங்கிலும் டியூப் லைட் கட்டிவிட்டார்கள், ஊர்க்காரர்கள் ஆளுக்கு ஒரு செலவை ஏற்றுக்கொண்டு இருந்தார்கள். கடைசி நாள் திருவிழாவில்தான் நாட்டுப்புற நிகழ்ச்சிக்கு ஏற்பாடு செய்யப்பட்டு இருந்தது. தஞ்சாவூரில் இருந்து நித்யா- ஆல்பர்ட் கோஷ்டியைச் சேர்ந்தவர்கள் நிகழ்ச்சிக்கு வந்திருந்தார்கள். பெரிய அளவில் தவில் வாசிப்பவர்களை நாதஸ்வரம் சுந்தரமூர்த்தி ஏற்பாடு செய்து அழைத்து இருந்தான். சென்ற ஆண்டு ஆட்டத்தின் போது கைகலப்பு ஏற்பட்டதால் போலீசார் இரவு பணிரெண்டு மணிக்குள் நிகழ்ச்சியை முடித்துக்கொள்ள வேண்டும் என்று சொல்லி போலீஸ்காரர் ஒருவரை பாதுகாப்புக்கு அனுப்பி இருந்தார்கள்.

ராவணன் முக்கிய பொறுப்பில் இருந்ததால் தனது சிஷ்யர்களின் சிலம்பட்டத்தைக்கூட இப்போது அரங்கேற்றம் செய்ய வேண்டாம், இன்னொரு நாள் அதனைத் தனி நிகழ்ச்சியாக வைத்துக்கொள்வோம் என்று தவிர்த்துவிட்டார். ஐந்து நாட்கள் திருவிழாவில் எந்தப் பிரச்சினையும் இன்றி நடந்துகொண்டிருந்தது. இன்று நல்லமுறையில் நடந்துவிட்டால் போதும் என்ற எண்ணத்தில் திருவிழாவின் முக்கிய நிர்வாகிகளுடன் சேர்ந்து எல்லா வேலைகளையும் இழுத்துப்போட்டு செய்து கொண்டிருந்தார் ராவணன். ஆட்டக்காரக் கோஷ்டி இரவு எட்டு மணிக்குத்தான் வந்தார்கள். ஏன்? லேட் என்று கேட்டதற்கு வரும் வழியில் வேன் டயர் பஞ்சர் ஆகிவிட்டது என்று சொன்னார்கள். அவர்களுக்கு உணவு ஏற்பாடு செய்துகொடுத்து விரைந்து ஒப்பனை செய்துகொண்டு ஆட்டக்களத்துக்கு அழைத்து வரச்சொன்னார்கள் முக்கியஸ்தர்கள். அவர்களை கவனித்துக்கொள்ள இரண்டு ஆட்களை நியமித்தார் ராவணன்.

மைதானத்தில் கூட்டம் சுற்றுவட்டார கிராமங்களில் இருந்து

கூடிவிட்டார்கள். பிரச்சினை வரமால் பார்த்துக்கொள்ள இருபது பேர் கொண்ட இளைஞர்கள் குழுவை அமைத்து பாதுகாப்புப் பணியில் ஈடுபட வைத்தார் ராவணன்.

ஒன்பது மணிக்குதான் தவில்காரர்களும் நாதஸ்வரம் வாசிப்பவர்களும் ஆட்டக்களத்துக்கு வந்தார்கள். நேரம் ஏறிக்கொண்டு இருந்தது. இளைஞர்கள் சிலர் வந்த போலீஸ்காரரிடம் பேசி சரிசெய்து அவருக்கு சரக்கும் சாப்பாடும் வாங்கிக்கொடுத்து படுக்க வைத்துவிட்டார்கள்.

நிகழ்ச்சி தொடங்கியது. நையாண்டி மேளத்துடன் அருமையான நாதஸ்வர இசை கூம்பு வடிவ ஹாரனில் நான்கு திசைகளிலும் பரவி மக்களை அழைத்துக்கொண்டிருந்தது. சிவன், காளி, காட்டேரி, வேடம் தரித்தவர்கள் களத்துக்கு வந்து தங்களது திறமையை காட்டிக்கொண்டு இருந்தார்கள். அதனைத் தொடர்ந்து பொய்க்கால் குதிரையாட்டம் ஆடுபவர்கள் வந்து கலக்கி எடுத்தார்கள். அதனைத் தொடர்ந்து காவடியாட்டம். இரண்டு வாலிபர்கள் காவடியை அந்தரத்தில் பறக்கவிட்டு தோளில் வாங்கினார்கள். இப்படியாக நிகழ்ச்சி போய்க்கொண்டு இருந்தன. பார்வையாளர்கள் கூட்டத்தில் இருந்து பபூன் ஆல்பர்ட் குட்டிக்கரணம் அடித்துக்கொண்டே ஆட்டக்களத்துக்கு வந்தான். ஜனங்கள் இதனைக் கண்டு விலகி அப்படியும் இப்படியுமாக ஓடினார்கள். தவில்காரர்கள் முன்பு வித்தியாசமான ஆட்டம் ஆடி வெண்கலக் குரலில் ஊற்சாகப் பாடல் ஒன்றைப் பாடினான். பார்வையாளர்கள் விசிலடித்து ஊளையிட்டார்கள். அப்போது கரகத்துடன் அழகான ரெண்டு இளம் ஆட்டக்காரிகள் களத்துக்கு வந்து வணக்கம் செலுத்தி ஒய்யாரமாக ஆடிக்காட்டினார்கள். சிறிதும் அலுப்பின்றி நிகழ்ச்சி நடந்துகொண்டிருந்தது. பபூன் ஒவ்வொரு பேராகச் சொல்ல குறத்தி வேடம் தரித்த நிலா, சுகந்தி, கமலா என்று ஆட்டக்காரிகள் களத்துக்கு வந்து தங்களது குலுக்கல் நடனங்களால் அதகளப்படுத்திக்கொண்டிருந்தார்கள். அவர்களுக்கு ஈடுகொடுத்து ஆட குறவன் வேடம் தரித்த ரமேஷ் வந்து அவர்களைச் சீண்டி ஆடிக்கொண்டிருந்தான். இடையிடையே ஆல்பர்ட் தனது சேஷ்டைகளால் பார்வையாளர்களை அடிக்கடி வயிறு குலுங்கச் சிரிக்க

வைத்துக்கொண்டிருந்தான். அடிக்கடி ரசிக்கும்படியான தெம்மாங்குப் பாடல்களையும் பாடினான். அப்போது நித்யா உடன் ஜோடி போட்டு ஆடும் குறவன் கனகு களத்துக்கு வந்தான். அப்போது ஆல்பர்ட் மைக்கைப் பிடித்து இது நித்யாவுக்காக நான் மெட்டு கட்டிய பாடல் என்று சொல்லி பாடத் தொடங்கினான்.

"ஆத்தங்கரையில பிறந்த அழகு தேவதையே,

ஆத்தாடி அழகு என் தேவதையே - உன் ஆட்டம்

பாத்தா மூச்சு முட்டுதடி - அன்னக்கிளியே

ஆட வாடி என் செல்லகிளியே"

பாடலுக்கு பார்வையாளர்கள் மத்தியில் பயங்கரமான கைத்தட்டல்கள் எழுந்தன. நித்யா களத்துக்கு வந்தாள். ஆட்டத்தில் அனல் பறக்கத் தொடங்கியது. பபூனுக்கு எதிர் பாட்டு பாடினாள் நித்யா. அத்தனை பேரின் ஆட்டத்தையும் பின்னுக்குத் தள்ளிவிட்டு தன்னை மிஞ்ச ஆளில்லை என்று நிரூபித்துக் காட்டினாள். போதையில் உறங்கிப்போயிருந்த போலீஸ்காரர் எழுந்து நேரத்தை பார்த்தார். மணி விடியற்காலை மூன்றாகியிருந்தது. உடனே ஆட்டத்தை நிறுத்தச் சொன்னார். அனைவருக்கும் நன்றி சொல்லி வேறு வழியில்லாமல் நிகழ்ச்சியை முடித்தார்கள்.

கூட்டம் கலைந்துபோகத் தொடங்கியது. ஆட்டக்காரர்கள் ஒப்பனை கலைக்க போனார்கள். விழாக்குழுவினர் மட்டுமே இருந்தார்கள். சந்திரனும் அவனது கூட்டாளிகளும் அவரவர் வீட்டுக்குப் படுக்க போனார்கள். ராவணன் உள்ளிட்ட சிலரைத் தவிர மற்றவர்கள் போய்விட்டிருந்தார்கள். பத்து நிமிடங்களுக்கு பின்பாக ஆரவாரம் ஓய்ந்து அமைதியாகக் காட்சியளித்தது. நாட்டாமைக்காரர் ஆட்டக் கோஷ்டியினருக்குக் கொடுக்க வேண்டிய ரூபாய்களை எண்ணிக்கொண்டு இருந்தார். "ராவணன்.. இருங்க, இதோ வந்துர்றேன்" என்று சொல்லிவிட்டுப் போனார். சில நிமிடங்களிலேயே ஆட்டக் கோஷ்டியினர் பேசிய தொகையை வாங்கிக்கொண்டு கிளம்பிப் போனார்கள். குஸ்தி வாத்தியார் வீட்டுக்குச் சென்றுவிட்டார் என்று நினைத்து மற்றவர்களும் கிளம்பி வீட்டுக்குப்

போனார்கள். காலை ஆறு மணியிருக்கும், களத்துமேட்டில் ராவணன் கத்தியால் குத்தப்பட்டு கிடக்கிறார் என்ற செய்தி ஊரெல்லாம் பரவியது. மக்கள் ஸ்தம்பித்துப் போய் நின்றிருந்தார்கள். அவரது சிஷ்யர்களும் முக்கியஸ்தர்களும் நம்பமுடியாமல் உயிர் பிரிந்திருந்த அவரது சடலத்தைப் பார்த்தார்கள். எதிரே அமர்ந்து பெருங்குரலில் அழுதுகொண்டிருந்தான் சந்திரன்.

36

ராவணன் வாத்தியருக்கு படத்திறப்பு விழா ஏற்பாடு செய்து இருந்தார்கள். சந்திரனிடம் உறவினர்கள் மாமனார் வீட்டில் போய் காரியத்துக்குச் சொல்லிவிட்டு வரச்சொன்னார்கள். சந்திரன் வேறு எவராவது ஆளை அனுப்பி வைக்கலமா? என்று கேட்டான். நீதான் போக வேண்டும். இனி இந்தக் குடும்பத்துக்கு எல்லாமே நீதான் என்று உறுதிபடச் சொல்லிவிட்டார்கள். அம்மாவும் இந்த கருத்தை ஆமோதித்தாள். துணைக்கு குமாரை அழைத்துக்கொண்டு அந்தக் காலைப்பொழுதில் டி.வி.எஸ் எக்சலில் கிளம்பினான். பொழுது வெக்கையாக இருந்தது. சூரியன் இல்லாத வானத்தில் வெப்பம் மட்டும் தூக்கலாக இருந்தன. போகும் வழியில் இருவரும் நாலைந்து இடங்களில் பைக்கை நிறுத்தி தாகம் தீர்த்தார்கள். படத்திறப்பு விழா பத்திரிகை கொடுக்க வேண்டாம் சொல்லிவிட்டு மட்டும் வந்தால் போதும் என்று அறிவுறுத்தியிருந்தார்கள்.

ஒரு மாதம் முன்பு காரில் வந்தது. இப்போது ஊரே மாறிபோய்விட்டது போலதான் பைக்கை ஓட்டினான். அந்த வீட்டில் பைக்கை நிறுத்தினான். வீட்டின் மொட்டை மாடியில் நீலவேணி ஏதோ காய வைத்துக்கொண்டிருந்தவள் எட்டிப் பார்த்துவிட்டு அடையாளம் கண்டு மறைந்து நின்றுகொண்டாள். குமார்தான் உள்ளே பார்த்து குரல் கொடுத்தான். வீட்டுக்குள் இருந்து எட்டிப்பார்த்த நீலவேணி அப்பா ஒரு கணம் யோசித்துவிட்டு வாங்க... என்று சொல்லிக்கொண்டே வாசலுக்கு ஓடிவந்தார். இவன் சற்று சங்கடத்துடன் அவரை பார்த்தான். "வாங்க உள்ளே" என்று குரல் கொடுத்தார். உள்ளே சென்றார்கள். இருக்கைகள் போடப்பட்டன. நீலவேணி மாடியில் இருந்து இறங்கி புறவாசல் வழியாக வந்து அறைக்குள் புகுந்தாள். கொல்லைப்புறத்தில் ஏதோ வேலையாக இருந்த நீலவேணியின் அம்மா இவனை வந்து பார்த்துவிட்டு "வாங்க" என்று மெல்லிய குரலில் அழைத்தாள். அப்பாவின் இறுதி நிகழ்வுக்கு இவர் மட்டும் வந்ததாகச் சொன்னார். என்ன பேசுவது என்று தெரியாமல் குழப்பத்தில் அமர்ந்திருந்தான்.

குமார்தான் சொன்னான். "அய்யாவுக்கு வர்ற ஞாயித்துக்கிழம படத்திறப்பு விழா வெச்சிருக்கோம். அதை சொல்லிட்டு போவலாமுன்னு தான் வந்தோம்." சந்திரன் அதற்கு தலையை ஆட்டி ஆமோதித்தான்.

அவர் தனது மனைவியைப் பார்த்து, "நீலவேணியை தண்ணி கொண்டு வரச்சொல்லு" என்று சத்தமான குரலில் சொன்னார். சில நிமிடங்கள் அங்கே மவுனம் நிலவியது. ஏதோ பாத்திரம் கீழே விழும் சத்தம் கேட்டது. அவர் வேறு எதுவும் கேட்டு விடக்கூடாது என்று எண்ணிக்கொண்டான். நீலவேணி செம்பில் நீர் கொண்டு வந்தாள். அவளை நிமிர்ந்துப் பார்க்க அச்சமாக இருந்தது எனினும் சொம்பை அவள் கையில் இருந்து வாங்கும்போது அவளது சுண்டு விரல் இவனது பெருவிரலில் லேசாகப் பட்டது. அப்போது அவளது கண்களைப் பார்த்தான். அது சிவந்து போயிருந்தது. தண்ணீரைக் கொடுத்துவிட்டு உள்ளுக்குள் போனாள். வேண்டாம் என்று சொல்லியும் அவர் நீலவேணி அம்மாவை காபி போடச் சொல்லிவிட்டாள். இவனுக்கு ஒரு மாதிரியாக இருந்தது. "நடந்தது நடந்து போச்சு. வீணா மனசை போட்டு அலட்டிக்காம ஆக வேண்டியதை பாருங்க. எல்லா விஷயத்தையும் விசாரிச்சுட்டேன். இது கங்கணம் கட்டி நடந்த மாதிரி தெரியல்ல. போலீசுல விசாரிச்சுக்கிட்டு தானே இருக்காங்க. எப்படியும் சம்பந்தப்பட்டவன் சிக்கியே தீருவான்" என்று சொல்லிவிட்டு அமைதியாக இருந்தார். சமயலறைக்குள் நீலவேணியும் அவளது அம்மாவும் ஏதோ பேசிக்கொண்டிருப்பது அரைகுறையாகக் கேட்டது.

குமாரைப் பார்த்து, "எப்படி காரியம் செய்யுறீங்க? சிக்கனமா தானே".

"இல்லீங்க, அவருக்கிட்டே தொழில் கத்துக்கிட்டவங்க சொந்தமான செலவு பண்ணி விரிவா செய்யுறாங்க. எங்களுக்கு ஒன்னும் செலவு இல்லீங்க" என்றான் குமார். இவர் ஏன் இதையெல்லாம் கேட்குறார்ன்னு என்று நினைத்துக்கொண்டான் சந்திரன்.

நீலவேணி அம்மா காபியை ஆற்றி இவனிடம் கொடுத்தாள்.

அவர் வேண்டாம் என்று மறுத்துவிட்டார். இவர்கள் இரண்டு பேரும் குடித்தார்கள். அப்போது உள் அறையின் கதவருகில் மறைந்து நின்று நீலவேணி சந்திரனைப் பார்த்துக்கொண்டிருந்தாள். ஏதேச்சையாகத் திரும்பியபோது அவள் பார்த்துக்கொண்டிருப்பது இவனுக்குத் தெரிந்தது. அடிவயிற்றுக்குள் பயம் கவ்வியது. குமாரைப் பார்த்து அவர் சொன்னார், "நெறைய பேச வேண்டியிருக்கு, காரியம் முடிஞ்சதும் ஒருநாள் நான் வர்றேன்" என்று சொன்னார்.

சந்திரன் எழுந்து "கிளம்புறோம்" என்றான். இரண்டு பேரும் தலையசைத்துவிட்டு வெளியே வாசலுக்கு வந்தார்கள். அவர் இவர்களைப் பார்த்து "பத்திரமா போங்க" என்றார். சந்திரன் பைக் ஸ்டாண்டை எடுத்து இருக்கையில் அமர்ந்து ஸ்டார்ட் செய்தான்,.குமார் பின்னால் அமர்ந்தான். வண்டி கிளம்பும்போது மரியாதை நிமித்தமாக அவர்களைப் பார்த்து தலையசைத்தான். அப்போது அவர்கள் பின்னால் நின்று பதிலுக்கு நீலவேணி தலையை அசைத்தாள்.

கொஞ்ச தூரம் பைக் வந்த பிறகு, சந்திரன் காதில் சத்தமாக குமார் சொன்னான், "ரொம்ப நல்ல பொண்ணுங்க" அதனைக் கேட்க விரும்பாதவனாய் சந்திரன் போய்க்கொண்டிருந்தான்.

இரண்டு

குறத்திகள் ஆடும் மூன்றாம் சாமத்தில் கூர் தீட்டிய ஒற்றையடிப் பாதைகளில் கவுச்சி மிடறுகளுடன் பின்தொடரும் நினைவுகளின் பரிபாடல்

1

அந்த வைகாசி மாத மூன்றாவது வெள்ளிக்கிழமையின் காலை நேரத்தில் விளமல் கிழத்தெருவுக்கு சந்திரனும் குமாரும் வந்து சேர்ந்தபோது ஸ்ரீ பதஞ்சலீஸ்வரர் கோவிலில் முதல் கால பூஜை தொடங்கியிருந்தது. .கிழக்கு கோபுர வாசலில் கட்டப்பட்டிருக்கும் பெரிய மணியின் டண்... டண் ஓசை மிகத் துல்லியமாகக் கேட்டது. அப்படியே மேற்கே திரும்பி நின்று கையெடுத்துக் கும்பிட்டான். அய்யனே எங்கப்பனை கொன்றவனை என் கண்ணில் காட்டு என்று மனமுருகி வேண்டிக்கொண்டான்.

கிழக்கு மேற்காக இருந்த தெருவில் வடக்கும் தெற்குமாக வரிசையாக வீடுகள் இருந்தன. தொடக்கத்தில் சேர்ந்தாற் போல் நான்கு ஓட்டு வீடுகள் காணப்பட்டன. மீதியெல்லாம் தென்னங்கீற்றில் கூரை வேய்ந்து மண்சுவர் கொண்டவை. சில வீடுகளின் பக்கத்தில் பனை ஓலையால் கூரை போடப்பட்ட ஆட்டுக் கொட்டில்களின் வாசலில் குட்டிகள் படுத்துக் கிடந்தன. மூத்திரமும் புழுக்கையுமாக தூக்கலான வாசனையடித்தது. சற்று தொலைவில் கட்டியிருந்த எருமை மாட்டின் அடித்தொண்டையிலான கனத்த குரல் அந்த வெளியங்கும் பரவி ஒலித்தது. வாசலில் நின்ற பெண்களும் குழந்தைகளும் ஏறிட்டுப் பார்த்தார்கள். இடுப்பில் பித்தளைக் குடத்தோடு வந்த நாற்பது வயது மதிக்கதக்க பெண், "ரெண்டு பேரும் இந்த பக்கம் எங்க போறீங்க" என்று கேட்டாள். "பொட்டு வீடுக்கு தப்புக்கட்டை பாக்கப் போறேன்" என்றான் சந்திரன். "போங்க.. போங்க..." இரண்டு முறை நக்கலான குரலில் சொல்லிவிட்டு தனது வீட்டுக்குள் புகுந்தாள் அந்தப்

பெண். அவளைக் குமார் பார்த்து ஒரு மாதிரியாக சிரித்துக்கொண்டே "கொழுப்ப பாரு கூதியாளுக்கு" என்று முணுமுணுத்துக்கொண்டான்.

கீழத்தெரு முடிந்து அதன் தொடர்ச்சிப் போக்கில் ஒற்றையடிப் பாதையாக விரியும் மேற்குத்திடலின் கடைசியில் வடக்கு பார்த்த கூரை வேய்ந்த வீட்டு வாசலுக்கு வந்துசேர்ந்திருந்தான். அவனது மனது எங்கும் கனல் எரிந்துகொண்டிருந்தது.

"போலீச எல்லாம் நம்பாத, வெளியில இருந்து ஆட்ட கோஷ்டியோட வந்தவன் செஞ்சிருக்கணும். அது யாருன்னு விசாரிக்கணும். போலீசுல உள்ளூர்ல சில பேரையும் பக்கத்து ஊரு சிலரையும் தான் விசாரிக்கறாங்க. அது நடக்குறது இல்ல. அந்தளவுக்கு அந்த வாத்தியாரு யாருக்கும் கெடுதல் பண்ணல. அப்போ யாரோ திட்டம் போட்டுதான் இதை செஞ்சிருக்காங்க. இதை போலீசுல சொன்னா அவுங்க நம்ப மாட்டுறாங்க" என்று கிராமப் பஞ்சாயத்தார்கள் சொன்னார்கள். இவனுக்கு அவர்கள் சொன்னதிலிருந்து குழப்பம் அதிகமாகியது. அம்மா படுத்த படுக்கையாகி விட்டாள். அப்பனைக் கொன்றவன் யாராக இருந்தாலும் அவன் சங்கை அறுக்க வேண்டும் என்று உறுதி எடுத்துக்கொண்டு விட்டான். இவனுக்குத் தெரிந்து தனது தந்தை ஒருத்தருக்கும் கெட்டது செய்தது கிடையாது. ஒருவன் தவறான வழியில் போனால் உடனே தட்டி அப்படி போகாதே என்று அறிவுரை சொல்லி திருத்தியிருக்கிறார். அப்படிப்பட்டவருக்கு இப்படியொரு மரணமா? என்று நினைத்தபோதுதான் பொங்கிப்பொங்கி வந்தது. சம்பவம் நடந்து இரண்டு மாதமாகியும் இன்னும் கொலையாளியை கண்டுப்பிடிக்க முடியாமல் போலீசார் திணறிக் கொண்டிருக்கிறார்கள். இனிமேல் எவரையும் நம்பவேண்டாம் என்றுதான் கிளம்பியிருந்தான். முதலில் தப்படிச்சான் மூலையில் உள்ள ஆட்கள் எல்லாருமே நாட்டுப்புறக் கலைஞர்கள். அவர்கள் இதுபோன்ற காரியங்களைச் செய்யுமளவுக்கு துணிச்சல் பெற்றவர்கள் கிடையாது. நூறுக்கும் இருநூறுக்கும் ஊர் ஊராய் போய் ஆடிப் பிழைப்பவர்கள். அவர்கள் இப்படிச் செய்திருக்க வாய்ப்பில்லை என்றுதான்

தோன்றியது. ஆனால் அவர்களின் ஆதரவோடு அல்லது அவர்களுக்கே தெரியாமல் செய்து இருக்கிறார்கள். அப்பா கடைசியாக நிகழ்ச்சி முடிந்த அதிகாலை மூன்று மணிக்கு ஆட்டக்காரி ஒருவருடன் பேசிக்கொண்டிருப்பதை சிலர் பார்த்து இருக்கிறார்கள். அவர் பொதுவாக பெண்களிடம் அதிகம் பேசும் இயல்பு கொண்டவர் இல்லை. அப்படியிருக்கையில் ஆட்டக்காரப் பெண்ணிடம் பேசவேண்டிய காரணம் என்ன? அதன் பிறகு அவர் எப்படி களத்து மேட்டுக்குப் போனார்? இப்படியாக பல்வேறு சந்தேகங்கள் அவனை ஊர்க்காரர்கள் போல இவனுக்கும் இருக்கவே செய்தன. தப்படிச்சான் மூலையில் உள்ள ஆட்களைப் பற்றி அந்த ஆட்டக்காரியைப் பற்றி முதலில் தெரிந்தவர் விளமல் பொட்டுதான் என்று சொன்னார்கள். அதனால் அவரைச் சந்தித்து தெரிந்துகொள்ளலாம் என்று கிளம்பி அவனுக்கு உதவியாக ஆத்துத்தெரு முனியன் மகன் குமாரையும் அழைத்துக்கொண்டு வந்திருந்தான்.

கருப்பும் சிவப்புமான இரண்டு நாய்கள் அவர்களை நோக்கி பாய்ந்து ஓடிவந்து அசையாமல் ஒரே இடத்தில் நின்று குரைத்தன. வாசலில் போடப்பட்டிருந்த பந்தல் போன்ற அமைப்பில் இருந்த கீற்று வேய்ந்த கொட்டகையில் பேரனை அமரவைத்துப் பேசிக்கொண்டு இருந்தார் பொட்டு. புதிய ஆட்கள் இருவர் வந்து நிற்பதையும் அவர்களைப் பார்த்து நாய்கள் குரைப்பதைப் பார்த்ததும் "சீ...சீ" என ஓங்கிக் குரல் கொடுத்து அதட்டி விரட்டினார்.

"ஒன்னும் பண்ணாது.. பயப்படாம வாங்க"

சந்திரன் கொட்டகையில் நுழைந்தான். குமார் அவர் பின்னால் வந்தான். மர நாற்காலி போடப்பட்டிருந்தன. அதன் அருகில் அம்மிக்கல்லும் சிறிய மண் அடுப்பும் தரையில் போடப்பட்டு இருந்தன. கொட்டகையின் மேல் புறத்தில் கட்டப்பட்டிருந்த கயிற்றில் மூன்றுவிதமான பறைக்கருவிகள் விற்பனைக்குத் தொங்கிக்கொண்டிருந்தன. தோல் கருக்கிய வாசனை குப்பென்று அங்கு பரவிக்கொண்டிருந்தன. நான்கு தோல்கள் மயிர் நீக்கி அடுக்கி வைக்கப்பட்டிருந்தன. கட்டையில் கோர்க்கப்பட்ட தோல், பொருத்தாத கட்டைகள்

அடுக்கியதால் ஒழுங்கில்லாமல் சரிந்து கிடந்தன. சந்திரன் நாற்காலியில் அமர்ந்தான். அடுப்பில் மண்சட்டியில் பசை தயாராகி இருந்தன. சிறுவன் பின்புறத்தில் இருந்த வீட்டுக்குள் நுழைந்தான்.

"எங்கேயிருந்து வர்றீங்க. யார் சொல்லி வர்றீங்க"

விவரத்தைச் சொன்னான். அவர்கள் பற்றி துப்பு தெரியணும் என்று விளக்கிச் சொன்னான். மௌனமாக இவன் சொன்னதைக் கேட்டவர். "தப்படிச்சான் மூலைக்கு நீங்க போங்க, எனக்கு வேண்டிய முத்துப்பட்டன் ஒருத்தர் இருக்கார். அவர்கிட்டே நான் சொன்னேன்னு சொல்லுங்க" என்று சொல்லிவிட்டு வரிசையாகத் தொங்கிக்கொண்டிருந்த தப்பை கூர்மையாகப் பார்த்தான்.

"தப்புக் கட்டையெல்லாம் எப்புடி ரேட்"

"ரகத்துக்கு தகுந்தப் போலங்க தம்பி" என்று சொல்லிவிட்டு ஒருகணம் யோசித்தவர், "உங்களுக்கு எதுக்குங்க தம்பி" என்று கேட்டுவிட்டு இவனை மேலும் கீழுமாக பார்த்தார்.

"நாங்க எப்படி போயி தப்படிச்சான் மூலையில தங்குறது. சந்தேகம் வராது. அதுக்குத்தான்" சட்டென்று விஷயத்தைப் புரிந்துகொண்டவர், "இந்தா இருக்கு பாருங்க" என்று சொல்லிக்கொண்டே கட்டி ஒருவாரமே ஆகியிருந்த தப்பு ஒன்றைக் கழற்றி அவனிடம் நீட்டினார். வாங்கி குழந்தையைப்போல மடியில் வைத்துக்கொண்ட சந்திரன் விரலால் தட்டி ஓசையெழுப்பினான். தோலின் வழவழப்பை உள்ளங்கையால் தேய்த்துப் பார்த்தான். சுட்டத்தோலின் வாசனையடித்தது. தோல் கருத்தும் சிவந்தும் போயிருந்தன.

"பாருங்க புடிச்சிருந்தா விலைய பேசிக்கலாம். நீங்க எப்படி வாசிக்கிறீங்களோ அதுக்கு தகுந்தபுல பேசும்."

"காய்ச்சி அடிச்சிப் பாக்கலாமா?"

"நீங்க எடுத்துக்கிறேன்னு உறுதியா சொல்லுங்க. பெரிய ஈட்டிமாணிக்கத்துக்கு பூஜை போட்டத்தான் வாசிக்க கொடுப்பேன். மூணு தலைமொறை இதை நாங்க கட்டிக்கிட்டு இருக்கோம். எங்கப்பன் பாட்டன் காலத்துல விலைக்கி

விக்கல. அவுங்க கட்டி அடிச்சாங்க. நான்தான் இப்ப இந்த வேலைய செய்யுறேன். அந்த ஈட்டிமாணிக்க சுவாமி அருளால்தான் நான் கட்டுற தப்புக்கு மட்டும் இப்படியொரு தெய்வீக இசை வருதுன்னு நாங்க நம்புறோம்"

சந்திரன் மூன்று தப்புக் கட்டைகளையும் பார்த்துவிட்டு, சிறிதாக கோழி முட்டை வடிவத்தில் இருந்ததைப் பார்த்துக் கேட்டான்.. "இது என்ன இப்படி இருக்கு"

"வட்டமா இருக்கு பாருங்க.. இது சூரியப்பறை. அது சந்திரபறை"

"அப்படியா? இப்பதான் இது மாதிரி கேள்விப்படுறேன்" என்று சொல்லிக்கொண்டே வேய்ந்த கீற்றில் தொங்கிய கறுப்பு வெள்ளைப் புகைப்படத்தைப் பார்த்தான்.. அதில் கறுப்புக் கண்ணாடி போட்ட கலைஞர் மு.கருணாநிதி இவருக்கு சால்வை அணிவிக்கும் படம் பிரேம் செய்யப்பட்டு மாட்டப்பட்டு இருந்தது. அதில் அவர் தோளில் தப்புக்கட்டை தொங்கிக்கொண்டிருக்க நின்றுகொண்டிருக்கிறார். "நாகப்பட்டினத்து நடந்த திமுக கூட்டத்துல என் கோஷ்டிய சேர்ந்த நாலு பேரோடு நான் வாசிச்சேன். அதைப் பாத்த கலைஞர் என்ன மட்டும் தனியா அடிக்க சொன்னாங்க. நானும் எனக்கு தெரிஞ்ச அடிகள சுருதி சுத்தமா வாசிச்சு காட்டினேன். அதை பாராட்டி தான் எனக்கு பொன்னாடை போத்தினாங்க" என்று சொன்னபோது அவர் முகத்தில் ஒரு பொலிவும் கம்பீரமும் தெரிந்தது.

சந்திரன் பணத்தை எடுத்துக் கொடுத்தான். பொட்டுக்கு வயது எழுபது முடிந்து மூன்று வருடங்கள் ஆகிவிட்டன. ஒரே மகள். மருமகன் இங்கே தங்கிவிட்டார். மனைவி இறந்து பத்து வருடங்கள் ஆகிவிட்டன. மகள்தான் மூன்று வேளையும் வாய்க்கு ருசியாக அப்பனுக்கு ஆக்கிப்போட்டு கவனித்து வருகிறாள். விவசாய கூலி வேலைக்கு போகும் மருமகன். இவருக்கு ஒத்தசையாக இருக்கிறான்.

எழுந்து வாசலுக்குப் போய் குரல் கொடுத்தார். "கலா இங்க வா"

மகனை இடுப்பில் தூக்கி வைத்துக்கொண்டு வெளியே

வந்தாள் கலா. ஆறுமாத கர்ப்பிணியான அவள் சற்று பொறுமையாக நடந்து வந்தாள்.

"என்னப்பா.. சேவல் வேணுமா?"

சந்திரனும் குமாரும் எழுந்துகொண்டனர். தப்புக்கான பணத்தை மகளிடம் கொடுத்து "சாமி மடத்தில் வை" என்றார்.

"கொஞ்சம் பொறுங்க போகலாம்" என்று சொல்லிக்கொண்டே வீட்டின் பின்புறம் போய் மஞ்சள் பையில் ஏதோ ஒன்றை எடுத்து வந்தார். அதோடு சூரியை எடுத்தும் கவனமாக வைத்தார். கொல்லையில் கலா கோழிகளை வா..வா.. என்று குரல் கொடுத்து அழைத்துக்கொண்டிருந்தாள்.

திண்ணைக்குள் போய் தேங்காயை எடுத்துவந்து உரித்தார். கலா கூ..கூ.. என்று கையிலிருந்து கொக்கரித்து துள்ளிக்கொண்டு பறக்க எத்தனிக்கும் சிவப்பும் கருப்பும் கலந்த சேவலுடன் வந்துநின்றாள். கால்களைக் கட்ட சணல் கொடுத்தாள். பொட்டு அதனை வாங்கிக் கட்டினார். பேரன் ஹ..ஹ.. என்று பல் ஈறு தெரியச் சிரித்தான். மழலை மொழியில் தாத்தா என்று அடிக்கடி செல்லம் கொஞ்சினான்.

வெள்ளைச் சாக்கில் தப்புக்கட்டையை சுற்றிக் கட்டினார். கோழி மற்றும் பையை எடுத்துக்கொண்டார். சிவப்புத் துண்டை எடுத்து முண்டாசு கட்டினார். "வாங்க போவலாம்" என்று தெருவில் இருந்து நடக்கத் தொடங்கினார். இரண்டு நாய்களும் பின்னால் வரத்தொடங்கின. அவற்றை திட்டி விரட்டினார். அரை மனதுடன் அவை திரும்பிப் போயின.

தெருவைக் கடந்து வயல்வெளிக்கு வந்தார்கள். ஒரே நேர்கோட்டில் நீளும் வரப்பில் நடந்து 'சோடு' விழுந்திருந்தன. அதில் நடந்தார்கள். சம்பா அறுவடை முடிந்து உளுந்து பயிறு எடுத்த வயல்களில் நெல் பயிரின் தாள்கள் மக்கிப் போயிருந்தன. கோடைமழை பொழியாததால் புழுதியடிக்காமல் கிடந்தன வயல்கள்.

வயல்வெளியில் நடந்தார்கள். மாரியப்பனுக்கு வியர்வை கொட்டியது. தஞ்சை சாலையில் ஏறி ஓடம்போக்கி ஆற்றின் பாலத்துக்குப் போனார்கள். ஆற்றின் தென்கரையின்

படித்துறையில் இறங்கி குளித்தார் பொட்டு. தலையை துவட்டி வேட்டியை பிழிந்து கட்டிக்கொண்டார். துண்டை இப்போது இடுப்பில் கட்டிக்கொண்டு கரையேறினார்.

மீண்டும் நடக்கத் தொடங்கினார்கள். மளிகை கடையில் பூஜை சாமமான்கள் கேட்டார். இவர்கள் இருவரும் அவரின் செயல்களை வேடிக்கை போல பார்த்துக்கொண்டிருந்தார்கள்.

“மசாலா சாமானும் கொடுத்துடுங்க. அதுக்குன்னு ஒரு தடவ அலைய முடியாது”

கடைக்காரருக்கு சிரிப்பு வந்தது. சந்திரன் பொருட்களுக்கான பணத்தை எடுத்துக் கொடுத்தான்.. “இஞ்ச கணக்கு இருக்கு. வேண்டாம்” என்று பொட்டு மறுத்தார்.

பொருட்களை குமார் எடுத்துக்கொள்ள தப்புக்கட்டை மற்றும் சேவலுடன் வயலில் இறங்கினார்கள்.

இப்போது வயலில் நடந்து மரங்கள் அடர்ந்த அந்த காட்டுக்கோயிலுக்கு வந்தார்கள். அந்த பெரும் திடலில் ஈச்சை மரங்கள் நெட்டை குட்டை என நிறைய இருந்தன. அதில் குலை தள்ளி செங்காய்கள் இன்னும் சில நாட்களில் பழுத்து விடுவேன் என்று காற்றில் குலுங்கிக்கொண்டிருந்தன. இரண்டு பெரிய சூலங்கள் தரையில் நிலைநிறுத்தப்பட்டிருந்தன. அதில் சொருகப்பட்டிருந்த எலுமிச்சை பழங்கள் காய்ந்து போயிருந்தன. அதன் அருகே விளக்கு ஏற்றுவதற்கு மிகச்சிறிய மண்டபம். அழிஞ்சை மரங்களில் இளம் சிவப்பான பழங்கள் பழுத்து அதன்மேல் விழுந்திருந்தன. கிளைகளில் அமர்ந்த பறவைகள் பழங்களை சாப்பிட்டபடி கிறீச்சிட்டுக்கொண்டிருந்தன. பெரிதாக வளர்ந்து நின்ற நாவல் மரத்தில் இப்போதுதான் பூக்கள் பூத்திருந்தன. உதிர்ந்த இலைகள் விழுந்து குப்பையாக கிடந்தது கோவில்.

கையில் இருந்த அரிவாளில் நுணா மரக்கிளையை வெட்டி கூட்டினார். அப்போது மருமகன் சேகர் தலையில் தண்ணீர் குடத்தைச் சுமந்துகொண்டு வந்தான். தண்ணீரை வாங்கி தெளித்துவிட்டார். சாமன்களை எடுத்து சரிபார்த்தார். சூலங்களில் புதிய எலுமிச்சை பழங்களை சொருகிவிட்டார். தப்புக்கட்டையை சாக்கில் இருந்து எடுத்து சூலத்தில் சாய்த்து

வைத்தார். எண்ணெய் இட்டு தீபம் ஏற்றினார். பையில் இருந்த சாராயப் பாட்டிலை எடுத்து பத்திரமாக வைத்தார். சேவலின் கட்டுகளை நீக்கி அதன்மீது மஞ்சள் நீரை தெளித்தார். பொட்டலத்தில் இருந்த மல்லிகைப் பூச்சரத்தை அறுத்து அதன் கழுத்தில் கொஞ்சமாய் சுற்றினார். மீதியை சூலத்தின் மீது சூடினார். தேங்காய் உடைத்து சூடம் காட்டினார். விபூதியும் குங்குமமும் எடுத்து சேவலின் மீது தெளித்தார். தப்பின் மீது பட்டை இட்டார். வட்டப் பகுதிகளில் சந்தனம் தடவி குங்குமம் பதித்தார். மாரியப்பன் பயபக்தியோடு கைகூப்பி நின்றார். மருமகன் சேகர் சேவலைப் பிடித்துக்கொண்டான்.

மஞ்சள் பையில் கையைவிட்டு இரண்டு நான்கு அடி நீளமான சூரிக்கத்தியை எடுத்தார். அதில் கொஞ்சம் தண்ணீரைத் தெளித்து விபூதியைப் பூசினார்.

"ஈட்டிமாணிக்க அய்யா.. குத்தம் கொறை இருந்தா மன்னிச்சி ஏத்துக்கிட்டு என் தப்புக்கு சக்தி கொடு. இதை வாங்கிட்டு போற ஆளு நாலு இடத்துக்கு போய் கை நெறைய சம்பாதிக்கணும். தப்புக்கு எந்த கெடுதியும் வராம நீதான் பாத்துக்கணும் அய்யா" என்றார். அப்போது குமார், "நாங்க எங்க ஆட போயி சம்பதிக்க போறோம்" என்று முணுமுணுத்தான்.

சூரியை எடுத்து சேவலை பலியிட்டார். சூலத்திற்கு கொஞ்சம் ரத்தம் விட்டார். சேவல் தலை வேறு முண்டம் வேறாக தரையில் துடித்துக்கொண்டிருந்தன. சிதறும் குருதியை எடுத்து நெற்றியில் திலகமிட்டார். சில துளிகளை எடுத்து தப்பில் பூசினார்.

மூவரும் விபூதியை பூசிக்கொண்டார்கள். சேகர் சேவலை சுத்தம் செய்து வைத்துவிட்டு வந்தான். மண் சட்டியை எடுத்துவந்து மருமகனிடம் கொடுத்தார். சற்று தூரத்தில் செங்கல்லில் அடுப்பு கட்டினார். மரங்களில் பட்டுப்போய் விழுந்து கிடந்த விறகுகளை சேகரித்து வந்து வைத்தான்..

சேகர் அடுப்பை மூட்டி கோழிக்கறியை சமைக்கத் தொடங்கினான். மூன்று பேரும் சூலத்தைப் பார்த்து அமர்ந்தார்கள்.

"இது உங்களுக்கு குல தெய்வமா?"

"ஆமாம்.. முந்நூறு வருஷமா இவரை வணங்கிட்டு இருக்கோம். சோழ ராஜா தனது எதிரிங்க கிட்டே நாட்டை இழந்து தோத்து நின்னப்போ இந்த அய்யா போய் தனி ஆளா எங்க பூட்டனை கூட்டிக்கிட்டு போய் ஒத்தை தப்பை அடிச்சிக்கிட்டு தனி ஆளா நின்னு முப்பது பேரை சூலத்தால குத்தி கொன்னு சோழர்கள் வீரம் இதுதான்னு காட்டுனாராம். இவரை கொல்ல பெரும்படை வந்துச்சாம். இவரை புடிச்சு கொன்னு ரோட்டுல இருந்த ஈச்ச மரத்துல கட்டிட்டாங்க. ஏன்னா அப்பதான் மத்த ஆளுங்களுக்கும் பயம் வரும், எதித்து நிக்க மாட்டாங்கன்னு. காக்கா கழுகுங்க திங்கட்டுமுன்னு உத்தரவு வேற போட்டானாம் எதிரி நாட்டு ராசா. அதே மாதிரியே மூணு நாளு கெடந்துருக்கு. ஆனா காக்கா கழுகுகிட்ட வரல. உடம்பும் நாத்தம் எடுக்கல. இங்க இருந்த சில பேருங்க நடுராத்திரியில வந்து சடலத்தை தூக்கிட்டு வந்து இங்க சூலம் நிக்கிற இடத்துல அடக்கம் பண்ணிட்டாங்க. மறுநாள் காவலர்கள் வந்து கேட்டு இருக்காங்க. நரிங்க, நாய்ங்க பிணத்தை தூக்கிட்டு போயிட்டுன்னு சால்சாப்பு சொல்லியிருக்காங்க. அதுக்கு பிறகு இந்த பகுதிகாரவங்க இவரை தெய்வமா வணங்க ஆரம்பிச்சிட்டாங்க."

இறைச்சியின் மணம் பரவத்தொடங்கியது. உச்சி பொழுதாகி விட்டது. கீழத்தெரு ஆட்கள் ஒவ்வொருவராய் செய்தி கேள்விப்பட்டு வரத்தொடங்கினார்கள்.

சேகர் கறியை வறுவல் செய்துவிட்டு, "மாமா முடிஞ்சுட்டு" என்றான்.

"ஆளுங்க வர்றானுவோ.. சரக்கு வாங்கிட்டு வெரசா வா" என்று சொல்லிவிட்டு வந்திருந்த ஆட்களில் தனக்கு நெருக்கமான கருப்பையனைப் பாத்து, "கொடுங்கையளவு வைக்கோல் கட்டிக்கிட்டு வா" என உத்தரவிட்டார்.

வந்த ஆட்கள் பார்வை எல்லாம் சாராய பாட்டிலின் மீது குவிந்தன. சேகர் குடத்தில் நல்ல தண்ணீரும் நுனிவாழை இலையும் இடுப்பில் இரண்டு பெரிய பாட்டில்களும் எடுத்துக்கொண்டு அரைமணி நேரத்தில் மிகச் சிரத்தையுடன்

திரும்பி வந்திருந்தான். வாழை இலையைப் போட்டு படையல் போடத்தொடங்கினார். இறைச்சியைக் குவித்து வைத்தார். பொட்டுக்கடலை, சர்க்கரை, முறுக்கு போன்றவையும் வைக்கப்பட்டன.

சுட்ட ஓட்டில் ஒருவர் நெருப்பு உண்டாக்கினார். சேகர் புதிதாக வாங்கி வந்திருந்த பாட்டில்களையும் வைத்தான். உட்கார்ந்திருந்த ஆட்கள் எழுந்து நின்றனர். உடைத்த சாம்பிராணியைப் போட்டார். ஊதுபத்தியை ஏற்றினார். புகை மண்டலம் கிளம்பியது. சூடத்தை ஏற்றிக் காட்டினார். கையெடுத்துக் கும்பிட்டனர்.

வைக்கோலை அள்ளிப்போட்டு நெருப்பை பற்ற வைத்து தப்புக்கட்டை காய்ச்சத் தொடங்கினார் பொட்டு. டப்... டப்.... டொக்.. டொக்.... ணங்...ணங்... டம்...டம்... டண்... டண்.. டன்டனக்.. டன்டனக்... டன்டனக்... தோளில் மாட்டி அரை மணிநேரம் இடைவிடாது வாசித்தார். மிக அலாதியான இசையில் மெய்மறந்தவர்கள் ஈட்டிமாணிக்கசாமி என்று முணுமுணுத்தார்கள். சிலர் சந்நதம் வந்தது போல் நடந்துகொண்டார்கள்.

ஆட்களுக்கு இறைச்சியும் சாரயமும் பறிமாறப்பட்டது. மகிழ்ச்சியில் ஆட்கள் போதையில் கலகலப்பாகப் பேசிக்கொண்டு கிளம்பினார்கள். சந்திரனும் குமாரும் இறைச்சியை மட்டும் சில துண்டங்கள் சாப்பிட்டார்கள். ஒரு வெள்ளைச் சாக்கில் தப்பை உள்ளே போட்டு கட்டிக்கொண்டு இருவரும் கிளம்பினார்கள்.

2

பொழுது மெல்ல ஏறிக்கொண்டு இருந்தது. மேற்கே சூரியன் வட்டமாய் சிவந்த நிறத்தில் மறைந்துகொண்டிருந்தான். குமரேசன் ஆல மரத்தடித் திண்டில் அமரந்து இரண்டு பேருடன் பேசிக்கொண்டு இருந்தான். அவன் முன்னே பேபி வந்து நின்றாள். அவள் முகம் வாடிபோயிருந்தன. "வாக்கா, நல்லாயிருக்கிய்யா" என்று கேட்டான். "கொஞ்சம் பேசணும் வர்றியாப்பா"

"போக்கா, வர்றேன்"

அவள் போன பிறகு இவனுடன் பேசிக்கொண்டு இருந்தவர்களில் ஒருவர் "ஒரு காலத்துல இந்த சிறுக்கி என்ன ஆட்டம் ஆடுனா, இன்னக்கி இப்படி நிக்கிறா" என்று சொன்னார்.

"சும்மாயிருண்ணே.. நீயும் புள்ளக்குட்டி வெச்சிருக்க" என்று அவர் பேச்சை நிறுத்தினான்.

"பேபிய சேத்துக்கிட்டவன் புள்ளைய கொடுத்துட்டு போயிட்டான். முடிஞ்சவரைக்கும் ஆடிப்பாடி பெத்த புள்ளைய படிக்க வெச்சா, அவ என்னான்னா? இவள ஏமாத்திட்டு ஓடிபோயிட்டா... இவ என்ன செய்வா பாவம்" வேறு ஒருவர் பரிந்து பேசினார்.

"அதை விட்டுட்டு வேற எதாச்சும் பேசுங்க" என்று "போன ஆளை காணலையே" என்று முணுமுணுத்தான். அப்போது அனுப்பிய ஆள் திரும்பி வந்தான். அவனிடம் பாட்டிலை வாங்கிக்கொண்டு கிளம்பினான். இருள் கூடியிருந்தது.

அந்த தெருவுக்குள் நுழைந்து நாலைந்து வீடுகளைக் கடந்தபோது அந்த வீடு பூட்டிக்கிடந்தது. அதனைப் பார்த்தும் இனம்புரியாத வலி மனதில். இந்த தெருவுக்கே வரக்கூடாது என்று நினைத்து இருந்தான். ஆனால் அதனைக் கடந்தும் இன்று வரவேண்டியதாகி விட்டது.

வெளியே நின்று எட்டிப்பார்த்தான். அந்த தொகுப்பு வீட்டில் குண்டு பல்பு மஞ்சள் வெளிச்சம் மிகக்குறைவாக

சிவக்குமார் முத்தய்யா

விழுந்துகொண்டிருந்தது. அவள் இவனைக் கண்டதும், "வா.. கண்ணு" என்று வாஞ்சையுடன் அழைத்தாள். இவன் உள்ளே போனான். ஒரு கிழிந்த பாயை மடித்துப் போட்டு அதில் அமரச் சொன்னாள்.

உட்கார்ந்து அவளைப் பார்த்து, "தம்ளரும் தண்ணியும் கொண்டாக்கா" என்றான். சமயலறைக்கு போய் எடுத்து வந்தவள் சுண்டிய குழம்பை ஒரு கிண்ணத்தில் எடுத்துக்கொண்டு வந்து வைத்தாள்.

"யாக்கா.. ஒரு வாய் குடிக்கிறியா?"

"வேண்டாம்ய்யா, ஒரு காலத்துல குடிச்சோம். இப்ப ஆகமாட்டுது"

விறுவிறுன்னு என்று ஊற்றிக் குடித்தான். குழம்பைத் தொட்டு நாக்கில் வைத்துக்கொண்டான்.

"சொல்லுக்கா, என்ன செய்தி?"

"ஒன்னுமில்லப்பா, எம்மொவள பத்தித்தான் கேள்விப்பட்டேன். வேளாங்கண்ணி பக்கத்துல தான் இருக்குறதா சொல்றாங்க. அதுவும் ஆளு யாருன்னா ஆறு மாசத்துக்கு முன்னடி முத்துப்பட்டன் வீட்டுக்கு, தொழில் கத்துக்க வந்த ரெண்டு பேர்ல ஒருத்தன் கூட தான் இப்போ இருக்கான்னு சொல்றாங்க. அவன் யாரு என்னான்னு நீ கொஞ்சம் விசாரிச்சு சொல்லுப்பா. நான் போயி கேட்டா.. அது சரியா வராது. அவரு ஒனக்கு நெருக்கம் தானே?"

பேபி சொல்வதை உற்று கவனித்தான்.

"இது ஒனக்கு யாரு சொன்னா?"

"பாய்தான் சொன்னாரு"

"நம்ம பபூன் பாயா"

"ம்... வேளாங்கண்ணியில அவுங்க உறவுல ஒருத்தாரு இறந்து போய்ட்டாராம்.. அதுக்கு போவயிலதான் பாத்து இருக்காப்ள. அவருக்கிட்டத்தான் நல்லா பேசுமே. ஒருத்தனோட சேர்ந்து போயிருக்கு. அவுங்க பின்னாடியே ஒருத்தன் பேக்கை தூக்கிட்டு போயிருக்கான்..." சொல்லி முடிக்கும்போது

ஆத்திரமும் அழுகையும் பீறிட்டுக்கொண்டு வந்தது.

“ஆமாக்கா.. முத்துப்பட்டன் வீட்டு கொட்டகையில ரெண்டு தங்கி தப்படிக்க கத்துக்குறாங்கன்னு கேள்விபட்டேன். ஆனா அவுங்க யாரு என்னான்னு நான் கேட்கல. அவரும் சொல்லல”

குமரேசனுக்கு வியர்க்கத் தொடங்கியது. முத்துப்பட்டன் மேல் திடீரென்று கோபம் ஏற்பட்டது. “நம்ம வூட்டு பொண்ணை ஒருத்தன் கூட்டிக்கிட்டு போயிருக்கான். ஒக்காலி சரியா பதில் சொல்லாட்டி வகுந்துர்றேன் பாரு” என்றான் சத்தமாக.

“இதுக்கு அவரும் உடந்தைன்னு தான் சொன்னாரு பாய்” என்றாள்.

வேட்டியை வரிந்து கட்டிக்கொண்டு குமரேசன் தெருவில் இறங்கி நடக்கத் தொடங்கினான்.

3

வாசலில் டிவிஎஸ்-50 வந்து நின்றது. அதில் இருந்து ஒருவர் இறங்கினார். பைக் சத்தம் கேட்டு கலா வெளியே வந்தாள். “பொட்டு” என உரத்த குரலில் அவர் அழைத்தார்.

“என்னங்க வேணும்? அப்பா தூங்குது”

“பண்டிதர் தவறிட்டாரு. அவரு சாவுறப்போ உங்கப்பாரு வந்து தப்பு அடிச்சா தான் அவரு ஆத்மா சாந்தி அடையுமுன்னு சொல்லிட்டு உயிரை விட்டுருக்கார்”

“அப்படியா? பத்து வருஷமா அம்மா செத்தப் பிறவு அப்பா அடிக்க போறதில்லிங்களே. தப்பு கட்டி விக்கிறதோட சரி”

“நீ எழுப்பி விடு. நான் பேசிக்கிறேன்”

அவர் கலாவிடம் ஏதோ சண்டையிடுகிறார் என நினைத்து இரண்டு நாய்களும் அவர் அருகில் வந்து குரைத்தன. கலா நாய்களைத் திட்டி விரட்டினாள். பொட்டு எழுந்து கண்களைக் கசக்கிக்கொண்டு அருகில் வந்தார்.

சாம்பசிவத்தைப் பார்த்ததும் எங்கே பார்த்தது போல தோன்றியதும் கையெடுத்து கும்பிட்டு தணிந்த குரலில் “எங்கேயிருந்து வந்திருக்கீங்க” என்றார்.

“கணேசலிங்க பண்டிதர் தவறிட்டார். அதான் தப்படிக்க உன்ன கூட்டிக்கிட்டு வரச்சொல்லி அவரு மகன் காந்தைய்யா பிள்ளை அனுப்பினாரு.”

“அய்யா தவறிட்டாங்களா, எப்படிங்க.. என்னாச்சுங்க” என்று பதட்டமாகக் கேட்டார்

“அவரு மயிலாப்பூர்ல மகள் வீட்டுல இருந்தாரு. வயசும் அப்படி இப்படின்னு எம்பதுக்கு மேல ஆயிடுச்சுல்ல. படுத்த படுக்கைதான். இப்ப சொந்த ஊருக்கே கொண்டு வந்தாச்சு.”

“சரிங்க.. நீங்க போங்க, நான் ஆளுங்கள கூட்டிக்கிட்டு வந்துர்றேன்”

“ஒம் மகளா அது? என்னுமோ சொன்னுச்சு”

"அதுக்கு விஷயம் தெரியாதுங்க. அவரு தான் என் வாத்தியாரு. நான் அரைமணி நேரத்துல அங்க வந்துர்றேன். போங்க"

வந்தவர் வேலை முடிந்த திருப்தியில் வேகமாகக் கிளம்பி போனார். அந்திப்பொழுதாகியிருந்தது.

வீட்டுக்குள் இருந்து சொம்பில் தண்ணீரோடு வந்த மகள் கலாவிடம் "அவரு எனக்கு ரொம்ப வேண்டியப்பட்டவரு. போயே ஆவணும். எங்கே தம்பி?" என்றார்.

அவள் முகத்தில் சில மாற்றங்கள் தென்பட்டன. "கொல்லையில படுத்துருக்கு. எழுப்பி விடுறேன்" என்று சலித்த முகத்துடன் சொல்லியபடியே போனாள். இவர் திண்ணைக்கு வந்து சுவரில் தொங்கிய தனது நேசிப்புக்குரிய சூரியபிறையின் வடிவான தனது செல்லப்பறையை எடுத்து தோளில் மாட்டினார். அதனை மாட்டினால் திடகத்திரம் அதிகரித்து விடும். போருக்குச் செல்லும் வீரனைப் போல் அவரது தோள்கள் வலிமை கொண்டுவிடும். ஓர் எருமையை ஒண்டிக்கு ஒண்டியாக அடித்துக் கொன்று இறைச்சி தின்னும் ரௌத்திரம் பெருகிவிடும். மயான வெளியில் ஒரு கொரக்கலி பிணத்தை அடித்து சிதைத்து எரித்து சாம்பலை நெற்றியில் பூசிக்கொள்ளும் சிவரூபம் உருவாகும். இன்று ஏனோ அந்த மாற்றமில்லை. மிகவும் மந்தமாக இருந்தார். உள்ளுக்குள் ஏதோ அழுத்தம். வலி. இன்னும் என்னமோ. இதெல்லாம் புதிது.

சேகர் புறவாசலில் இருந்து தனது சூப்பர் எக்சல் வாகனத்தை தள்ளிக்கொண்டு வெளியே வந்தான். "மேப்பாடியில போயி கண்ணுச்சாமியையும் மேனாங்கரைக்கு போயி தங்கவேலுவையும் அழைச்சிக்கிட்டு வந்துருப்பா. இந்த கட்டைங்க ரெண்டையும் முன்னாடி வெச்சுக்க. போற இடம் நமக்கு ரொம்ப வேண்டியப்பட்டவங்க. விஷயத்தை எடுத்துச்சொல்லி கையோடு அழைச்சிட்டு வந்துடு. நான் கடைவீதியில நிக்கிறேன்."

சேகர் பைக்கில் கிளம்பினான். பொட்டு கொட்டகையில் பதப்படுத்தியிருந்த தோல்களை எடுத்து பத்திரமாக மேலே

வைத்துவிட்டு, வாசிக்கும் குச்சிகளை துணிப்பையில் வைத்தார். பாட்டிலில் மீதியிருந்த கொஞ்சமான சாரயத்தைக் குடித்தார். கலா மகனோடு வந்தவள், “காலையிலேருந்தே குடிச்சிக்கிட்டு இருக்கேப்பா... போற இடத்துல வாங்கி குடுக்குறானுவோன்னு வாங்கி ஊத்திக்காத. பாத்து போயிட்டு வா”

மகளின் இடுப்பில் அமர்ந்திருந்த பேரனின் கன்னத்தில் குனிந்து முத்தமிட்டுவிட்டு கிளம்பினார். அவன் இவரிடம் வரத்தாவினான். 'நேரமாகிவிட்டது' என கிளம்பினார். பொழுது ஏறிக்கொண்டிருந்தது கடைவீதிக்கு இரண்டரை கிமீ தூரம் நடக்க வேண்டும். தோளில் தப்பை மாட்டிக்கொண்டு வேகமாக நடந்து போய்க்கொண்டிருப்பவரை ஜனம் ஒரு மாதிரியாக பார்த்தார்கள். இவரது நினைவு எல்லாம் கணேசலிங்க பண்டிதர் பற்றியே இருந்தது. எப்பேர்ப்பட்ட மனிதர். அவரைப் போன்ற மனிதரை இனி பார்க்க முடியாது. எட்டுக்கும் மேற்பட்ட மொழிகள் அறிந்தவர் என்று சொல்வார்கள். பல விஷயங்களை ஆழமாக அறிந்தவர் என்பார்கள். சங்கீதத்தை தலைகீழாகக் கரைத்துக் குடித்தவர் என்று கொண்டாடுவார்கள்.

அவர் அன்று இவருக்கு இதைச் செய் என்று எடுத்து சொல்லவில்லை என்றால் இன்று இப்படி கொஞ்சம் நிலபுலன்கள், தொழில், காசுப்பணம் என்று இருந்திருக்க முடியாது. மற்ற கீழத் தெருக்கார்கள் போல் மூன்றுவேளை சோற்றுக்கும் கட்டும் துணிக்கும் அல்லாட வேண்டியிருந்திருக்கும்.

நன்றாக நினைவிருக்கிறது, நேற்று நடந்தது போல இருக்கிறது இருபதாண்டுக்கு முன் இருக்கும். மஞ்சகுடிக்கு தனது கோஷ்டியினருடன் வந்து பெரிய தேசிங்கர் வீட்டு துக்கத்திற்கு பறையடித்துக்கொண்டிருந்தார்கள். நல்ல மக்கள் கூட்டம். ஊரின் பெரிய மனிதர்கள் வரிசையாக நாற்காலியில் அமர்ந்திருந்தார்கள். இறந்தவர் பெரும் பணக்காரர் மட்டுமல்ல வயது முதிர்ந்தவர் என்பதால் கூத்தும் கும்மாளமுமாக இருந்தன.

தஞ்சாவூர் நையாண்டி மேளக் குழுவினர் குறவன் குறத்தி ஆட்டத்துக்கு வந்திருந்தார்கள். அவர்களும் இவர்களும் மாறிமாறி வாசித்துக்கொண்டிருந்தனர். அப்போது நாற்காலியில் அமர்ந்திருந்த கணேசலிங்க பண்டிதர் பொட்டுவையும், அவருடன் சேர்ந்து வாசிக்கும் பெருமாளையும் பார்த்தார். இருவரின் அடி மட்டும் அத்தனை துல்லியமாக சுதி மாறாமல் ஏற்ற இறங்கங்களுடன் இருந்தன. மற்றவர்கள் வாசிப்பதை நிறுத்தச் சொல்லிவிட்டு பொட்டுவை மட்டும் தனியாக வாசிக்கச் சொன்னார். தனது சூடேற்றப்பட்ட தப்பினால் புதுவிதமான துள்ளிசையில் அபூர்வமான சங்கதிகளைப் போட்டு உருட்டி மிரட்டினார். முறையாக பால பாடம் கற்றவர்கள் மட்டுமே காட்டும் வித்தை அது. இவருக்கு எப்படி கை வந்தது என்று ஆச்சரியப்பட்டு போய் சில மொழிக் குறியீடுகளை பண்டிதர் சொல்லச்சொல்ல, பொட்டு வாசித்தார். ஒரு கட்டத்தில் மெய் மறந்துபோன பண்டிதர் "சபாஷ்டா" என்று உரத்தக் குரலில் கத்தியபடி, தனது சட்டைப் பாக்கெட்டில் இருந்து ரூ 50 பரிசாகக் கொடுத்தார். எல்லாரும் கைத்தட்டி ஆரவாரம் செய்தார்கள். சாவு வீடு என்பதே மறந்து போகும் அளவுக்கு சூழல் மாறியிருந்தன.

சடலத்தை எடுக்க காரியங்கள் நடந்துகொண்டிருந்தன. தடபுடலாகச் செலவு செய்தார்கள். உறவினர்கள் போட்டி போட்டுக்கொண்டு சாரயத்தையும் கள்ளையும் வந்தவர்கள் போனவர்களுக்கு எல்லாம் வினியோகம் செய்தனர். குடிக்காதவர்கள் தனியாக நின்று வேடிக்கை பார்த்துக்கொண்டிருந்தவர்கள். குடித்தவர்கள் கும்பல் கும்பலாக நின்று பேசிக்கொண்டும் ஆடிக்கொண்டும் இருந்தார்கள். பொட்டு சாவுக்கு தப்பு அடிக்க வரும்போது மட்டும் எப்போதும் குடிக்கமாட்டார். இவரது கோஷ்டியில் இருந்த பெருமாள் மொடாக்குடிக்காரன். சாராயம் என்றால் வாங்கி வாங்கிக் குடிப்பான். இவர் எல்லாவற்றையும் முடித்துக்கொண்டு வீட்டுக்கு வந்துதான் குடிப்பார். அப்போது இவருக்குப் பிரியமான உணவுகளை மனைவி சின்னப்பொண்ணு சமைத்து தருவாள். அன்று பெருமாள் எப்போதும் போல் நிறைய குடித்து இருந்தான். இவர் கண்டித்தும் அவன் கேட்கவில்லை.

கூட்டத்தின் இடையே நின்று அடித்துக்கொண்டு இருந்தார்கள். அப்போது வட்டசாட்டமான கெளுத்தி மீசையும் வெள்ளையும் சொள்ளையுமாக உயரமான ஆளாக இருந்த தேசிகரின் உறவினர் ஒருவர் தப்படித்துக்கொண்டிருக்கும் பெருமாள் எதிரே வந்து பத்து ரூபாய் நோட்டை தரையில் போட்டார். "ஏலேய் இத கண்ணால எடுடா பாப்பம்" என்றார். "சரிங்கய்யா" என்று குஷியான பெருமாள் அடித்துக்கொண்டே தரையில் கிடக்கும் பணத்தை எடுக்கும் முயற்சியில் பறையை வாசித்துக்கொண்டே நின்றான், குனிந்தான், பிறகு தரையில் உட்கார்ந்து பல்டி அடித்தான்... பிறகு படுத்து வாசித்தான். தரையில் விரிந்த நிலையில் கிடக்கும் பணத்தை எடுக்க முடியவில்லை. அப்போது குறுக்கிட்ட பொட்டு, "அய்யா பணத்தை எடுத்து கொஞ்சம் சுருட்டி போடுங்க. அப்பத்தான் கண்ணுக்கு ஒட்டும்" என்றார். "போடா... " என்ற அந்த ஆள் மறுத்து விட்டார். அடியை நிறுத்திவிட்டு சட்டென்று தரையில் பறையோடு எழுந்துவிட்டான். பணத்தை எடுக்க முடியவில்லை. "எடுடா..." என்று அவர் மிரட்டினார்.

"முடியாதுங்க..." முகம் சுழித்தான் பெருமாள். கன்னத்தில் விழுந்தது பளார் என்று ஓர் அறை. முகத்தில் இரண்டு குத்துகள். வயிற்றில் சில உதைகள். பல கெட்ட வசவுகள். சுருண்டு விழுந்துவிட்டான் பெருமாள். எவருமே இதை எதிர்பார்க்கவில்லை. நாலைந்து பேர் அந்த நபரைச் சமதானப்படுத்தி வெளியேற்றினார்கள். கூட்டம் ஸ்தம்பித்துவிட்டது. பொட்டுக்கு அவமானம் ஆகிவிட்டது. அப்போது பெருமாளை அழைத்துக்கொண்டு மற்ற ஆட்களுடன் அங்கிருந்து வெளியேறி விடலாம், பறையடித்த கூலியே வேண்டாம் என்று புறப்பட முயற்சித்தார் பொட்டு. சம்பவத்தை அறிந்து சில நிமிடங்களில் அங்கு வந்தார் கணேசலிங்க பண்டிதர். பொட்டுவைச் சமதானப்படுத்தினார். "இவனுங்க கலைய மாதிக்கத் தெரியாத களவாணிப் பயலுங்க. நடந்த சம்பவத்துக்காக நான் மன்னிப்பு கேட்டுக்குறேன்." என்று கெஞ்சும் தொனியில் சொன்னார்.

அதன் பிறகு பிணம் மயானக்கரை போகும் வரை எவரும் ஆடக்கூடாது வாசிப்பவர்கள் ஆட்டக்காரர்கள் மட்டுமே

ஆடவேண்டும் என்று தேசிகர் கறாராகச் சொல்லி விட்டார். மயான வெளியில் ஐந்து முகம் போட்டு ஜோடிக்கப்பட்ட தேர்முகப் பாடையில் சடலத்தை ஏற்றி சுமந்து வந்தார்கள். இறுதிக் காரியங்கள் முடிந்து கூலி வாங்கிக்கொண்டிருந்தபோது, ஒடிசலான வாலிபன் ஒருவன் வந்து "பண்டிதர் அய்யா உன்ன பண்ணை வூட்டுக்கு அழைச்சிட்டு வரச்சொன்னாங்க" என்றான்.

ஏன் ஏதற்கு கேட்கவில்லை பொட்டு. பக்கத்தில் இருந்த அல்லிக்குளத்தில் குளித்துவிட்டு, பெருமாளையும் அழைத்துக்கொண்டு மற்ற ஆட்களுடன் கிளம்பினார்.

தெருவில் இருந்து சற்று தள்ளிய பெரிய மூங்கில் படல்களில் பண்ணை வீட்டின் சுற்றுப்புற வேலிகள் அமைக்கப்பெற்று இருந்தது. வடக்கு பார்த்த உள் முற்றம் கொண்ட சுற்றுக்கட்டு ஓட்டு வீடு. குளித்துவிட்டு வந்து வெள்ளை வேட்டியும் கை பனியனோடும் அமர்ந்திருந்தார் பண்டிதர். அவரது காதில் வைரக்கடுக்கன் மின்னின. அவரது கழுத்தில் ஸ்படிக மாலையும் பெரிய தங்கச் சங்கிலியும் தொங்கிக்கொண்டிருந்தன. நெற்றி நிறைய விபூதி தரித்து இருந்தார்.

"அய்யா வரச் சொன்னிங்கன்னு...."

"வாடா அப்படியே உக்காந்துக்கோ"

"இனிமே இப்படி வெளியில அடிக்கிற மாரி இல்லிங்க. இப்படியெல்லாம் அடிவாங்க என்கிட்டே தெம்பு இல்லிங்க. உள்ளூருக்குள்ளேயே முடிச்சிக்கலாமுன்னு இருக்கேன். வெட்டியான்னா ரொம்ப கேவலமா நெனைக்கீறாங்க"

"உங்ககிட்டே அந்த பய இப்படி நடந்துக்கிட்டது எனக்கு சுத்தமா புடிக்கல. உங்கள நான் கவுரவிக்குறேன். நீங்க அடிக்கிற தப்பு லேசுப்பட்ட கலை இல்லை. சிவபெருமனே வாசிச்சதுன்னு சாஸ்திரம்சொல்லுது. அதாவது நான் சொல்றதை நல்லா நீங்க கேட்டுக்கங்க."

பொட்டு உள்ளிட்ட அனைவரும் அப்படியே தரையில் அமர்ந்தார்கள். பண்டிதர் குருவாகிப் போனார்.

"அஜபா நடனம் புரியும் சிவபெருமானுடன் பிரிக்க முடியாத

தொடர்புகொண்ட வாத்தியம் 'டமருகம்' சொல்லப்படுற உடுக்கை. இதைப் பத்தி ஒரு புத்தகம் என்ன சொல்லுதுன்னா தனது நடனம் முடிந்ததும் பெருமான் சனகர் முதலிய யோகிகளை காப்பாத்தவும், அருவமான தன்னை வெளிக்காட்டவும் டக்கா அப்படின்னு சொல்ற உடுக்கையை நாற்பத்தைந்து தடவை ஒலிக்க செய்யுறாரு. இதிலிருந்து மொழி குறித்த பதினான்கு சூத்திரங்கள் தோன்றியதாம். இதுல பேச்சுக்கலையை தவித்து இசைக்கலையின் சுரங்களும் அடக்கம். ஆகவே டமரு ஒலியே அனைத்திற்கும் ஆதியான ஒலித்துடிப்பு. ஆக்கல், அழித்தலுக்கு இது பொதுன்னு சொல்றாங்க. நான் சொல்ற இந்த கருத்தைதான் தந்திர சாஸ்திரமும் சொல்லுது."

அப்போது ஒருவர் வீட்டுக்குள் இருந்து வந்து பானகம் கொடுத்தார். வாங்கி அருந்தியவர்கள் பண்டிதரின் பேச்சை கூர்மையாக் கேட்டார்கள்.

"இன்னும் சொல்றேன் கேட்டுக்கங்க. பறைங்கறது இழிவான கருவியில்ல. ஆரம்பத்துல தோல் செஞ்ச எல்லா கருவிகளையுமே பறைன்னு தான் பேரு. அப்படித்தான் அழைச்சாங்க. இன்னக்கி மிருதங்கம் வாசிக்கிறவன் உயர்ந்தவன். பறையடிக்கிறவன் தாழ்ந்தவன்னு சொல்றது இடையில ஏற்பட்டது. இப்ப எதை எவன் வாசிச்சாலும் அவன் கிட்டே சரஸ்வதி இருக்கான்னு பாக்கணும். அவ அருள் இருக்குறவன் மட்டும் தான் வாசிக்கவும், கலைய நேசிக்கவும் முடியும். இன்னொரு விஷயமும் இருக்கு. இப்ப தோல கட்டி அதை நெருப்பு காய்ச்சி வாசிக்கிறப்போ ஒரே கருவியில பல சப்தங்கள கேட்க முடியும். பறையில மட்டும்தான் அதுக்கான தாத்பரியம் உண்டு. மத்த எல்லா தோல் கருவியிலேயும் ஒரே சுதி தான். நான் சொல்றது ஒனக்கு புரியிதா பொட்டு."

"நீங்க சொல்ற சங்கதியை எங்கப்பாரு சொல்லி கேட்டு இருக்கேனுங்க. அவரு தான் தப்பு கட்டுற நுணுக்கத்தையும் எனக்கு சொல்லியிருக்காரு. இப்ப இத கையில வச்சிருக்கேனே இதுவந்து ரெண்டு குட்டி போட்ட இளம் ஆட்டோட தோலு. கிடா தோலு பக்குவத்துக்கு வராதுங்க."

“அப்படி சொல்லுடா என் பறப்பயலே. அதுசரி.. இன்னும் இந்த பறையிசைக்கு உள்ள சிறப்ப சொல்றேன் கேட்டுக்கடா. நீங்களும் கேட்டுங்குங்க. தோல் கருவிங்கள சங்கீத ஜாம்பவான்கள் “அவநத்த” வாத்தியங்கள் அப்படின்னு சொல்றாங்க. அதாவது அவநத்தம் அப்படின்னா மூட்டப்படுவதுன்னு அர்த்தம். பாத்திரத்திலேயோ, மரக்கட்டையிலோசெய்யுறதுனால அப்படி அழைக்கிறாங்களாம். அது எப்படி தோன்றியதுன்னு பரத முனிவரின் நாட்டிய சாஸ்திரத்தில ஒரு கதை இருக்கு. ஸ்வாதின்னு ஒரு முனிவர் தமது ஆஸ்ரமத்தில உள்ள குளத்துக்கு நீராட போயிருக்கார். அச்சமயம் இந்திரன் ஒரு பெருமழையை பெய்ய செய்தான். மழைத்துளிகள் குளத்தின் தாமரை இலையில வழிந்து ஒரு இசையை உருவாக்கிச்சு. அதை வியந்து போய் பாத்த அவருக்கு, ஆசிரமம் வந்தபிறகும் அது காதிலேயே கேட்டுக்கிட்டு இருந்துச்சு. பிறகு அவரு சில சிஷ்யர்களின் உதவியோட பணவம், தர்துரம் போன்ற பெயர்களில் பறைக்கருவிகளை உருவாக்கினாராம்.”

“அப்படிங்களா? ஆச்சரியமா இருங்குங்க” போதை சிறிதும் குறையாத பெருமாள் பண்டிதரைப் பார்த்து சிரித்த முகத்துடன் சொன்னான். அவனைப் பார்த்து முறைத்த பொட்டு, “சும்மாயிருடா கழுத” என்று திட்டினார்.

“ஆந்திராவுல உள்ள காட்டெருமை மலைகளில் வாழும் ரெட்டி சாதிக்காரங்க பறைகள் செய்வதை ஒரு சடங்காவே செய்யுறாங்க. பொட்டு ஏன் நீ இந்த தப்பு கட்டுறதை தொழில செய்யக்கூடாது. நல்ல யோசி”

அப்போது காரியக்காரன் வந்தான். அவனது கையில் பளபளப்பான பச்சை நிற பாட்டில் ஒன்று இருந்தது. அதை பயபக்தியுடன் பண்டிதர் இருக்கை முன் இருந்த சிறுமேசையில் வைத்தான். அதனைப் பார்த்த பெருமாள், “சீமை சாராயம் மச்சான்” என்று கிசுகிசுத்தான். வறுத்த முந்திரிப் பருப்பும் நெய்யில் பொரித்த விரால் மீன் துண்டங்களும் வாழை இலையில் வைக்கப்பட்டது. பாட்டிலைத் திறந்து கண்ணாடி தம்ளரில் திரவத்தை ஊற்றிப் பருகினார். சில நிமிடங்கள் மவுனத்தில் கரைந்தன. பண்டிதர் கண்களை மூடி யோசித்தார்.

பிறகு பொட்டுவைப் பார்த்து தொடர்ந்தார்.

“அதர்வ வேதத்தில இதை பத்திய துதி ஒன்னு இருக்கு. அதை சொல்றேன் நல்லா கேட்டு மனப்பாடம் பண்ணிகங்கடா,

‘ஓ... துந்துபியே, வனஸ்பதியாகிய மரத்தினால் செய்யப்பட்ட நீசிறந்த ஒலி எழுப்பும் வீரனாகத் திகழ்கிறாய்.

உன் பேரொலியால் நீ பகைவரிடையே அச்சத்தை விளைவிக்கிறாய்.

வெற்றியை விரும்பி நீ சிங்கத்தைப் போல் கர்ஜனை செய்கிறாய்.

மதம் பிடித்த யானை பசுவின் மந்தைக்குள் நுழைந்தது போல் நீ பகைவரிடையே புகுந்து விளையாடுகிறாய்.

மான் தோலினால் செய்யப்பட்ட பறையின் பெரும் ஒலியால் போர் கடவுள் பகைவரிடம் அச்சத்தை விளைவித்து

எதிரிகளை தோல்வியுறச் செய்துவிட்டனர்”

ஸ்லோகத்தை அவர் நாடகப் பாவனையில் சொல்லி முடித்தார். பொட்டு கைதட்டவும் காரியக்காரன் உள்ளிட்ட மற்றவர்களும் கைதட்டி பாராட்டு தெரிவித்தனர். அவர் காரியக்காரனை அழைத்து ஏதோ சொன்னார். அவன் வீட்டுக்குள் நுழைந்தான். அவர் பாட்டிலைத் திறந்து திரவத்தை பருகினார். சில நிமிடங்களிலே ஒரு தாம்பூலத்தில் புத்தம் புதிய வேட்டிகள் மற்றும் துண்டுகளைக் கொண்டுவந்து அவர்முன் வைத்தான். பொட்டுவை அழைத்து வேட்டித் துண்டுகளைக் கொடுத்தார். அதேபோன்று மற்றவர்களுக்கும் கொடுத்தார். அவர்கள் பண்டிதர் காலில் விழுந்து ஆசி வாங்கிக்கொண்டு கிளம்பினார்கள். அப்படிப்பட்ட உயர்ந்த மனிதரின் கடைசி ஆசையை “ஒரு நயா பைசா வாங்காம நிறைவேத்தணும்” என்று சொல்லிக்கொண்டே நடந்தார்.

4

விடிந்தும் விடியாத பொழுதில் செவத்தக்கன்னி, தென்பாதி சேகர் உடன் தெருக்காரர்கள் நாலைந்து பேரை கூட்டிக்கொண்டு கிளம்பியிருந்தாள்.

தெருவில் காலை நேரத்தில் வாசலுக்கு சாணம் கரைத்து தெளித்துக்கொண்டிருந்த ஆச்சிகள் இவர்களை எங்கே போறீங்க? என்றதற்கு பதிலாக பார்த்துவிட்டு வேலைகளில் ஈடுபட்டார்கள். தெரு நாய்கள் அவர்களைக் குரைத்தன. பெருமாள்சாமி முதலியார் வீட்டுவாசலில் போய் அவர்கள் நின்றார்கள். பண்ணைக்காரன் புறவாசல் கொட்டிலில் மாடுகளை அவிழ்த்துக்கொண்டு வந்து வெளியே மாற்றி முளைக்குச்சியில் கட்டிக்கொண்டிருந்தவன் இவர்களைப் பார்த்து என்ன? என்று சைகையால் கேட்டுக்கொண்டு வாசலுக்கு வந்தான்.

இவர்கள் முதலியாரைப் பார்க்க வந்திருப்பதாகச் சொன்னார்கள் "இருங்க.. நில்லுங்க. அய்யா இப்போ வருவாங்க" என்று சொல்லிவிட்டு மீண்டும் கொட்டிலுக்குப் போய் அவனது பணிகளைத் தொடர்ந்தான்.

பெரிய சுற்றுக்கட்டு ஓட்டு வீடு பழமை மாறாமல் இருந்தது. அதனை பின்தொடர்ச்சியாக எடுத்துக் கட்டியிருந்தார்கள். வீட்டுக்கு பின்னால் விஸ்தாரமான நீண்ட தோட்டம் இருந்தது. அதில் தென்னை மரங்களும் வாழையும், எலுமிச்சை, நாரத்தை, பப்பாளி, கொய்யா, மா என நிறைய மரங்கள் இருப்பதாக செவத்தக்கன்னி உடன் வந்த குப்பு சொன்னார்.

வீட்டுக்குள் மணியடிக்கும் ஓசை கேட்டது. "முதலியாரு.. பெருமாள் சாமிய கும்பிட்டுதான் வெளியில வருவாங்க" என்று மற்றொரு ஆள் சொன்னார். இவர்கள் சொல்வதை தென்பாதி சேகர் அலட்சியமாகப் பார்த்தான். செவத்தக்கன்னியின் மனதில் பல எண்ணங்கள் ஓடி மறைந்தன. தனது எண்ணத்தை மாற்றிக்கொள்ளாலமா? என்று நினைத்தாள். தனது கோரிக்கையை இவர்கள் ஏற்றுக்கொள்வார்களா? இரண்டு நாட்களாக பல கோணத்தில் கூட வந்திருப்பவர்களுக்கு எடுத்துச் சொல்லித்தான் புரிய வைத்திருந்தாள்.

கீழ்வானில் துலக்கமான சூரியன் தெரிந்தது. சுப்புணி கடையில் டீ குடித்துவிட்டு வந்திருக்கலாம் என்று குப்பு சொன்னார். "அந்த ஆளு தான் பால் இல்லன்னு சொன்னுச்சே" என்றாள்.

உள் தாழ்ப்பாள் திறந்தது. முதிலியார் வெளியே வந்தார். அவரது நெற்றியில் செந்தூரமும் குங்குமமும் பளிச்சிட்டன. அவர் திண்ணையில் கிடந்த மர நாற்காலியில் அமர்ந்தார். இவர்கள் அவரை நெருங்கிப் போனார்கள்.

"குப்பு.. என்னடா விஷயம் இப்படி காலையில வந்து இருக்கீங்க?"

"ஒன்னும் இல்லிங்க ஆண்டே, நம்ம சிங்காரத்து மொவ அப்பன் பாத்த காணியாச்சிய தான் பாக்கறேன்னு சொல்லுதுங்க."

அப்போது செவத்தக்கன்னி அவர் முன்னால் நின்றாள்.

"அதெல்லாம் பொம்பள பாக்குற வேலையா? சொல்லு.. அது சரியா வருமா? இந்த ஊர்ல எவனும் செய்ய முன்வரலன்னு தானே வெளியூர்க்காரனை பாக்கச் சொல்லியிருக்கோம்."

"ஆண்ட நீங்க சொல்றது சரிதான். அந்த பொண்ணுக்குன்னு இதை விட்டா ஒன்னுமில்ல. அதுக்கு உதவி செய்ய நாங்க இருக்கோம். நீங்க இதை பெரிய மனசு பண்ணி செய்யுங்க."

"நீ சொல்றது சரி தான்டா, நாளக்கி ஒரு பிரச்சினைன்னா, உன் பக்கத்துல நிக்கிறாரே.. தோழரு.. அவரு... கூட்டத்தல்ல கூட்டுவாரு"...

"அப்படியெல்லாம், செய்யமாட்டேன், நீங்க சொல்லிவிடுங்க" என்றான் சேகர் சற்று தணிந்த குரலில். சில நிமிடங்கள் அமைதியாக இருந்தார்.

"இது எனக்கு என்னமோ சரியா வருமான்னு தோணல. இது எல்லாமே ஆம்பளைங்க செய்யுற வேலை. வர்ற ஒன்னாந்தேதி ஊர் கூட்டம். மத்தவங்க கிட்டேயும் பேசிட்டு நான் சொல்றேன்.."

"சரிங்க" என்று கிளம்பினார்கள். மேற்கொண்டு ஒன்றும்

பேசிக்கொள்ளவில்லை. தெருவுக்கு வந்த பிறகுதான் சேகர் சொன்னான், "முதலியாரு சொல்றது தான் எனக்கு சரின்னு தோனுது. எல்லாத்துக்கும் நீ ஆளு வெச்சு செஞ்சா உனக்கு என்னா மிஞ்சும் சொல்லு. அதுவும் ராத்திரியில போய் சுடுகாட்டுல பொணம் எரிஞ்சுட்டுத்தான்னு பாக்குணும். சரியா வருமா? நான் எனக்கு தெரிஞ்ச இடத்துல ஒரு மாப்புள்ள இருக்கான். அவனை இரண்டு நாள் கழிச்சு அழைச்சுட்டு வர்றேன்.. அதுக்கு பிறகு இதைப்பத்தி யோசிக்கலாம். நாம அவசரப்பட்டு விட்டோமுன்னு நினைக்கிறேன்" என்றான்.

சேகருக்கு பதில் எதுவும் சொல்லாமல் வீட்டுக்குள் புகுந்தாள் செவத்தக்கன்னி. சேகர் மற்ற ஆட்களிடம் நீண்ட நேரம் பேசிக்கொண்டிருந்தான்.

5

முருகேசன் கும்பகோணம் பஸ்சில் ஏறி அமர்ந்தான். திருவிடை மருதூர் போய் அங்கிருந்து மாறி நரசிங்கன்பேட்டைக்குச் செல்ல வேண்டும். இருவர் அமரும் இருக்கையில் அமர்ந்திருந்தான். அவனது மனம் குழம்பிக் கிடந்தது ஏன் அவளைச் சந்தித்தோம் என்று தோன்றியது. அவள் அழுத்தமாக வந்து மனதில் உட்காந்துகொண்டு இம்சை செய்துகொண்டிருக்கிறாள். அவளை விட்டு விலகிவிடலாம் என்றால் சிறிதும் அப்படியொரு எண்ணத்துக்கு வரமுடியவில்லை. அவளும் ஒரு முடிவுக்கு வராமல் அலைகழிக்கிறாள். அன்று தான் கொடுத்த கடிதத்தைத் திருப்பிக் கொடுத்து விருப்பமில்லை என்று சொல்லியிருந்தால் இந்தளவுக்கு வந்திருக்காது. என்னை விரும்புவாளாம் ஆனால் திருமணம் செய்துகொள்ள முடியாதாம். ஆட்டத்துக்குச் செல்வதை நிறுத்த முடியாதாம். இது என்ன புது கூத்து?

ஒரு மாதம் முன்பு அப்படி நடந்திருக்கக் கூடாது. பெரிய கோவிலுக்கு சென்று தரிசனம் செய்துவிட்டு முருகேசனும் சித்ராவும் சிரித்துப்பேசி மகிழ்ச்சியில் வெளியே வந்தார்கள். முருகேசன் திருச்சிக்கு ஒரு கச்சேரிக்குச் சென்று திரும்பியிருந்தான். அப்போது ஆட்கள் யாருமற்ற எட்டுக்கால் மண்டபத்தில் அமரலாம் என்று அழைத்தான். இருவரும் சென்று அமர்ந்தார்கள். அவளுக்கு பவுன் மோதிரம் ஒன்று வாங்கி வந்திருந்தான். அதை எடுத்து அவளிடம் கொடுத்து என் அன்பு பரிசு என்று போட்டுக்கொள்ளச் சொன்னான். அதனை ஒரு நிமிடம் பார்த்தவள் விலை எல்லாம் விசாரித்தாள். சட்டென்று இதை வீட்டில் எடுத்துப்போய் பத்திரமாக வை. நமக்கு திருமணம் முடிந்த பிறகு போட்டுக்கிறேன் என்று சொன்னாள். ஏன் என்று இவன் கேட்டான். அவள் மவுனமாக இருந்தாள். திடீரென்று ஆக்ரோஷம் கொண்டவனாய் தன்னிலை மறந்து அருகில் வைத்திருந்த துணிப்பைக்குள் இருந்த நாதஸ்வரத்தை எடுத்து மண்டபச் சுவரில் வேகமாக அடித்தான். அது இரண்டாக உடைந்தது. அப்படியே வேகமாகக் கிளம்பி கங்களாஞ்சேரி வந்துவிட்டான்.

சில நாட்களாக சரிவர கச்சேரிக்கு போகாமல் இருந்தான். கச்சேரிக்குக் கூப்பிட வந்தவர்களிடம் நாநஸ்வரம் ரிப்பேர் ஆகிவிட்டது. கீழ் அணசு சரியா வேலை செய்யமாட்டேங்குது என்று சொல்லிக்கொண்டிருந்தான். ஒருநாள் திருவாரூர் டவுனுக்குப் போனபோது குளிக்கரை மருதனைச் சந்தித்தான். அவர் சொன்னார். புலிவலம் மாரியம்மன் கோவில் திருவிழாவில் தஞ்சாவூர் கோஷ்டியில் சித்ராவும் ஆட வருகிறாள் என்று. இவனுக்கு கோபம் பீறிட்டு வந்தது. அடக்கிக்கொண்டு ஊருக்குத் திரும்பிவிட்டான். வெளியே எங்கும் செல்லவில்லை. அவள் மன்னிப்பு கோரி கடிதம் அனுப்புவாள் என்று சில நேரங்களில் நினைத்தான். அப்படி எதுவும் வரவில்லை. வீட்டில் நாதஸ்வரம் எங்கே என்று கேட்டார்கள். அவர்களிடமும் ரிப்பேர் என்றுதான் சொன்னான். ஆனால் அன்று அவள் மீது கோபம் அடைந்து தனது பிரியத்துக்குரிய நாயனத்தை உடைத்து இருக்கக் கூடாது என்று வருந்தினான்.

முருகேசன் ஸ்ருதி பிசகாமல் வாசிக்கிறான் என்று தெரிந்தவர்கள் மட்டுமல்ல, எல்லாருமே சொன்னார்கள். அவன் வாசிக்கும்போது சிலர் ஆனந்தக் கண்ணீர் அல்லது துயரத்தில் அழுது பார்த்து இருக்கிறான். ஆனால் அவனுக்கு அதில் ஒன்றும் சிறிய கர்வமும் கிடையாது. அவனுடைய குரு என்றால் மாமா சுந்தரமூர்த்திதான். அவர் ஒருவகையில் நெருங்கிய சொந்தம். அந்த அடிப்படையில் முருகேசனை சீடனாக வரித்து ஏற்றுக்கொண்டார். நாதஸ்வரத்தை எப்படிப் பிடிக்க வேண்டும் என்பது தொடங்கி காற்றை எப்படி உள்ளிழுத்து அதனை இசையாக மாற்ற வேண்டும், நாதம் என்பது உள்ளுக்குள் இருக்கும் மனதில் இருந்து வரவேண்டும் என்றும் சொல்லிக்கொடுத்தார். அதோடு சில நுணுக்கமான சங்கதிகளையும் பெரிய மல்லாரியை எப்படித் தொடங்கி அதனை சிறியதாக மாற்ற வேண்டும் என்பது வரை தனக்குத் தெரிந்த எல்லாவற்றையும் சொல்லிக் கொடுத்து இருந்தார்.

கும்பகோணத்தில் இருந்து பஸ் நரசிங்கம்பேட்டைக்கு போனதே தெரியவில்லை. தனது அருகில் ஒரு பெரியவர் அமர்ந்து ஏதோ பேசிக்கொண்டு அமர்ந்திருந்தார். அதனைக்கூட

முருகேசன் சரிவர கவனிக்கவில்லை. இவனது மனம் அலைகழிந்துகொண்டிருந்தது. பஸ்சை விட்டு இறங்கி அந்தத் தெருவுக்கு நடக்கத் தொடங்கினான். கஸ்தூரி அம்மன் கோவிலுக்கு ஆண்களும் பெண்களும் குழந்தைகளும் போவதும் வருவதுமாக இருந்தார்கள்.

எதிரே வந்த சிலரிடம் "பூவலிங்க ஆசாரி வீட்டு இங்க தானுங்களே" என்றான். ஆமாம் என்று அவர்கள் வீட்டின் திசையைச் சுட்டிக் காட்டிவிட்டு போனார்கள். சிறு கீற்று கொட்டகையில் பூவலிங்க ஆசாரி என்று ஒரு சிலேட்டில் எழுதி தொங்கவிடப்பட்டு இருந்தது. நரசிங்க பேட்டையில் இவரைப்போல நாதஸ்வரம் செய்பவர்கள் நான்கு குடும்பங்கள் இருந்தார்கள். ஆனால் அந்த காலத்தில் இருந்து இவரது பரம்பரை சேர்ந்தவர்கள் தேர்ந்த நிபுணத்துவம் பெற்றவர்களாக பேர் வாங்கியிருந்தார்கள். நாதஸ்வரம் வாசிக்கும் பொடிப் பயல்கள் கூட இவரது பெயரை அறிந்து வைத்திருந்தார்கள்.

"சொல்லுய்யா.. எந்த ஊர்ல இருந்து வர்றே"

"திருவாரூருங்க"

"திருவாரூரா.. பக்கமா?"

"பழனிவேலு பிள்ளை நல்லாயிருக்காரா"

"அய்யா நல்லாயிருக்காங்க"

"சரி, நீ வந்த விஷயத்தை சொல்லு"

"நாயனம் வேணுங்க"

"உன் குரு யாரு?"

"சுந்தரமூர்த்தி மாமாங்க..."

"அது யார்ரா.... ஓ.... தப்படிச்சான் மூலை கோஷ்டியாடா... இப்ப அங்க வாசிக்கிற எல்லா பயலும் நயனத்தை விட கிளாரிநெட் தானடா வச்சிருக்கானுவோ..."

"இல்லிங்க.. எனக்கு நாயனம் தாங்க..."

"தப்படிச்சான் மூலையில உள்ளவனுங்க ரொம்ப பேரு சாவு வீட்டுக்கும் போறவனுங்க தானே...."

முருகேசன் மௌனமாக அவரைப் பார்த்தான்..

ஒரு மரப்பெட்டியைத் திறந்து கருநாகம் போல் படுத்து இருந்த அதை எடுத்துப் பார்த்தார். அதில் இருந்த வெண்கலக் காப்புகள் பளபளத்தன. சீவாளியை எடுத்து மாட்டிவிட்டார்... "கொஞ்சம் ஆலாபனை வாசி.... பாக்கலாம்" என்றார். அதனை அவரிடம் வாங்குமுன் ஆருரா.. தியகராசா... என்று சொல்லிவிட்டு அதை வாங்கி ஆலாபனை வாசித்தான்.

"சபாஷ்டா.... நல்ல ஞானம் இருக்குடா.. உயிர உருக்குதுடா..... எத்தினி வருஷமா வாசிக்கிறே..."

"நாலு வருஷமங்க..."

"ஆனா... உன் சாதிக்காரனுவோ மாதிரி... காசுக்கு ஆசைப்பட்டு சாவுக்கு மட்டும் போயிடதே...."

பணத்தை கொடுத்து அவரிடம் ஆசீர்வதம் வாங்கிக்கொண்டு நாயனத்தோடு ஊருக்கு திரும்பினான்.

6

சந்திரனும் குமாரும் தப்படிச்சான்மூலைக்கு வந்து மூன்று நாட்கள் ஆகியிருந்தன. முத்துப்பட்டன் இவர்கள் தங்கிக்கொள்வதற்கு ஆலமரத்தடி அருகே இருந்த முதல் தெருவில் ஒரு கீற்று வேய்ந்த வீட்டை பிடித்துக் கொடுத்து இருந்தார். மாதம் இருநூறு ரூபாய் வாடகை. இருவரையும் தப்பு பயிற்சிக்கு மூனாச்சி சாம்பனிடம் சேர்த்துவிட்டிருந்தார். அவரது வீடு தப்படிச்சான் மூலையின் கடைசியில் கரம்பை மேட்டில் இருந்தது. முதல் நாள் அங்கு செல்வதற்கு சந்திரனுக்கு அருவெறுப்பாக இருந்தது. செத்த மாடுகளின் தோல்களைப் பதப்படுத்தி காயப்போட்டிருந்தார். செத்த மாடுகளின் எலும்புகள் சேகரிக்கப்பட்டு குவியலாக குவிக்கப்பட்டு இருந்தன.

அவரது வீடு ஆற்றைப் பார்ப்பதுபோல அமைக்கப்பட்டு இருந்தது. அதில் அவரது குடும்பத்தினர் இருந்தனர். ஆனால் மூனாச்சி தனது கொட்டகை மற்றும் தனது தொழில் செய்வதற்கான இடத்தை வீட்டுக்கு வெளியே சற்று தொலைவே அமைத்து இருந்தார்.

அவரது வீட்டில் தப்புகள், தவில்கள் வரிசையாக அடுக்கி வைக்கப்பட்டிருந்தன. மூனாச்சி தப்பு கட்டுவதில் மட்டுமல்ல, வாசிப்பதிலும் பேர் பெற்ற ஆள். ஆனால்.. அடிக்கப்போவதில்லை. தப்பு கட்டுவதிலும் எலும்பு சேகரித்து விற்பதிலும் போதிய வருமானம் கிடைத்தது.

முத்துப்பட்டன் சொன்னதற்காகத்தான் சொல்லிக்கொடுக்க ஒத்துக்கொண்டார். தினமும் காலை பதினோரு மணிக்கு வரவேண்டும். இரண்டு மணிநேரம் பயிற்சி. இவரிடம் கற்றுக்கொண்டவர்கள் திண்டுக்கல், மதுரை பக்கத்தில் போய் பேர்பெற்று சம்பாதித்துக்கொண்டிருக்கிறார்கள் என்று கேள்விப்பட்டார். முதல் நாளே இவர்களைப் பார்த்த உடனே சொல்லிக்கொடுப்பது சற்று கடினம் என்றுதான் தோன்றியது. ஆனால் முத்துப்பட்டன் பொட்டுக்கு நெருக்கமான உறவினர் அதுவும் இல்லாமல் அவர்கள் குடும்பத்தின் மீதும் அவர் மீதும் இவருக்கு எப்போதும் மரியாதை உண்டு.

சந்திரனும் குமாரும் காலையியிலேயே தஞ்சாவூர் மினி பஸ்சில் கிளம்பிவிடுவார்கள். டவுனுக்குப் போய் ஓட்டலில் சாப்பிட்டுவிட்டு மதிய சமையலுக்கு அரிசி காய்கறியுடன் வருவார்கள். மதியத்துக்கு குமார்தான் சமைத்தான். அதன்பிறகுதான் மூனாச்சி கொட்டகைக்கு தப்பு கற்றுக்கொள்ள கிளம்புவார்கள். முதலில் தப்பில் ஒரே சுதியில் ஒரே அடியைத் தொடர்ந்து அடிக்கச் சொன்னார். முதலில் கை பழக்கம் கைகூடி வரவேண்டும் என்றுதான் அந்த முறையைப் பின்பற்றச் சொன்னார். மதியம் பயிற்சி முடிந்து வீட்டுக்கு வந்து சாப்பிட்டுவிட்டு கொஞ்ச நேரம் ஒய்வு எடுப்பார்கள்.

மாலை நேரத்தில் ஆலமரத்தடிக்கு வந்துவிடுவார்கள். அங்கு வரும் ஆட்களை நோட்டமிடுவார்கள். சந்திரன் அங்கே வந்துபோகும் மனிதர்கள் முகத்தில் குற்றத்தின் நிழலைத் தேடுவான். ஆனால் அப்பா கொல்லப்பட்ட அந்த அதிகாலைப் பொழுதில் ஆட்டக்காரி ஒருத்தியுடன் அவர் பேசிக்கொண்டு நின்றதாக தலையாரி நாகூரன் சொன்னான். அவன் பொய் சொல்லமட்டான். அவன் அதிகாலையில் வயல்வெளிக்குப் போனபோது அந்தக் கோவில் தாண்டிச் செல்லும் ஒற்றையடிப் பாதையில் போய் வயல்வெளிகள் இடையே களத்துமேட்டில் குத்துப்பட்டு இறந்துள்ளார். அதற்கு முன்பாக சற்று தள்ளியிருந்த பஞ்சாயத்து போர்டில் ஆடவந்த பெண் ஒருத்தியோடு பேசிக்கொண்டு நின்றுள்ளார். அதன் பிறகுதான் சம்பவம் நடந்துள்ளது. ஆனால் அதை போலீசார் ஏற்றுக்கொள்ள மறுக்கிறார்கள். அப்படி இருக்காது என்று போலீஸ் இன்ஸ்பெக்டர் தீர்க்கமாக நம்புகிறார். போலீஸ் விசாரணையைப் பொறுத்தவரை பக்கத்து ஊர் அல்லது உள்ளூரில்தான் கொலையாளி இருக்க வேண்டும் என்று நம்புகிறார்கள். அவர்கள் இந்தக் கொலைக்குப் பின்னால் முன்விரோதம் இருக்கிறது என்பது போலீசாரின் வாதம்.

இவனுக்குத் தெரிந்த ஊரில் உள்ளவர்கள் எல்லாம் சொன்னது என்னவெனில் அப்பா ராவணன் சிறுவயதில் இருந்தே பெண்கள் விஷயத்தில் நாட்டம் இல்லாதவராகத்தான் இருந்து இருக்கிறார். சந்திரனைப்போல அவரும் ஒரே பிள்ளைதான். அந்தக் காலத்திலேயே பியுசி படித்தவர். அதற்கு

பிறகு தஞ்சாவூர், பட்டுக்கோட்டை, புதுக்கோட்டை ஆகிய பகுதிகளுக்குச் சென்று சிலம்பம் கற்று இருக்கிறார். சில மாதங்கள் மதுரையில் தங்கி இருந்து குஸ்தி, மடுவு, வர்மம் கற்று இருக்கிறார். அந்த வாலிபக் காலக்கட்டங்களில் கூட அவர் குச்சிகளுக்கு கூட்டாளிகளுடன் போனவர் இல்லை. சிறுவயதிலே காங்கிரஸ் கட்சியில் சேர்ந்து கூட்டங்களுக்கு போய்வந்தவர், திருமணத்துக்குப் பிறகு அதனையும் தவிர்த்துக்கொண்டார். திருமணம் முடித்து பத்து வருஷங்களுக்கு மேல் குழந்தை இன்றி இருந்து பிறகுதான் சந்திரன் பிறந்தான். அதன் பிறகு அப்பா ராவணன் வெளியூர் சென்று தங்கியதில்லை. இருபது வருடங்களுக்கு மேலாக சுற்றுவட்டாரப் பகுதியைச் சேர்ந்தவர்களுக்கு சிலம்பத்தைச் சொல்லிக்கொடுத்து வந்துள்ளார். இதனைத் தவிர விவசாயம் செய்வதில் ஆர்வம் அதிகம் அவருக்கு. சென்ற வருடம் திருவிழாவில் நடந்த சண்டையைத் தவிர பெரிதாக அவருக்கு என்று சொல்லிக்கொள்ளும் படியாக எந்த சண்டைச்சச்சரவுகளிலும் ஈடுபட்டவர் இல்லை. இவர் வாலிபனாக இருந்த காலக்கட்டத்தில் கூட தேவையில்லாமல் கற்றக் கலையை யார் மீதும் உபயோகித்துப் பார்த்து இருப்பதற்கான சாட்சியும் இல்லை.. இப்படியான பல குழப்பங்களின் ஊடேதான் அவரின் கொலைக்கான காரணத்தைத் தேடிவந்து தப்படிச்சான் மூலையில் உட்கார்ந்திருந்தான் சந்திரன்.

அன்று கச்சேரிக்கு வந்த நித்யாவிடமே இதற்கான துப்பு இருப்பதாக நம்பினான். இதுபற்றி நேரிடையாகக் கேட்டால் யாரும் வாய்திறக்க மாட்டார்கள். மறைத்துவிடுவார்கள் என்றுதான் தவில் வித்துவான் நாகுவிடம் நெருக்கமாகியிருக்கிறான். அவரின் வருகைக்காகத்தான் சந்திரனும் குமாரும் காத்திருந்தார்கள். அன்று கச்சேரிக்குப் போன பபூன் ஆல்பர்ட்டிடம் விசாரித்து வந்து சொல்வதாகத் தெரிவித்து இருந்தார். தப்படிச்சான் மூலைக்கு வந்து நான்கு நாட்கள் ஆகிவிட்டன. நாகுவின் பழக்கம் ஏற்பட்ட பிறகு வெளிச்சக்கீற்று மனதில் மின்னியது. குமார் நாகுவுக்கு பாட்டில் ஒன்றை வாங்கி இடுப்பில் சொருகி வைத்துக்கொண்டான்.

சந்திரன் சொன்னான். "இன்னைக்கு அவரை பாத்துட்டு

184 குரவை

காலையில நேரத்தோட கிளம்பி ஊருக்கு போயி அம்மாவ பாத்துட்டு வந்துர்றோம்" என்றான். குமார் அதற்கு சரியென்று ஒப்புக்கொண்டான்.

பொழுது ஏறியிருந்தது. ஆலமரத்தை சுற்றியும் இருந்த நாலைந்து கடைகளிலும் ஆண்களும் பெண்களும் வருவதும் போவதுமாக இருந்தார்கள். மினி பஸ் வந்தது. அதிலிருந்து ஆட்கள் கும்பலாக இறங்கினார்கள். சந்திரன் நாகுவைத் தேடினான். அவர் பஸ்சின் பின்படிக்கட்டு வழியாக இறங்கினார். அப்போது நாலைந்து பெண்கள் போனார்கள். அதிலிருந்து இரண்டு கண்கள் சந்திரனை வெறித்துப் பார்ப்பதை கவனித்தவன் நாகுவிடம் பேசுவதை நிறுத்திவிட்டு அப்படியே சில நிமிடங்கள் நின்று அந்தக் கடந்துபோன கண்களைத் தேடினான்.

7

அப்துல் காதர் எப்போது பார்த்தாலும் சினிமா, கரகாட்டம் என்று அலைந்துகொண்டிருந்தான். வாப்பா செல்லப்பா முகமது ராவுத்தார் கட்டிப்போட்டு காலிலும் கையிலும் சூடுப்போட்டு பார்த்துவிட்டார். ஆனால் காதரைக் கட்டுப்படுத்த முடியவில்லை. ஆறடிக்கும் குறையாத உயரம். குரல் பேசினால், கணீரென்று இருந்தது. பரம்பரைத் தொழிலான கருவாட்டு வியாபாரத்தின் மீது வெறுப்பாக இருந்தது. அதில்தான் பணம் கொட்டியது. இவனுக்குப்பின் பிறந்தவர்கள் வாப்பாவுக்கு துணையாக இருந்து தொழில் தொய்வடையாமல் பார்த்துக்கொண்டார்கள்.

நாகப்பட்டிணம் வெளிப்பாளயத்தில் நடைபெற்ற ஆட்ட நிகழ்ச்சியின் போது மேரி ஆட்டத்தில் மயங்கிய காதர் அவளது ஆட்டத்தைப் பாராட்டி கொடுத்த அன்பளிப்பு பணத்தோடு ஒரு கவிதையும் எழுதிக் கொடுத்தான். அதனை வாங்கிய பவுன் தப்பும் தவறுமாக படிக்க மேரியுடன் ஆடிக்கொண்டிருந்த மற்றொரு ஆட்டக்காரி பானு, "இதை எழுதியது யாரு? அவரையே வந்து படிக்கச் சொல்லுங்க" என்று சொல்ல கூட்டத்திலிருந்து எழுந்துபோன காதர் ஏற்ற இறக்கத்துடன் அத்தனை துலக்கமாகப் படித்தான்.

"உனது கொண்டையிலே பூத்திருக்கும்
குண்டு மல்லியும் அல்ல..
உனது கன்னங்களில் படிந்திருக்கும்
வாசனை திரவியமும் அல்ல
உனது விழிகளிலே மையல் கொண்ட
கண் மையும் அல்ல
உனது உதட்டினிலே சிவந்திருக்கும்
வண்ண நிறமும் அல்ல
உனது கழுத்தினிலே அணிந்திருக்கும்
முத்து மாலையும் அல்ல
ரவிக்கையிலே மினுமினுக்கும்

ஜிகினா செட்டும் அல்ல
உனது கைகளிலே அலைபாயும்
வளையொலியும் அல்ல
உனது கால்களிலே சலசலக்கும்
சதங்கையும் அல்ல - நான்..
உன் உள்ளத்திலே கலந்துவிட்ட
உன்னத ரசிகன்.

என்று காதர் பாடி முடித்தபோது பலத்த கரவொலி எழுந்தது. மேரி அந்தக் கவிதையை வாங்கி வைத்துக்கொண்டாள். ஆட்டம் முடிந்த பிறகு தப்படிச்சான் மூலைக்கு வரச்சொன்னாள். அதன் பிறகு அடிக்கடி காதர் மேரியைத்தேடி அடிக்கடி வந்தான். மேரிக்கு பொய்க்கால் குதிரை ஆட்டக்காரன் மதனவேலு உடன் திருமணம் ஆகியிருந்தன. அவன் மூலம் இரண்டு பெண் குழந்தைகள் பிறந்திருந்தன. ஆனால் அவன் இவளை விட்டு மதுரைப் பக்கத்தில் ஒருத்தியை சேர்த்துக்கொண்டதாகக் கேள்விப்பட்டாள். மதனவேலுக்கு வலங்கைமான் சொந்த ஊர். தப்படிச்சான்மூலையில் எல்லா செட்டுக்காரர்களுக்கும் இவன் பரபட்சமின்றி போய் ஆடிக் கொடுத்துக்கொண்டிருந்தான். அப்போதுதான் மேரி பழக்கமானாள். தொடக்கத்தில் அவனிடமும் எல்லோரிடம் போல்தான் பேசிப் பழகினாள். ஆனால் சில நாட்களிலேயே இவளிடம் நேரடியாக குளித்தலை நிகழ்ச்சிக்கு போகும்போதுதான் விவரத்தைச் சொன்னான். அவளின் அப்பா அந்தோணி ஒருகாலத்தில் வள்ளித் திருமண நாடகத்தில் முருகன் வேடம் தரித்த ராஜபாட். அவரிடம் வந்து முறையாகப் பெண் கேட்கச் சொன்னாள். மதனவேலு வலங்கைமானில் இருந்து உறவினர்களை அழைத்துக்கொண்டு வந்து பெண் கேட்டான். அவர்கள் வந்த தோரணையைப் பார்த்து உடனே ஒப்புக்கொண்டார். சில நாட்களிலே வலங்கைமான் பாடைக்கட்டி மாரியம்மன் கோவிலில் திருமணம் நடைபெற்றது. அவனோடு மூன்று மாதங்கள்தான் வாழ்ந்திருப்பாள். ஐந்து மாத கர்ப்பிணியாக தப்படிச்சான் மூலைக்கு வந்தவள்தான். வளைகாப்பு முடிந்து பிறகு அவன் மாதம் ஒருமுறை வந்து பார்த்துச் சென்றுகொண்டிருந்தான்.

தஞ்சாவூர் ஆஸ்பத்திரியில் மேரிக்கு ரெண்டு பெண் குழந்தை பிறந்தது. மூன்று நாள் கழித்து வந்து பார்த்துப் போனவன்தான், அதன் பிறகு மதனவேலு திரும்பி வரவில்லை.

குழந்தைகளை வளர்க்க அத்தனை சிரமாக இருந்தது. மூன்று மாதக் குழந்தைகளை அம்மா சின்னக்கண்ணுவிடம் பார்த்துக்கொள்ளச் சொல்லிவிட்டு சாவு வீட்டுக்குக்கூட ஆடப்போனாள். அப்பா படுத்த படுக்கையில் கிடந்தார். ரெண்டு சகோதரிகளும் சில உதவிகள் செய்தார்கள். முத்துபட்டன் தனது வீட்டில் குழந்தைகளுக்கு எருமைப்பால் கறந்து கொடுத்து அனுப்பினார். இப்படியான நேரத்தில்தான் காதர் மேரிக்கு கவிதை எழுதி வாசித்துக் காட்டியதோடு அல்லாமல் அவளைத்தேடி வந்துவிட்டான். வந்து இவள் வீட்டுத் திண்ணையில் அமர்ந்து நீண்ட நேரம் பேசிக்கொண்டிருப்பான். அப்போது படுக்கையில் கிடந்த அந்தோணி கேட்டார். “யாரதும்மா... துலுக்க வூட்டு புள்ளை மாரியிருக்கு” என்றார். ”ஆமாப்பா”. தொடக்கத்தில் காதர் எதற்கு வருகிறான் என்று மேரிக்குப் புரியவில்லை. அவள் மனதில் எந்தக் களங்கமுமில்லை. அவன் வந்து கலகலப்பாகப் பேசிக்கொண்டிருப்பது அவளுக்கு அப்படி பிடித்து இருந்தது. கவிதை, பாட்டு எல்லாம் எழுதிப் படித்து காட்டிக்கொண்டு இருந்தான். காதர் வந்துசெல்லும் விஷயம் தப்படிச்சான்மூலைக்கு அத்தனை பேருக்கும் தெரிந்திருந்தது. அவனுக்கு தன்னை விட எப்படியும் நான்கு வயது குறைவாக இருக்கும் என்று மேரி நினைத்தாள். எந்த நோக்கத்திற்காக அவன் வந்துசெல்கிறான் என்று அவளால் கண்டுப்பிடிக்கவில்லை. ஆனால் அவன் வாரத்துக்கு ஒருமுறை வந்து சென்றுகொண்டிருந்தான். குழந்தைகளைத் தூக்கிக்கொஞ்சி விளையாடிக்கொண்டிருந்தான். அப்போது அவன் செயலில் கருணை பொங்கி வழிந்தது. மேரி ஆட்டத்துக்குப் போகும்போது பானு இவளிடம் பச்சையாகவே கேட்டுவிட்டாள். “பாயை நீ வெச்சிருக்கியா” என்றாள். உடனே எந்த பதிலையும் அவளால் சொல்ல முடியவில்லை. மௌனம் காத்தாள்.

இப்படியாக நான்கு மாதங்கள் கடந்திருந்தன. அந்த ஐப்பசி மாத மழைக்கால மாலை நேரத்தில் மழையில் நனைந்து

கையில் இரண்டு பைகளுடன் காதர் வந்து சேர்ந்தபோது மேரி அடுப்படி வேலையில் இருந்தாள். நனைந்துகொண்டு வந்து குரல் கொடுப்பவனை உள்ளே அழைத்து உயரமான அவனது தலையில் இருந்த மழைநீரைத் துடைத்துவிட்டாள். இன்னும் சில நாட்களில் வர இருந்த தீபவாளிக்கு அனைவருக்கும் புதுத்துணிகள் எடுத்து வந்திருந்தான். குழந்தைகளுக்கு பிஸ்கட்டுகள், பலகாரங்கள் வாங்கி வந்திருந்தான். அவனது உடைகள் நனைந்து போக, அப்பாவின் வேட்டியை எடுத்து உடுத்திக்கொள்ளக் கொடுத்தாள். மழையில் நனைந்திருந்தவன் அடுப்பின் அருகே அமர்ந்து கதகதப்பான நெருப்பில் தனது இருகைகளையும் சூடுப்படுத்திக்கொண்டான். வீட்டின் கீற்றுக்கூரையில் மழை இடைவிடாத ஆலாபனை வாசித்துக்கொண்டிருந்தது. அவன் மூச்சுக்காற்று அவள்மேல் பட்டுக்கொண்டிருந்தது. திடீரென்று கேட்டாள். “அன்னக்கி ஆட்டத்துல கவித எழுதி கொடுத்தியே... அதுக்கு என்ன அரத்தம்...” காதருக்கு பதில் என்ன பதில் சொல்வது என்று தெரியவில்லை. அதனை மறந்து போயிருந்தான். ம்.. என்று மெலிதாக முனகினான். திடீரென்று என்ன நினைத்தாளோ தெரியவில்லை. முன்நகர்ந்து அவனது கன்னங்களைப் பற்றி உதட்டோடு உதட்டைப் பதித்தாள்.

8

சந்திரனும் குமாரும் ஊர் திரும்பியபோது நீலவேணியின் அப்பா வந்து சென்றதாக அம்மா சொன்னாள். இந்த போன் நம்பருக்கு ஊருக்கு வந்த உடன் போன் செய்யச் சொன்னதாகச் சொல்லி நம்பர் எழுதப்பட்ட பேப்பரைக் கொடுத்தாள். அம்மாவைப் பார்க்க வேதனையாக இருந்தது. அம்மாவின் ஒன்றுவிட்ட சகோதரி வந்து அம்மாவுக்கு ஆறுதலாகவும் உதவியாகவும் இருந்தாள். அம்மாவைக் கண்டதும் அப்பாவைக் கொன்றவனை எப்படியும் கண்டுப்பிடித்து தீரவேண்டும் என்று வைராக்கியம் அதிகமாகியது.

போன் நம்பரை எடுத்துக்கொண்டு போய் ஊர் அஞ்சலகத்தில் இருந்த தொலைபேசியில் நீலவேணி வீட்டுக்குத் தொடர்புகொண்டான். போனை எடுத்து அவள்தான் பேசினாள். சந்திரன் பேசுவதாகச் சொல்லவும், "நல்லா இருக்கிங்களா" என்று குழைவான குரலில் கேட்டாள். "உங்க அப்பா உடனே பேச சொன்னாராமே" என்றான். "இருங்க.. கூப்பிறேன்" என்று சொல்லிவிட்டுப் போய் அவரை அழைத்து வந்தாள். "முக்கியமான விஷயம். சாயந்திரம் கிளம்பி டவுனுக்கு வந்திருங்க. உறவுக்காரவங்கள ரெண்டு பேர அழைச்சிக்கிட்டு வாங்க" என்று வரவேண்டிய இடத்தைச் சொன்னார்.

குமாரை மட்டும் அழைத்துக்கொண்டு அவர் வரச்சொன்ன டவுன் காய்கறி மார்கெட்டுக்கு சென்றான். அவர் சொன்ன கடைக்கு எதிரே இருந்த வரசித்தி பிள்ளையார் கோவில் சிறிய திண்ணையில் இரண்டு பேரும் அமர்ந்தார்கள். குமாரைப் பார்த்து, "அப்படி என்ன முக்கியமான விஷயம்? இங்க வரச்சொல்லியிருக்காரு" என்றான். சந்திரன் சற்று கடுப்பான தொனியில், "அவுங்க வரட்டும் என்னான்னு கேட்கலாம்" என்று சொல்லிவிட்டு சுற்றும் முற்றும் பார்த்தான் குமார். அப்போது ஒரு போலீஸ்காரர் ஒருவர் அந்த வழியாக தனது தொப்பியை கையில் வைத்துக்கொண்டு நடந்து போனார். "நேரத்தோட வந்துட்டோமா குமாரு" என்றான். ஆமாம் என்று தலையாட்டினான்.

அவர் இரண்டு ஆட்களை அழைத்துக்கொண்டு

வந்துசேர்ந்தார். அவர்கள் பஸ்சில் வந்திருப்பார்கள் என்று தோன்றியது. அவர்களைக் கண்டதும் இருவரும் எழுந்து நின்றார்கள்.

“முக்கியமான உறவுக்காரங்கள அழைச்சிட்டு வரசொன்னா, நீங்க மட்டும் வந்து இருங்கீங்க” என்றார் அவரோட வந்தவர்.

“எதாயிருந்தாலும் என்கிட்ட சொல்லுங்க, ஒன்னும் பிரச்சனையில்ல”

“அதுல்ல தம்பி..” என்று நீலவேணி அப்பா இழுத்தார்.

“சும்மா சொல்லுங்க..”

சட்டென்று கையில் வைத்திருந்த பையில் இருந்து ஓர் இன்லேண்ட் லெட்டரை எடுத்து சந்திரனிடம் நீட்டினார். அதனை வாசித்தவனுக்கு ஆத்திரமும் அழுகையும் பொங்கிக்கொண்டு வந்தது, அப்பா ராவணனைப் பற்றி அவதூறாக எழுதியிருந்தவர்கள் இவனைப் பற்றி குற்றச்சாட்டுகளையும் அடுக்கியிருந்தார்கள். இறுதியாக உங்கள் மகளை சந்திரனுக்கு திருமணம் செய்துகொடுத்தால் அவள் விதவையாக உங்கள் வீட்டுக்கு வருவாள் என்று எழுதி முடித்து இருந்தார்கள்.

அந்தக் கையெழுத்தை எங்கோ பார்த்தது போலிருந்தது. கடிதத்தை அவர்கள் இவனிடமிருந்து வாங்கிக்கொண்டார்கள். அதனைக் கொடுங்கள், போலீசில் கொடுக்கலாம் என்றான் சந்திரன். அவர்கள் தர மறுத்துவிட்டார்கள்.

“தம்பி, இவ்வளவு சிக்கலை வச்சிக்கிட்டு மேற்கொண்டு ஒன்னும் பண்ண முடியாது. முகூர்த்த வேலையை ரத்து பண்ணிக்கலாம், எந்த பெத்தவங்களா இருந்தாலும் பொண்ணு வாழப்போற இடத்துல நிம்மதியா வாழனமுன்னு நெனைப்பாங்க. கட்டிக்குடுத்துட்டு வயித்துல நெருப்பை கட்டிக்கிட்டு இருக்க முடியாதுல்ல...”

“அதைப்பத்தி ஒன்னும் இல்ல. இதைப்பத்தி நானே உங்ககிட்டே பேசணுமுன்னு இருந்தேன். அதே நேரத்துல இந்த லெட்டர் ஜெராக்ஸ் மட்டும் எனக்கு எடுத்து ஒரு காப்பி கொடுங்க...” என்று கெஞ்சும் தொனியில் கேட்டான். அவர்கள் யோசித்தார்கள்.

"நீங்க ஊருக்காரங்க, சொந்தக்காரங்கள அழைச்சிட்டு வந்து ரத்து பண்ணி எழுதிக்கொடுங்க. ஜெராக்ஸ் என்ன இதையே தர்றோம்.." என்று சொல்லிவிட்டு அவர்கள் கிளம்பினார்கள்.

குமார் அதிர்ச்சியில் உறைந்துபோய் அவர்களைப் பார்த்தான். அவர்கள் போனபிறகு ஆக்ரோஷமாக சுவரில் அறைந்தான் சந்திரன். 'ணங்' என்று அதிர்ந்தது. "இதை எழுதினவன் என் கையில கிடைச்சான். ஈரக்குலையை அறுத்துருவேன்..."

சட்டென்று யோசனை வந்தவனாக "குமாரு... லெட்டர் எங்கே போஸ்ட் ஆகியிருக்குன்னு பாத்தியா.."

"பாத்தேன், தஞ்சாவூரு..."

9

பட்டுக்கோட்டை டவுனில் ஓர் அரசியல் கட்சி ஊர்வலத்துக்கு வல்லம் தேவராசு கோஷ்டியுடன் சேர்ந்து வாசிக்கச் சென்றுவிட்டு வந்து தஞ்சாவூர் பஸ் நிலையத்தில் நின்றுகொண்டிருந்தான் கலியமூர்த்தி. மினி பஸ் வருவதற்கு இன்னும் நேரமிருந்தது. ஒரு குவார்ட்டர் வாங்கி ஏற்கனவே வைத்திருந்தான். குழந்தைகளுக்கு தீனியும் வாங்கிவிட்டான். ரொம்ப நாளாகிறது என்று பாப்பாவுக்கு அல்வாவும் மல்லிகை பூவும் தனி பாலிதீன் பையில் வாங்கி வைத்துவிட்டான். ஞாயிற்றுக்கிழமை என்பதால் அப்படி ஒன்றும் கூட்டமில்லை. தரையில் கடை போட்டிருந்தவர்கள் மட்டும் அதிகளவில் தெரிந்தார்கள். அப்போது ராவணண் கணேசன். கலியமூர்த்தியைக் கண்டதும், “வாண்ணே.. எங்கே போயிருந்தே கச்சேரிக்கா? உனக்கு செய்தி தெரியுமா? வசந்தா தூக்கு மாட்டிக்கிட்டப்ள” என்றான். கலியமூர்த்திக்கு அடிவயிறு கலங்கியது. “என்னடா சொல்றே” நேத்தி மதியனம் திடீர்ன்னு இந்த காரியத்தை பண்ணியிருக்கு, இதை பக்கத்து வீட்டு பொண்ணு பாத்துட்டு கத்தி கூச்சல் போட்டிருக்கு” ஆளு பேருமா வந்து கயித்தை அறுத்து காப்பாத்திட்டாங்க.. இப்ப ஆஸ்பத்திரியிலத்தான் இருக்கு” என்றான். “நல்லா இருக்கும்போதே அவளுக்கு என்ன கிறுக்கு வந்துச்சு” என்று பஸ் ஸ்டாண்டில் தெரிந்தவர் பெட்டிக்கடையில் போய் தவிலை வைத்தான். அதிலிருந்த குவார்ட்டரை மட்டும் எடுத்து இடுப்பில் சொருகிக்கொண்டான். இரண்டு பேரும் நடக்கத் தொடங்கினார்கள்.

மருத்துவமனைச் சாலையின் இருபுறங்களிலும் மஞ்சள் நிற நியான் விளக்குகள் எரிந்துகொண்டிருந்தன. “மனசு செரியில்ல.. பெட்டிக்கடை இருந்தா பாரு” என்றான். “இங்க நில்லுங்க” என்று சொல்லிவிட்டு சற்று தொலைவில் இருந்த பெட்டிக்கடைக்குப் போய் தண்ணீர் பாட்டிலும் பிளாஸ்டிக் குவளையும் வாங்கி வந்தான்.

“சீக்கிரமா குடிங்க, போலீஸ்காரவங்க நடமாடுற ஏரியா இது” என்று சொல்லிவிட்டு சாலையின் இரண்டு திசைகளிலும் பார்த்தான். தண்ணீரைக் கலந்து மடமடவென்று ஒரு

பாட்டிலையும் குடித்துத் தீர்த்தான். சற்றுத் தொலைவில் தெரிந்த மருத்துவமனைக்கு நடக்கத் தொடங்கினார்கள். இப்போது கலியமூர்த்திக்கு ஏதோ ஒன்று பொங்கி வழிந்துகொண்டிருந்தது. அன்றைக்கு வசந்தாவிடம் நாம் கல்யாணம் செய்துகொள்ளலாம் என்று நாலைந்து தடவை கேட்டு இருக்கிறான். ஆனால் அப்போது ஏனோ யோசித்தாள். ஒருநாள் இருவருக்குள்ளும் உறவு முடிந்த பிறகு அவளது நெஞ்சில் சாய்ந்துகொண்டு மிகப்பதமாக இவன் கேட்டான். அதற்கு அவள் மிகப் பொறுமையாக பதில் சொன்னாள். "என்ன மாதிரி ஆடி பொளைக்கிற பொம்பளைக்கி குடும்பம் குட்டின்னு வந்தா சரியா வராது" இவன் எழுந்து அமர்ந்து லைட் சுவிட்சை போட்டான். மண் பானையில் குளிர்ந்து போயிருந்த தண்ணீரை மொண்டு இரண்டு குவளை குடித்தான்.

"ஏன் சரியா வராதுன்னு சொல்லு"

மூர்த்தி.. நான் சொல்றது.. உனக்கு புரியாது. எனக்கு தெரிஞ்சு.. நம்மள மாதிரியானவங்க கல்யாணம் கட்டிக்கிட்டு நிம்மதிய வாழல.. கொஞ்ச காலத்துல பிரிஞ்சுர்றாங்க. இல்லாட்டி பிரிக்கப்படுறாங்க. நீ இன்னக்கி என்கிட்டே எந்த அடிப்படையில பழகுற.. நம்ம உறவுக்கு என்ன பேரு.. உன்னால சொல்ல முடியாது. நாளக்கி நீ என்ன கட்டிக்கிட்டா என் நடத்தையில உனக்கு சந்தேகம் வரும். நீ என்ன ஆடகூடாதுன்னு சொல்லுவே. அது என்னால முடியாது. நீ இப்படித்தான் இருக்கணுமுன்னு சொல்லுவே. நமக்குள்ள வருத்தம் வரும். இப்ப நமக்குள்ள இருக்குற உறவுக்கு எந்த எதிர்பார்ப்பும் இல்ல.. இன்னக்கி நீ எனக்கு தேவைப்பட்டு இருக்கு. உனக்கு நான் தேவைப்பட்டு இருக்கேன். இதே மாதிரி எப்போதும் நாம் இருக்கலாம். நாளக்கி உனக்கு கல்யாணமுன்னு நடந்து ஒருத்தி உன் வாழ்க்கையில வந்துட்டா தேவையில்லாம நான் குறுக்கே நிக்க மாட்டேன். நீயும் எனக்கு தொல்லை தரக்கூடாது...." வசந்தா பேசுவது மூர்த்திக்கு கசப்பாக இருந்தது.

அதன் பிறகு சில வருடங்களில் உறவுக்காரர்கள் மற்றும் நண்பர்களின் வற்புறுத்தலால் பாப்பாவைத் திருமணம் செய்துகொண்டான். திருமணம் நடந்த தப்படிச்சான்மூலைக்கு

நாலைந்து பேர்களோடு வசந்தாவும் வந்தாள். அவள் இவன் அருகில் நின்று போட்டோ எடுக்க வேண்டும் என்று விரும்பினான். ஆனால் அவள் தூரத்தில் நின்று பார்த்துவிட்டு போய்விட்டாள்.

அதன் பிறகு வசந்தா ஆடவரும் நிகழ்ச்சிகளில் அரிதாகவே இவனுக்கும் வாய்ப்பு கிடைத்தது. அப்போது இவர்களால் பெரிதாக ஒன்றும் பேசிக்கொள்ள முடியவில்லை. இவனுக்கும் வசந்தாவுக்கும் இருந்த நெருக்கம் பற்றி தப்படிச்சான் மூலைக்கு மட்டுமல்ல.. தஞ்சாவூர் ஜில்லாவுக்கே தெரிந்துதான் இருந்தது. முதல் குழந்தைக்கு பிறந்த மூன்றாவது மாதமே பாப்பா வசந்தா விவகாரத்தை கண்டறிந்துவிட்டாள். ஒருநாள் புன்னைநல்லூரில் இருந்து தப்படிச்சான்மூலை ஆட்டக்கார வீதிக்கு வசந்தா வந்திருப்பதை அறிந்து அவளை மெனக்கெட்டு போய் பார்த்துவிட்டு வந்தாள். அன்று முதல் பாப்பா தொட்டதுக்கும் கலியமூர்த்தியிடம் வசந்தா குறித்து சந்தேகம் கொண்டாள். கச்சேரி இல்லாத நாட்களில் இவன் எங்காவது வெளியே சென்றுவந்தாலும் "அவளை பார்க்க போனியா" என்று சண்டை போட்டாள். திருணத்துக்கு முன்பு வசந்தா உடன் பல இரவுகளைக் கழித்தவன்தான். இவனுக்கு திருமணம் என்று ஆனபிறகு அவளை நோக்கி இவன் போகவில்லை. என்ன நினைத்தாளோ தெரியவில்லை. தன்னைத்தேடி அடிக்கடி வந்த சண்முகத்தை சேர்த்து வைத்துக்கொண்டாள். இவன் வரத்து குறைந்த பிறகு பலரும் அவளுக்கு நெருக்கமாகிவிட முயன்றார்கள். சிலர் பணம் தருவதாகச் சொல்லி அழைத்தார்கள் அவர்களை எல்லாம் சமாளிப்பது பெரும்பாடாகி விட்டது. அதுவும் கச்சேரி இல்லாத நாட்களில் கடைத்தெரு பக்கம் போக முடியவில்லை. அங்கே ஆட்டத்தில் பார்த்தவர்கள் பல்லை இளித்துக்கொண்டு பின்தொடர்ந்தார்கள்.

ஒருநாள் வீட்டில் அன்றைக்கு என்னவோ பேபி கொடுத்த ஒரு பாட்டில் சாரயத்தையும் குடித்துவிட்டு போதையில் அயர்ந்துவிட்டாள். நாதஸ்வரம் சுந்தரமூர்த்தி எப்படி வீட்டுக்குள் எப்படி வந்தனோ? எப்போது வந்தானோ தெரியவில்லை. ஏறி இயங்கிக்கொண்டிருக்கிறான்.. வேறு வழில்லை என்று "செஞ்சுட்டு போடா" என்று விட்டுவிட்டாள். இத்தனைக்கும்

அவன் அக்கா என்று கூப்படுவான். எல்லாம் முடிந்த பிறகுதான் நாலு அறைவிட்டுத் தூரத்தினாள். இதனை வந்து கலியமூர்த்தியிடம் வந்து சொன்னால் இவன் உடனே மல்லுக்கு நிற்பான். இதனால் அவனது குடும்பத்தில் பிரச்சனை எழும் என்று தவிர்த்துவிட்டாள். கச்சேரி, ஆட்டம் என்று ஒன்றாகப் பழகுபவர்களே இப்படி கெட்ட புத்தியுடன் நடந்துகொண்டால் மற்றவர்கள் எப்படி யோக்கிவான்களாக இருப்பார்கள். சரி இதற்கு இதுதான் சரியான வழி என்று அவரை வீட்டிலே தங்க வைத்துக்கொண்டாள். இவர்களுக்குள் அன்னியோன்யமாக இருப்பதாக கலியமூர்த்தி நினைத்தான். அவர்களை ஜோடியாகப் பார்க்கும்போது உள்ளுக்குள் சிறு வருத்தம் இருக்கத்தான் செய்தது.

கலியமூர்த்தியும் அவனும் ஆஸ்பத்தியின் வராண்டவைத் தாண்டி பெண்கள் வார்டு பக்கம் போனார்கள். கலியமூர்த்திக்கு அழுகையும் ஆத்திரமும் முட்டிக்கொண்டு வந்தது. துண்டால் பீறிட்டு வந்த கண்ணீரைத் துடைத்துக்கொண்டான். இவனைக் கண்டதும் எழ முயன்றாள். பேபி அவள் அருகில் இருந்தவள் எழ வேண்டாம் எனத் தடுத்தாள். ஏன் இப்படி பண்ணினேன்னு கேட்க நினைத்தான். புயலில் முறிந்த கிளைபோல அவள் கிடந்தாள். அவள் இப்படி படுத்து இவன் பார்த்தது இல்லை. இவன் என்ன வார்த்தை பேசினாலும் அவள் அழும் நிலையில் இருந்தாள்.

“எதாவது... குடிச்சியா...”

“பால் குடிச்சா”

“டேய் வாசல்ல போயி பழச்சாறு வாங்கிட்டு வா” என்றான். பேபி அந்தச் சூழலை மாற்றுவது போல பேசினாள். “கச்சேரிக்கு போயிருந்தியா? அதான் கேள்விப்பட்டேன்”

இடுப்பு பெல்ட்டில் இருந்து ரூபாய் நோட்டுகளை எடுத்து அவளிடம் திணித்தான். வசந்தா வேண்டாம் என்று மறுத்தாள்.

“நான் உயிரோட இருக்குறவரைக்கும்.. இப்படி முடிவு இனிமே எடுத்திடாதே.... அதுக்குத்தான்.. அன்னக்கி சொன்னேன். வயசாவது.. மசுராவது.. மனசுதான் முக்கியம்..” அவள் தலை கவிழ்ந்து அமர்ந்திருந்தாள்.

அவன் பழச்சாறுடன் வந்தான். பேபிக்கு செலவுக்குப் பணம் கொடுத்தான்.

"நீ இஞ்ச வந்தேன்னு அவளுக்கு தெரிஞ்சா எதாவது சொல்ல போறா. ரெண்டு பொண்ணுங்க வச்சிருக்கே.. நீ பாத்துக்க" என்றாள் மெல்லிய குரலில் வசந்தா.

அவளைத் திட்டிவிட்டு, கலியமூர்த்தி கிளம்பினான். போகும்வரை முன்னும் பின்னுமான நினைவுகள் மனதில் அலைந்தன. இன்னும் கொஞ்சம் குடிக்கலாம் என்று தோன்றியது. இந்த நாட்டுப்புறக் கலைஞர்கள் எல்லாம் வீணாகிப் போனதே குடியால் என்பதை இவனும் மிகவும் காலம் கடந்தே உணர்ந்திருந்தான். இரண்டு மகள்களும் அப்பனை அன்புடன் வரவேற்றார்கள். அவர்களுக்கும் விவரம் புரியும் வயசு வந்துவிட்டது. அவர்களைப் படிக்கவைத்து நல்ல இடத்தில் திருமணம் செய்துகொடுக்க வேண்டும் என்று சில மாதங்களாக மனதில் வைராக்கியம் ஏற்படுகிறது. எக்காரணம் கொண்டும் மகள்களை ஆட அனுமதிக்கக் கூடாது. கலை தாகத்துடன் அல்லது ஏதோ ஒரு நிர்பந்தத்தின் அடிப்படையில் வந்தவர்கள் எல்லாம் இப்படி வசந்தா போல் நிற்பதை இந்த தப்படிச்சான் மூலையில் மட்டும் பார்க்கவில்லை. பிற மாவட்டங்களுக்குப் போகும்போது ஒரு வசந்தாவோ, ஒரு நாகராசனோ, ஒரு பேபியோ இவனுக்கு வாழ்க்கையைப் பற்றி போதிக்கிறார்கள்.

மகள்கள் அப்பன் கலியமூர்த்தி வாங்கி தீனியைப் பிரித்து இன்முகத்துடன் சாப்பிட்டுக்கொண்டிருந்தார்கள். பாப்பா சொம்பில் தண்ணீர் கொண்டு வைத்தாள். இவன் கையைக் கழுவிட்டு உட்கார்ந்தான். தட்டில் சோறும் கிண்ணத்தில் வத்தல் குழம்பும் கொண்டு வந்து வைத்தாள். பேருக்கு நாலு உருண்டை சாப்பிட்டு எழுந்தான். மகள்கள் படுக்கப் போனார்கள். பாப்பா கலியமூர்த்தி அருகில் அமர்ந்தாள்.

"செய்தி கேள்விப்பட்டியா, காலையில போய் அவள பாத்துட்டு வருவோமா" என்றாள். கலியமூர்த்தி பதில் சொல்ல முடியாமல் அவளைப் பார்த்தான்.

10

முருகேசனுக்கு சிக்கலில் பெண் பார்த்து இருந்தார்கள். அதற்கு முன்பாக சித்ராவிடம் பேசிவிடலாம் என்று நினைத்தான். ஆடி மாதத்தில் நிறைய திருவிழாக்கள் இடைவிடாமல் நடந்துகொண்டிருந்தன. லெட்சுமியை பெரிய கோவில் அருகே ஒருநாள் சந்தித்து தனக்கு பெண் பார்க்க வீட்டில் உள்ளவர்கள் ஈடுபட்டுக்கொண்டிருக்கிறார்கள். அவர்களை என்னால் சமாளிக்க முடியவில்லை. அதனால் சித்ராவை நான் சந்தித்துப் பேசியாக வேண்டும் என்று சொன்னான். அவள் சந்திக்க ஏற்பாடு செய்வதாகச் சொன்னாள். மறுநாள் அவர்கள் வேலை பார்க்கும் கடைக்கு சித்ராவைத் தேடிக்கொண்டு போனபோது லெட்சுமி மட்டும்தான் இருந்தாள். "நாளைக்கு 4 மணிக்கு கல்லணை அருகே ஒரு நிகழ்ச்சியாம் அங்கே வரச்சொன்னாள்" என்றாள்.

முருகேசன் மதியமே கல்லணைக்கு வந்துசேர்ந்து விட்டான். கையில் கட்டியிருந்த கடிகாரத்தைப் பார்த்தான் மணி இரண்டே கால் ஆகியிருந்தது. அணை வறண்டுபோய் ஆங்காங்கே மணல் மற்றும் சேற்று மேடுகள் தெரிந்தன. இரண்டு வருடங்களுக்கு முன்பு சுந்தரமூர்த்தி மாமா உடன் ஒரு கார்த்திகை மாதத்தில் வந்தபோது நீர்நிரம்பி கடல் போல அலைகள் ஆர்பரித்ததைப் பார்த்து மிரண்டு போயிருக்கிறான். ஆனால் இப்போது தண்ணீர் வறண்டு காணப்பட்டது. ஒரு சிலர் பள்ளமான பகுதியில் வலைவீசி மீன் பிடித்துக்கொண்டிருந்தார்கள். சில நாட்களாகவே காவிரியாற்றில் நீர் திறந்துவிடக் கோரி சில அரசியல் கட்சிகள் ஆர்பாட்டத்தில் ஈடுப்பட்டதை தஞ்சாவூர் கடைவீதியில் பார்த்து இருந்தான்.

சித்ரா வருவாளா? மாட்டாளா? என்று குழப்பத்தில் நின்றுகொண்டிருந்தான். ஆனால் ஆளையே தூக்கும் ஆடிக்காற்று இடைவிடாது வீசிக்கொண்டிருந்தன. அணையின் இருகரைகளிலும் இருந்த மரங்கள் அடவுகளைக் குலைத்து ஆடும் பபூன் போல ஆடிக்கொண்டிருந்தன. 'வெளிப்படையாக விஷயத்தை சொல்லுவோம் அவள் இறுதியாக என்ன முடிவை தெரிவிக்கிறாள் என்று பார்ப்போம்' என்று தனக்குத்தானே

சொல்லிக்கொண்டான். அணைக்கு மேற்கில் இருந்த பஸ் நிறுத்ததில் பஸ் நின்று, போகும் சத்தம் கேட்கும் பொழுதெல்லாம் அந்த திசையையே பார்த்துக்கொண்டான். அணைக்கட்டைப் பார்க்க சிலர் வருவதும் போவதுமாக இருந்தார்கள். அப்போது வந்த அந்தப் பகுதியை சேர்ந்த இரண்டு பேர், "விடுமுறை நாள்ல தான் கூட்டம் இருக்கும் இப்போ வெறிச்சோடிக் கிடக்கு பாரு" என்று பேசியபடி இவனைப் பார்த்துக்கொண்டே கடந்துபோனார்கள். பொழுதும் மெல்ல ஏறிக்கொண்டு இருந்தது. அவள் வருவாள் என்கிற நம்பிக்கை மட்டும் இன்னும் அப்படியேதான் இருந்தன. அணைக்கட்டின் தென்கரையோரம் இருந்த சரக்கொன்றை மரத்தில் தவிட்டுக்குருவிகள் சில அமருவதும் பறப்பதுமாக இருந்தன. அங்கே சென்று நீரை பார்த்துக்கொண்டு நின்றான். சூரியன் மேற்கே சுருங்கிக்கொண்டிருந்தான். மீண்டும் பஸ் சத்தம் கேட்டது. பச்சைப் புடவை அணிந்திருந்த பெண் ஒருத்தி அணைக்கட்டு பக்கம் வருவது தெரிந்தது. அது சித்ரா என்பதை அறிந்து சிலிர்த்துக்கொண்டான். அவளிடம் எப்படிப் பேசுவது எப்படி தொடங்குவது அவளது பதில் என்னவாக இருக்கும் என்பதில் இன்னும் குழப்பம் அதிகமாகியது. தான் இங்கே நிற்பது அவளுக்குத் தெரியவேண்டும் என்பதற்காக எழுந்து நின்றுகொண்டான்.

அவள் அருகில் வந்து அவனைப் பார்த்து சிரத்தையின்றி தலையாட்டி வைத்தாள். இவன் மேலும் குழம்பினான். இவள் நம் சித்ராவா சிறிது கணம் யோசித்தான். அவள் புடவையில் இருந்தாள். நெற்றியில் சந்தனத்தில் திலகமிட்டு அதற்கு கீழே சிவப்பு சாந்துப் பொட்டு வைத்திருந்தாள். அவளது மேனியில் பூரிப்பும் கவர்ச்சியும் பொங்கி வழிந்தது. அவள் இவனை மிக அலட்சியமாக எதிர்கொள்வது போலத் தோன்றியது. அவளது மூக்கின் மேலே படர்ந்திருந்த இள ரோமங்கள் காணவில்லை. அதுதான் அவளுக்கு பேரழகு என மெச்சியிருக்கிறான். இப்போது அவள் முழுமை பெற்று இருந்தாள். அவளது கண்கள் மிகத்தெளிவாக இருந்தன. இமைகளில் மிக நேர்த்தியாக மைபூச்சுகள் அப்பியிருந்தன. இவள் அவள் அல்ல என்று தோன்றியது. என்ன பேசுவது என்றே தெரியாமல் அவளையே பார்த்துக்கொண்டிருந்தான்.

“சொல்லு.. நான் போகணும்...”

“நான்.. யாருன்னு...”

“தெரிஞ்சுத்தான் வந்திருக்கேன். லெட்சுமி சொன்னா. குடும்பத்துல பாக்குற பொண்ணை பாத்து கல்யாணம் பண்ணிக்க. அப்பத்தான் சுகப்படும். நானும் பாத்துட்டேன். இந்த கலையில இருக்குறவங்க.. ஒருத்தர ஒருத்தர் கட்ட்டிக்கிட்டு நிம்மதியா வாழல. அதும் மட்டும் இல்ல, எங்கப்பாவுக்கு மாசம் ஆயிரம் மருத்துவ செலவு. வீட்டு வாடகை. ரெண்டு தங்கச்சிங்க.. படிப்பு.. கல்யாணமுன்னு எனக்கு ஏகப்பட்ட நெருக்கடி இருக்குது. இதையெல்லாம் நான்தான் பாக்கணும். உன்ன கல்யாணம் கட்டிக்கிட்டா உன்னோட வந்து நான் கங்களாஞ்சேரியில வந்து வாழணும். நீ இப்ப சொல்லுவே, இங்கே இருக்கேன்னு.. ஆனா உன்னால முடியாது. சின்ன விஷயத்துக்கு தெய்வமா வணங்குற நாதஸ்வரத்தை தூக்கிபோட்டு உடைச்ச ஆளு நீ. உனக்கு முன்கோவம் அதிகம்... என்ன மாதிரி ஆளு சரிப்பட்டு வராது... எனக்கு என் குடும்பம் தான் முக்கியம்....”

அவள் மிகத்தெளிவாக மிகக் கச்சிதமாகப் பேசினாள். இவனது மனம் வெறுமையானது. அவளது முகத்தைப் பாரக்க முடியாமல் நீர்பரப்பை பார்த்தான். சில கணங்கள் வெளியில் மிதந்த மின்கொத்தி நீருக்குள் புகுந்து மீனைப் பிடித்துக்கொண்டு பறந்தது.

“நான் சொல்றது உனக்கு புரியுதா.. உனக்கு வயகாட்டுல வேலை செய்யுற பொண்ணுங்கதான் ஒத்துவருவங்க. அது என்னால முடியாது.”

முருகேசன் அவளைப் பார்த்தான். பதில் பேச அவனிடம் வார்த்தையில்லை. தோற்றுப்போய் நின்றான். அவள் அருகே சென்று “உன் கையை கொஞ்ச நேரம் புடிச்சுக்கட்டுமா” என்றான்.

“நான் ஆடும்போது.. ஆட்டக்காரன், பபூன்.. எத்தினி பேரு என்னை கட்டி கோர்த்து புடிக்கிறங்க.” என்றாள். எதற்காக இப்படிச் சொன்னாள் என்று இவனுக்கு விளங்கவில்லை.

இவன் அருகில் வந்து சிறுமியைப்போல அவளது கரத்தை நீட்டினாள். வெடுக்கென்று இறுக்கமாகப் பற்றிக்கொண்டான். அவளது கரங்கள் சில்லிட்டுப் போயிருந்தன. சில நிமிடங்கள் அப்படியே இவனது முகத்தைப் பார்த்தாள். பிறகு விடுவித்துக்கொண்டு கிளம்பினாள். கொஞ்ச தூரம் சென்று திரும்பிப் பார்த்துவிட்டு தனது கண்களை புடவை நுனியால் துடைத்துக்கொண்டாள்.

11

முத்துப்பட்டன் தாழ்வாரத்தில் அமர்ந்திருந்தான். அவனது பேரன் கையில் ஏதோ ஒன்றை வைத்து விளையாடிக்கொண்டிருந்தான். சில நாட்களாகவே முதுமையின் காரணமாக உடல் சோர்வடைந்து விடுகிறது. கோவிலுக்கு போய் பூசை வைக்க முடியிவில்லை. நிறைய பேர் குறிகேட்க வருவார்கள். தினமும் எப்படியும் நூறுக்கு குறையாத வருமானம் கிடைத்துவிடும் இப்போது. முக்கியக் கிழமை நாட்களில் மட்டும்தான் போகமுடிகிறது. நாக்கில் சுவை குறைந்துவிட்டது. பார்வை குன்றிவிட்டது. சிறிது தூரம் நடந்தால் மயக்கம் வருவதுபோல் இருக்கிறது. மனைவி பறியாம்மாள் இருந்தவரைக்கும் பொழுது எப்படிப் போனது எனத் தெரியவில்லை. அவள் இவருடன் ஐம்பது ஆண்டுகள் வாழ்ந்து விட்டுத்தான் போய் சேர்ந்தாள். இரண்டு ஆண் குழந்தைகள் பெற்றெடுத்துக் கொடுத்தாள்.

சின்னப்பன் கையில் மஞ்சள் பையை எடுத்துக்கொண்டு வந்தான், ''யாப்பா.. கொஞ்சம் கறி எடுத்துட்டு வந்தேன் செஞ்சுக்க, மதியானம் பாட்டிலு வாங்கிட்டு வர்றேன்..'' என்று ஒரு குண்டானை எடுத்து அதற்குள் கறியை வைத்தான்.

அப்பனைக் கண்டதும் ஓடிச்சென்று அவனது கால்களைக் கட்டிக்கொண்டு மேலே தாவினான்.

''இவன் எப்போ வந்தான்''

''காலம்பற நான் டீக்குடிக்க போனப்பவே வந்துட்டான்'' என்றார்.

சின்னப்பன் தனது மகனைத் தூக்கிக்கொண்டு கிளம்பினான். மூத்தவன் பெருமாள் உறையூர் தாலுக்கா ஆபிசில் ரெக்கார்டு கிளார்க்காக வேலை பார்க்கிறான், அவனைப்போல இவனுக்கும் கவர்மெண்ட் வேலை வாங்கிவிடலாம் என்றுதான் நினைத்தான். ஆனால் இவன் தப்படிப்பதில் அதிக ஆர்வம் கொண்டிருந்தான். பள்ளிக்கூடத்துப் பக்கமே திரும்பிக்கூட பார்க்கவில்லை. பெரியவன் தப்படிக்கப் போய்க்கொண்டே ஒன்பதாம் வகுப்பு வரை பெயில் ஆகாமல் படித்தான், பத்தில்

பெயில் ஆனான். ஆனால் சின்னப்பன் எந்த நேரமும் தப்பும் கையுமாக அலைந்தான். இவர் அவனை எப்படியும் மாற்றிவிடலாம் என்று நினைத்தார். ஆனால் முடியவில்லை. இந்த தப்படிச்சான் மூலைதான் இந்த மாவட்டத்திலேயே இவருக்கு திருந்தாத மக்கள் வாழும் பகுதி என்று தோன்றியது. ஆமாம்.. இங்கு வாழ்பவர்களை தனக்கு விவரம் தெரிந்த நாட்களில் இருந்து பார்த்துக்கொண்டுதான் இருக்கிறார். அன்று தப்படித்தவன் இன்றும் தப்படித்துக்கொண்டுதான் இருக்கிறான். அன்று ஆட்டத்துக்குப் போன ஒருத்தியின் பேத்தி இன்றும் ஆடிக்கொண்டு இருக்கிறாள். அன்றைக்கு தவில் தூக்கி தோளில் மட்டியவன் பரம்பரையில் யாரோ ஒருவர் வாசித்துக்கொண்டுதான் இருக்கிறார்கள், ஒன்றும் மாறவில்லை. இன்னும் பிழைப்புக்காக அலைந்து திரிகிறார்கள். இவருக்கும் தப்படிக்கத் தெரியும். மாடு உரிக்கத் தெரியும். பிணம் எரிக்கத் தெரியும். ஆனால் இவர் செய்யவில்லை. இவர் அக்கம் பக்கத்து கிராமங்களுக்கு விவசாய வேலைக்குப் போவார். கடுமையான உடல் உழைப்பு இருந்தாலும் வேலை முடிந்து கூலியை வாங்கிக்கொண்டு தஞ்சாவூர் போய் வீட்டுக்குத் தேவையான சாமன்கள் வாங்கிக்கொண்டு வருவார். இந்த தப்படிச்சான்மூலையிலேயே முதன்முதலில் சைக்கிள் வாங்கியவர் இவர்தான். அதன் பிறகுதான் மற்றவர்கள் வாங்கினார்கள். தப்படிச்சான் மூலை மக்கள் நீண்ட காலமாக வணங்கி வந்த சின்ன ஈட்டிமாணிக்கம் கோவிலுக்கு பூசாரியானார். எவரும் அதற்கு எந்த மறுப்பும் தெரிவிக்கவில்லை.

கறியில் ஈ மொய்க்கத் தொடங்கியது, எழுந்தார். சின்னப்பன் குடிக்கவில்லை என்றால் அவனது நடவடிக்கைகள் அத்தனை நன்றாக இருக்கும். குடித்துவிட்டால் போதும், தேவையில்லாத பேச்சுகள் எல்லாம் பேசுவான். இப்போது கறி வாங்கிவந்து கொடுத்தவன் மதியம் வந்து சாப்பிட விடுவானோ என்னவோ? என்று குழம்பினார். அவனுக்குத் திருமணம் செய்துவைத்த உடன் பழைய வீட்டில் அவனை இருக்கச் சொல்லிவிட்டு இவரும் வீட்டுக்காரியும் இங்கே வந்து நல்ல கீற்று வேய்ந்த மழைக்காலங்களை எதிர்கொள்ளும் வகையில் சிறுவீட்டை கட்டிக்கொண்டு விட்டார்கள். மருமகள் நல்ல பொண்ணுதான் என்றாலும் அடிக்கடி போய், அங்கே சோறு கொடு என்று

கேட்பதற்கு ஒரு மாதிரியாக இருந்தது. அவள் எப்போதாவது வந்து சாப்பாடு கொடுத்துவிட்டு போவாள். சமயங்களில் இவரே போவதும் உண்டு.

ஆனால் பெரும்பாலான நேரங்களில் இவரே சமைத்துக்கொள்வார். அனைத்து மளிகை பொருட்களும் இவரிடம் இருக்கும். கறியை எடுத்துக்கொண்டு வெளியே வந்தார். வெள்ளைமணி கவுச்சியைக் கண்டதும் பின்னால் சுற்றியது. அதனை அதட்டிவிட்டு சாய்ப்பில் இருந்த பீலியில் மல்லுக்கட்டி தண்ணீர் அடித்தார். கறி மீது சுற்றியிருந்த தேக்கு இலையை எடுத்து எறிந்தார். கறியை மூக்கருகில் கொண்டுவந்து வாசனை பிடித்தார். இளங்கன்று கறியாக இருக்கும் என்று தோன்றியது. நல்ல கொழுப்பு வாசனை. கறியைக் கழுவினார். அதிலிருந்து சில கழிவுப்பகுதிகளை அகற்றி வெள்ளைமணியிடம் போட்டார்.

சின்னப்பன் கவுச்சி, குழம்பு எல்லாம் சின்ன வயதிலேயே இவர் வைத்தால்தான் சாப்பிடுவான் அம்மா வைத்தால் பிடிக்காது. முத்துப்பபட்டன் சமையலிலும் கில்லாடி. எல்லாவற்றிலும் ஒரு நேர்த்தி இருக்கும். பறியம்மாள் சமைக்க இவருக்கு கூடமட உதவி செய்வாள். இவர் வெளிவேலைக்குச் செல்லும் நாட்களில் மட்டும்தான் அரிதாகச் சமைப்பாள். சாப்பாட்டு விஷயத்தில் பெரியவன் பெருமாள் எந்த கருத்தும் சொல்ல மாட்டான். சின்னப்பன் அப்படியில்லை. எப்படிச் செய்தாலும் அதில் ஒரு குறை கண்டுப்பிடிப்பான். கறியைக் கழுவியை சுத்தம் செய்துவந்து சட்டியில் போட்டு மஞ்சள் தூள் தூவினார். சுள்ளிகளை எடுத்துவந்து அடுப்பைப் பற்ற வைத்து மண் சட்டியை அடுப்பில் வைத்தார். சிறிது தண்ணீர் ஊற்றி கறியைப் போட்டு.. இஞ்சியும் பூண்டும் அம்மியில் வைத்து நசுக்கிப் போட்டார். கறி கொதித்துக்கொண்டிருந்தது. கறிக்குத் தேவையான மாசாலாப் பொருட்களை எடுத்து அம்மியில் வைத்து அரைத்தார். அந்தக் காலத்தில் இதுபோன்ற பக்குவம் எல்லாம் செய்யமாட்டார்கள். காரமும் உப்பும்தான் போடுவார்கள். இவருக்குத் தெரிந்து சாப்பாட்டைச் சரியாகச் சமைத்துச் சாப்பிடாமல் இந்த தப்பபடிச்சான்மூலையில் எத்தனை பேர் காலராவில் செத்து மடிந்து இருக்கிறார்கள். இப்போது

நினைவுகள் எல்லாம் முன்னும் பின்னுமாக அலைந்தன.

கறியை அடுப்பில் இருந்து இறக்கி கீழே வைத்தார். சோற்றுப்பானையில் தண்ணீர் ஊற்றி உலையைக் கொதிக்கவிட்டார். சின்னப்பன் வந்து சேர்ந்திருந்தான். வியர்வையில் அவனது உடம்பு நனைந்து போயிருந்தது.

“இஞ்ச ஒன்னும் கிடைக்கலப்பா.. திருவையாறு போயிட்டு வர்றேன்”

““ஏன் என்னாச்சு, இஞ்ச நாலைஞ்சு நாளா போலீசு ரெய்டு..”

பாட்டிலை எடுத்து ஓர் ஓரமாக வைத்தான். “கறி எங்க வாங்குனே”

“என்னாச்சு? முக்குட்டுல, முத்துப்பேட்டையில இருந்து ஒரு பாய் வந்திருக்கார். அவரு போடுறாரு”

“அருமையா, வெள்ளாட்டு கறி மாதிரியிருக்கு. புள்ளய தூக்கிட்டு வந்தேன்னா..”

“அது இருக்கட்டும், ரெண்டு பயலுங்கள முனாச்சிக்கிட்டே தப்பு கத்துக்க அனுப்பி வெச்சியே... அவனுங்க பண்ணிட்டு போயிருக்கிற வேல தெரியுமா?

“அன்னக்கி வந்து என்கிட்டே ஆசிர்வாதம் வாங்கிட்டு தானே போனானுங்க”

பாட்டிலை எடுத்துத் திறந்து அவருக்கு ஊற்றினான். தட்டை எடுத்து வறுத்த கறியை எடுத்துவந்து அவரிடம் வைத்தான்.

அவர் சிறிது தண்ணீர் கலந்து பருகினார். இறைச்சித் துண்டங்களை எடுத்து வாயில் வைத்து மென்றார். அவன் தரையில் சம்மணமிட்டு அமர்ந்தான்.

“சொல்லுப்பா,”

“அட நம்ம பேபியில்ல.. அவ மகள அழைச்சிட்டு போயிட்டானுங்கன்னு பேசிக்கிறாங்க”

“நெஜமாவா, அவுங்க அப்படிப்பட்ட பையனுங்க மாதிரி தெரியிலேயப்பா”

"பேபி ஊரு முழுக்க நின்னு பேசிக்கிட்டு இருக்கா. இது தொடர்பா நாட்டுப்புற கலைஞர்கள் சங்கத்துல புகார் சொல்லியிருக்களாம்"

முத்துப்பட்டனுக்கு கோபம் பொத்துக்கொண்டு வந்தது. "பொம்பள புள்ளய ஒழுங்க வளக்கத் தெரியாத சிறுக்கி,,, இவ இன்னக்கியும் புருஷன் வேணுமுன்னு அலையிறப்போ.. அவ சின்னப்பொண்ணு என்ன பண்ணுவா பாவம். அந்த பையனுவோ நல்ல வசதியான குடும்பத்து பையனுங்க. அதில கருப்பா இருந்த பய பள்ளப்பய. சிவப்பா இருந்தப்புள்ள அவரு சந்திரன்... அவுங்க..." என்றார்.

அடுப்பில் உலை கொதித்துக்கொண்டிருந்தது. திடீரென்று எழுந்துபோய் அரிசியைப் போட்டார். பாட்டிலைத் திறந்து சின்னப்பன் குடித்துக்கொண்டு இருந்தான். இன்று கட்டாயம் இதை வைத்து சண்டை இழுப்பான் என்று நினைத்தார்.

12

நித்யா இந்த முடிவைச் சொன்னபோது முதலில் அதிர்ந்து போனது அவளது தாய் மாரியம்மாள்தான். அவளும் ஆட்டக்காரியாகவே முடிந்த வரைக்கும் ஆடி இப்போது ஒப்பனை செய்யும் வேலை செய்கிறாள். இந்த முடிவு வயசுக் கோளாறினால் எடுக்கப்பட்டுள்ளது என்று நினைத்தாள். இந்த தப்படிச்சான்மூலையில் அவள் வயசுக்கு அவள் பார்க்காத ஆளில்லை. சில காலங்கள் ஆடுவார்கள். பிறகு பணக்காரன் ஒருவன் அவர்களை திருமணம் செய்து கொள்வான். அவன் அழைத்துப்போய் அனுபவித்துவிட்டு கையில் எதாவது பணத்தைக் கொடுத்து அனுப்பிவிடுவான். சிலர் வயிற்றுப் பிள்ளையோடு வந்துசேர்வார்கள். சிலர் திரும்பி பிணமாக வந்த கதையும் உண்டு. இந்த ஆட்டக்கலை என்பது ஒரு மாய விளையாட்டு. இதில் சிலர் தெரிந்தும் சிலர் ஆர்வக் கோளாறிலும் சிலர் பிழைப்பின் பேரிலும் சிலர் கலை தாகத்திலும் சிக்கிக்கொள்கிறார்கள். இவள் வழியாகத்தான் நித்யா வந்தாள். அவளுக்கு எந்த நெருக்கடியும் இல்லை. நித்யா ஆடவந்த பிறகு அவளுக்கு ஆண் துணை வேண்டும் என்றுதான் தூரத்து உறவான ஆசைத்தம்பியை திருமணம் செய்து வைத்தாள். அவனை ஆரம்பத்தில் இருந்து நித்யாவுக்கு பிடிக்கவில்லை. அவள் எப்போதும் குமரேசனைச் சுற்றிக்கிடந்தாள். நித்யா-குமரேசன் உறவு காலங்கடந்துதான் தெரியும். முன்னரே தெரிந்து இருந்தால் மாரியம்மவே திருமணம் செய்துவைத்திருப்பாள். திருமணத்துக்கு முன்னர் அவர்கள் மனதளவில் நெருங்கியிருந்தார்கள். நித்யாவுக்கு திருமணம் முடிந்த சில மாதங்களில் கட்டியவன் தப்படிச்சான்மூலை விட்டு எங்கோ போனான். அதன் பிறகு குமரேசன் தினமும் வந்து நித்யாவோட பேசிவிட்டுப் போனான். பேசிவிட்டு மட்டுமா போனான். அத்தனையும் பார்த்துக்கொண்டிருந்தவள் மாரியம்மா. இவர்களுக்குள் அப்படி என்னதான் வெறுப்பு வந்தது என்று இவளுக்குத் தெரியவில்லை. திடீரென்று ஒரு பெண்ணைப் பார்த்து திருமணம் செய்துகொண்டு விட்டான் குமரேசன். ஒரு வாரம் படுத்த படுக்கையாகிவிட்டாள் நித்யா. சரியாகச் சாப்பிடவில்லை.

எந்த நிகழ்ச்சிக்கும் ஆடச்செல்லவில்லை. உறங்கவில்லை. குளிக்கவில்லை. அப்படியே விட்டத்தைப் பார்த்து உட்கார்ந்துவிட்டாள். நித்யாவை மல்லுக்கட்டி முத்துப்பட்டனிடம் அழைத்துச் சென்றாள் மாரியம்மா. அவர்தான் சாமியிடம் வேண்டிக்கொண்டு திருநீறு போட்டார். அப்படியும் தெளிந்துவர சில மாதங்கள் ஆனது. இன்றைக்கு குமரேசனுக்கு ஒன்றுக்கு ரெண்டு குழந்தைகள் ஆகிவிட்டன.

சில வருடங்கள் கடந்துவிட்டன. இன்றைக்கு இந்த தஞ்சாவூர் ஜில்லாவில் நித்யாவுக்கு என்று ஒரு மவுசு இருக்கிறது. கையிலும் நாலு காசு இருக்கிறது. இன்னும் மூன்றாண்டுகளுக்கு இது நீடிக்கும். இதனை வைத்து வீட்டை கொஞ்சம் எடுத்து கட்டிக்கொள்ளலாம். பேங்கில் கொஞ்சம் பணம் சேமித்துக்கொள்ளலாம் என்று திட்டமிட்டு இருந்தாள் மாரியம்மாள். ஆனால் அவளது எண்ணத்தை கலைத்துப் போடுவது போல.. பபூன் ஆல்பர்ட்டை திருமணம் செய்துகொண்டு அவனுடன் போய்விடப் போவதாகவும் இனிமேல் ஆடப்போவதில்லை என்றும் அதிரடியாகச் சொன்னாள் நித்யா. இதில் முதலில் மிரண்டு போனவள் மாரியம்மாள்தான். திருமணம் செய்துகொள்ளட்டும், ஊரில் அவள் உயரத்துக்கும் அழகுக்கும் ஆண்களா இல்லை. அதுவும் அந்தக் குள்ளப்பயலை.. விகாரமான முகம் கொண்டவனை... அவனது முகத்தை ஒரு நிமிடம் நினைத்துப் பார்த்தபோது அருவெறுப்பில் அவளுடல் சிலிர்த்தது. செய்தி கேள்விப்பட்டு வாத்தியக்காரக் கோஷ்டியினர் வரிசையாக வந்து விசாரித்துப் போகிறார்கள். தப்படிச்சான்மூலையில் ஒருவாரமாக அதே பேச்சுதான். நித்யா தெளிவான முடிவு எடுத்து இருக்கிறாள் என்று மாரியம்மாளுக்குத் தோன்றியது. அதனை மாற்றியமைக்க முடியாது என்பது மட்டும் உறுதியானது.

ஆல்பர்ட் டிவிஎஸ் 50 ஒன்றை புதிதாக வாங்கிக்கொண்டு வந்து அதில் நித்யாவை அமரவைத்து தஞ்சாவூருக்கு அழைத்துக்கொண்டு போகிறான், வருகிறான். ஆலமரத்தடியில் அமர்ந்து ஊர்க்கதைகள் பேசும் ஆட்கள் “இது என்ன கூத்து” என்று வாய்பிளந்து பார்க்கிறார்கள். பின்னிருக்கையில் அமர்ந்து ஆல்பர்ட்டை கோர்த்துப் பிடித்துக்கொண்டு போனதை ஒருநாள்

பார்த்த குமரேசன் அவர்கள் கடந்துபோன திசையைப் பார்த்து வன்மத்துடன் காறித் துப்பினான். இதனை வந்து வீட்டுக்காரியிடம் சொல்ல புருஷன் பொண்டாட்டிக்குள் சண்டை பற்றிக்கொண்டது. சுந்தரமூர்த்தி வந்து இந்த முடிவை மாற்றிக்கொள்ள சொல்லி மணிக்கணக்கில் நித்யாவிடம் பேசி பார்த்துவிட்டு" எப்படியாச்சும் போ" என்று சொல்லி போய்விட்டான். நித்யாவின் தாய்மாமன் இதுபற்றி பேச வந்தபோது "பொத்திக்கிட்டு போ" என்று ஒரே வார்த்தையில் அதட்டி அனுப்பிவிட்டாள். மாரியம்மாள் இதுகுறித்து குறி கேட்க முத்துப்பட்டனிடம் போனாள். அவர் ஒரே வார்த்தையில் சொன்னார். "அவ எடுத்த முடிவு தப்பில்ல. இனிமே அவ நல்லாயிருப்பா" என்று சொல்லி அனுப்பிவிட்டார்.

புன்னைநல்லூர் மாரியம்மன் கோவிலில் திருமணம் நடக்க நாள் பார்த்து தேதி குறித்தார்கள். ஆல்பர்ட் ஆள் கொஞ்சம் சிவந்து இருப்பதுபோல தோன்றியது. அவனுக்குள் மாற்றம் தெரிந்தது. மற்றவர்கள் கூட இதனை ஓரளவுக்கு ஏற்றுக்கொண்டார்கள். தப்படிச்சான்மூலையில் உள்ள நேற்று பிறந்து கண் விழித்தது தொடங்கி எமதர்ம ராஜா லிஸ்டில் உள்ளது வரை ஏகடியம் பேசுவதாக மாரியம்மாள் நினைத்தாள். ஒருநாள் ஆல்பர்ட்டை கடைவீதியில் பார்த்த முருகேசன் "உனக்கு அந்த கடவுளோட அனுக்கிரகம் இருக்குண்ணே" என்று சொன்னான். அதற்கு அவன் "நீயுமா? என்று சொல்லி வெள்ளந்தியாகச் சிரித்தான்.

13

புரட்டாசி மாத ஞாயிற்றுக்கிழமை அது. கடைக்கு வார விடுமுறை. லெட்சுமி டிபன் பாக்ஸில் ஆட்டுக்கறி சமைத்து எடுத்துக்கொண்டு சித்ரா வீட்டுக்கு வந்தாள். சித்ரா வீட்டில் அசைவம் என்பது மீன் மட்டும்தான் வாதம் முற்றி படுக்கையில் கிடக்கும் அப்பாவுக்கு வெறும் கஞ்சி மட்டும்தான் ஆகாரம். அதுவும் ஒரு நாளைக்கு ஒருவேளை மட்டும் மதியத்தில் அம்மா புகட்டிவிடுவாள்.

லெட்சுமியைக் கண்டதும் சித்ராவின் இரண்டு தங்கைகளும் சந்தோஷம் அடைந்துவிட்டார்கள். அவர்களின் கண்கள் அவள் வைத்திருந்த பாக்ஸ் மீது குவிந்து இருந்தன. அவர்களிடம் அதனை நீட்டினாள்.

"லெட்சு... என்ன அது"

"அப்பா ஆட்டுக்கறி எடுத்துக்கிட்டு வந்துச்சு. கொஞ்சம் கொண்டந்தேன்" என்று சொல்லிவிட்டு சித்ரா அணிந்திருந்த சுடிதாரைப் பார்த்தாள். "இந்த கலர் உனக்கு ரொம்ப நல்லாயிருக்கு. ஆமா எப்பே எடுத்தே"

"நாலு மாசம் முன்னாடி..." அவள் பொய் சொல்கிறாள் என்று லெட்சுமிக்கு தெரியும். அது பிடிவாதமாக முருகேசன் எடுத்துக் கொடுத்தது என்று அவளுக்குத் தெரியும். அதன் பிறகு சித்ரா முகம் மாறிவிட்டது. அவள் எழுந்து கொல்லைப்புறத்துக்குப் போனாள். அங்கே ஒரு சிமெண்ட் கல் போடப்பட்டிருந்தது. அதில் அமர்ந்துவிட்டாள். லெட்சுமி சமீபத்தில் இரண்டு சினிமாக்கள் பற்றி அவர்களிடம் கதை சொல்லிக்கொண்டு இருந்தாள். அப்போது சின்னவள் திடீரென்று கேட்டாள், "நீங்கள் எல்லாம் காலையிலேயே கறிக்கொழம்பு வெச்சிடுவீங்களா அக்கா..."

"ஆமாண்டி, குழம்பு வெக்கிறதுக்கும் சாப்பிடுறதுக்கும் என்ன நேரம் காலம் வேண்டி இருக்கு"

"அது சரிதான் அக்கா"

அன்றைக்கு என்னவோ அப்படி நடந்து விட்டது. அவன்

கொடுத்த எத்தனையோ பரிசுப்பொருட்களை வேண்டாம் எனத் தவிர்த்தவள் அன்று மட்டும் வாங்கிக்கொண்டுவிட்டாள். அப்படியொரு துள்ளலான மனநிலையில் இருந்தாள். அன்று மழை பெய்து வெக்கலித்து இருந்தன. மேற்கில் சூரியன் மினுங்கலாய் மின்னி மறையும் வேளை. ஐந்தரை பஸ்சுக்கு போவதாகச் சொல்லி கடை ஓனரிடம் அனுமதி வாங்கிக்கொண்டு கிளம்பி வந்திருந்தாள். அன்று அவனைக் காண வேண்டும் போல் மனம் தவித்துக்கொண்டிருந்தது. பஸ்டாண்டில் அமர்ந்திருந்தாள். எப்போதும் ஓர் இளைஞர் பட்டாளம் அங்கே சுற்றிக்கொண்டிருப்பார்கள், யார் கிடைப்பார்கள் என்று அலைவார்கள். சித்ராவை ஒருவன் முறைத்துப் பார்த்தான். அப்போது குறுக்கே வந்து நின்றான் முருகேசன். இந்தக் காட்சி அவளுக்கு ரொம்ப பிடித்து இருந்தது. அவன் கையில் அந்த மஞ்சள்நிற ஜவுளிக்கடை பை இருந்தது. அதனைப் பார்த்தாள். ஆனால் என்னவென்று கேட்கவில்லை. அன்று அவளை அறியாமல் நிறைய பேசினாள். அவன் வியந்து கேட்டு ரசித்தான். இவள் உலக அறிவை மெச்சினான். அவளுக்குப் பிடித்த ஜாம்கேக் வாங்கிக் கொடுத்தான். ஏனோ தெரியவில்லை அன்று அவ்வளவு மகிழ்ச்சியாக இருந்தாள். குதூகலித்தாள், கொஞ்சினாள், சமயங்களில் அசட்டை போல முறுவலித்தாள், புன்னகைத்தாள், புன்முறுவல் காட்டினாள். மினி பஸ் வந்தது, ஏறிச்சென்று அமர்ந்தாள். அப்போது பொழுது ஏறிவிட்டது. அவள் அமர்ந்த ஜன்னலோரத்தில் நின்று அந்தப் பையைக் கொடுத்தான். அவள் அந்த கணம் மறுப்பு எதுவும் சொல்லவில்லை, வாங்கி தனது மடியில் வைத்துக்கொண்டாள். அன்று அவனைப் பிரிந்து வரவே மனமில்லை. தன்னையே இழந்திருந்தாள். பஸ் எடுத்தபோது இறங்கிவந்து இன்னும் கொஞ்சம் நேரம் பேசிக்கொண்டிருக்க வேண்டும் போல் தோன்றியது. ஆனால் பஸ் எடுத்துவிட்டார்கள். கக்கன் நகர் வரும்வரை அவனையே நினைத்துக்கொண்டிருந்தாள். பஸ்சை விட்டு இறங்கும்போதுதான் கையில் இருந்த பை பற்றிய அச்சம் எழுந்தது. அப்படியே ஓரமாய் நின்று விரித்து பார்த்தாள். மஞ்சள் நிற சுடிதார். இது எப்படி வாங்கினாய் என்று வீட்டில் கேட்க மாட்டார்கள். அப்படிக் கேட்டால் அம்மாதான் கேட்பாள். அதற்கு பதில் சொல்லிக்கொள்ளலாம். இரண்டு

தங்கைகள் இருக்கிறார்களே, அவர்கள் என்ன நினைப்பார்கள்? எந்த எண்ணத்தில் வாங்கினோம் பெரிய தவறு செய்துவிட்டோமே.. என்று உறைத்தது. நல்லவேளை தங்கைகள் அன்று பார்த்து பிள்ளையார் கோவிலுக்கு அம்மாவுடன் விளக்கு போட போய்விட்டார்கள். அப்பாதான் இருந்தார். தனது பீரோவில் வைத்து துணியோடு சேர்த்துவைத்து பூட்டிவிட்டாள். அதன் பிறகு சிலநாட்கள் கழித்து ஓர் ஆட்டத்துக்குச் சென்று திரும்புகையில் திருபுவனத்தில் இரண்டு சுடிதார்களை தங்கைகளுக்கு எடுத்துவந்து கொடுத்தாள். அதன் பிறகுதான் அதனை எடுத்து இவள் அணிந்துகொண்டாள். ஒருதடவை கூட எடுத்துக் கொடுத்தவன் இவள் அணிந்து பார்க்கவில்லை.

முருகேசனுக்குப் பெண் பார்த்து நிச்சாயதார்த்தம் செய்துவிட்டார்கள். தை மாதம் கல்யாணம் என்று லெட்சுமிதான் சொன்னாள். அன்று கல்லணையில் அவனிடம் பேசிவிட்டு வந்தபிறகு, ஒருதடவை கூட அவனைப் பார்க்க முடியவில்லை. ஆனால் கச்சேரிக்கு எல்லாம் வாசிக்கப் போகிறான் என்கிறார்கள். அவன் "காவியமா.. நெஞ்சில் ஓவியமா" பாடலை தனியே நாயனத்தில் வாசிக்கச் சொல்லி கேட்டால் அப்படியே உயிர் உருகிவிடுமாம், இந்த லெட்சுமிதான் சொன்னாள். அப்படி ஒருநாள் கூட அவனை வாசிக்கச் சொல்லி கேட்டதில்லை. நிகழ்ச்சியில் வாசித்துதான் கேட்டு இருக்கிறாள். பெரும்பாலான நேரங்களில் அவனுடன் வாக்குவாதங்கள் செய்து இருக்கிறாள். அன்பை அவன் தன்மீது செலுத்தியமைக்கு நாம் பதிலுக்கு என்ன செய்தோம். அவனைப்போல் இனி ஒருவன் நமது வாழ்வில் ஒருவன் வருவானா? சித்ராவிற்கு அழவேண்டும் போல் தோன்றியது. உள்ளே இருந்து வெளியே வந்த லெட்சுமி, "இங்கே என்னடி பண்றே" என்றாள். அவளுக்கு தெரியக்கூடாது என்று தனது கண்களைத் துடைத்துக்கொண்டாள்.

14

அந்தக் கடித்தை அம்மா சந்திரனிடம் நீட்டினாள். அதை சற்று தயக்கத்துடன் வாங்கினான். கடித உறையில் அனுப்பியவர் பெயர் கிறுக்கலான ஆங்கிலத்தில் இருந்தன. ஆனால் பெறுநர் முகவரி தெளிவாக இருந்தது. அதனைச் சற்று பதட்டத்துடன்தான் சந்திரன் பிரித்தான். இது யார் அனுப்பி இருப்பார்கள் என்று சிலநொடிகளிலே பல்வேறு யூகங்கள் செய்து பார்த்தான். திடீரென்று பழுப்புநிற உறையைப் பிரித்து உள்ளே இருந்த கடித்ததை எடுத்தான். கண்ணில் ஒற்றிக்கொள்ளும்படியான கையெழுத்தில் கடிதம் எழுதப்பட்டு இருந்தது.

அன்புள்ள சந்திரன் அவர்களுக்கு,

நலமா? எப்படி உள்ளீர்கள். உங்களது தந்தையைக் கொலை செய்தவர்களை கண்டறிந்து விட்டீர்களா? அதற்கான முயற்சிகளில் நீங்கள் ஈடுபட்டு இருப்பதை நான் அறிவேன். மேலும் உங்களைப் பற்றியும், உங்களது குடும்பம் குறித்து அவதூறு சொல்லியும் ஒரு மிரட்டல் கடிதம் வந்துசேர்ந்தது. அதனை நான்தான் தபால்காரரிடம் இருந்து வாங்கினேன். அதனை எழுதியவர்கள் உங்களது தந்தையைக் கொலை செய்து இருப்பவர்கள் அல்ல. அது எங்கள் ஊரைச் சேர்ந்த சிலரின் வேலை என்பதை நான் கண்டறிந்துவிட்டேன். ஆனால் எனது தந்தை கடிதத்தைப் படித்த கணத்தில் இருந்து மிகுந்த அச்சம் அடைந்துவிட்டார். இதுகுறித்து எனது அண்ணனிடம் தகவல் தெரிவித்துவிட்டார். அவனும் இந்த சம்மந்தம் வேண்டாம் என்று அழுத்திப் பேசிவிட்டான். அதன் பிறகுதான் நீங்களும் எனது தந்தையும் டவுனில் சந்தித்துக்கொண்டபோது நீங்கள் நடந்துகொண்ட விதம் சரியில்லை என்று சொன்னார்கள். அந்தக் கடிதம் குறித்து நீங்கள் அலட்டிக்கொள்ள வேண்டாம். உங்கள் தந்தையைக் கொன்றவனை நீங்கள் தேடிக் கண்டுபிடியுங்கள். அதுதான் ஒரு மகன் தந்தைக்குச் செய்யும் முதன்மையான பணி. உங்களைப் பற்றி எனது தந்தை சமீப காலமாகப் பேசிவரும் பேச்சுகள் எனக்குப் பிடிக்கவில்லை. நீங்கள் தஞ்சாவூரில் இருப்பதாகவும் அங்கே கரகாட்டம் ஆடும் பெண்களுடன் தப்பான முறையில் உறவு வைத்திருப்பதாகவும்,

கேரக்டர் சரியில்லாதவர் எனவும் பேசுகிறார்கள். இது எனக்காக பேசும் பேச்சு என்று எனக்குத் தெரியும். நீங்கள் முதன்முதலாக பார்த்த பார்வையிலே நான் உங்களுக்குள் இருக்கிறேன் என்பதை புரிந்துகொண்டு விட்டேன். அவர்கள் பேச்சில் எனக்கு சற்றும் நம்பிக்கையில்லை. உங்களது தந்தையைக் கொன்றவனை விரைவில் கண்டறிந்துவிட்டால் எல்லாம் தெளிவாகிவிடும். நீங்கள் மீண்டும் உறவினர்களோடு வந்து எனது குடும்பத்தில் பேச்சு வார்த்தை நடத்தலாம். அதில் நமது திருமணத்துகான தடைகள் விலகும். அதுவரைக்கும் இவர்கள் பேசிக்கொண்டுதான் இருப்பார்கள். வேறு என்ன செய்ய முடியும். இவர்களைப் பற்றி நீங்கள் கவலைப்பட வேண்டாம். நீங்கள் சரியான நோக்கத்தில் செல்கிறீர்கள் என்று எனக்கு தெரிகிறது. விரைவில் உங்களிடம் அந்தக் கொலைக்காரர்கள் சிக்கிக்கொள்வார்கள். அதில் உள்ள உண்மையை நீங்கள் உரக்க அறிவிப்பீர்கள். நிச்சயம் நான் நம்புகிறேன். அதுவரை உங்கள் வரவுக்காக காத்திருப்பேன்.

அன்புடன்

நீலவேணி

கடிதத்தை அப்பாவின் கருப்புவெள்ளை போட்டோ இருந்த இடத்தில் வைத்தான். நீலவேணி குறித்து இதுவரை எந்தவிதமானக் கருத்தும் கொண்டவனில்லை. நிச்சயதார்த்தம் முடிந்த நான்காவது நாள் அவளைப் பிடிக்கவில்லை என்றுதான் அம்மாவிடம் சொன்னான். ஆனால் இன்று அவள் கடிதம் நல்ல பண்போடு உள்ளவள், தன்னை முழுமையாகப் புரிந்துகொண்டவள் என்பதை உணர்த்துகிறது. அவள் சொல்வதுபோல் அந்தக் கடித்தில் ஒன்றும் இல்லைதான். அதுகுறித்து போலீசாரிடம் தெரிவித்து இருக்க வேண்டாம்தான். அவசரப்பட்டு விட்டோம் என்று நினைத்தான்.

அப்படியானால் நீலவேணி தெளிவாக இருக்கிறாள். பின்வரும் பிரச்சனைகளையும் புரிந்துகொள்வாள். அப்பா மிகவும் திறமையானவர்தான். அவர் எதிலும் ஆழமான பார்வை கொண்டவர். சரியான ஒருத்தியைத்தான் தனக்கு இணையாகத் தேர்ந்தெடுத்து இருக்கிறார். அவரது ஆசையை

நிறைவேற்ற வேண்டும், அடுத்த நிமிடமே அது சாத்தியப்படுமா? என்ற குழப்பமும் ஏற்பட்டது.

'அவள்'தான் அவர்களை நேரில் பார்த்தவள். அவள் முழுமையான போலீசார் விசாரணைக்கும் கோர்டுக்கும் வரவேண்டியவள். அவளுடைய மனநிலை இப்போது நான் சொன்னால் கத்தியை எடுக்கக்கூட தயாராக இருக்கிறது. இதற்கு பின்னால் தனக்கு கடும் நெருக்கடி ஏற்படும் என்பது மட்டும் உண்மை என்று சந்திரனுக்கு தோன்றியது.

அம்மா காபி கொண்டுவந்து கொடுத்தாள், '''யாருப்பா, லெட்டர் போட்டு இருக்கா'' என்றாள்.

என்ன பதில் சொல்லுவது என்று தெரியாமல் புகைப்படத்தில் இருந்த அப்பாவையே பார்த்தான்.

15

வடக்கே வளர்பிறை நிலவு மெல்ல மேலேழுந்து வந்துகொண்டிருந்தது. கொல்லையோரத் தென்னைமரங்கள் மிதமான காற்றில் சலசலத்துக்கொண்டிருந்தன. குமரேசன் போதையுடன் நடந்து வந்தான். நடையில் சிறு தடுமாற்றம். தெரு நாய்கள் அங்குமிங்கும் ஓடிக்கொண்டிருந்தன. முத்துப்பட்டன் வீட்டு வாசல் முன்பாக வந்து நின்றான். உள்ளே பார்த்து குரல் கொடுத்தான்,

"பூசாரி, யோவ்... பூசாரி..."

"யாரப்பா அது"

"கொஞ்சம் வாய்யா... வெளிய"

"நீ உள்ளே வாப்பா"

அவரின் வளர்ப்பு இவன் வருகைக்கு எதிர்ப்பு தெரிவித்து அருகே சென்று கடுமையாகக் குரைத்தது. அவர் எழுந்துவந்து வெள்ளைமணியை விரட்டினார். வீட்டுக்குள் வரும்போதே குனிந்து 'ணங்' என நிலைப்படியில் இடித்துக்கொண்டான்.

"ஊருக்கு பெரிய மனுசன் என்ன நாய் வளர்க்கிற?"

"சரி.. சொல்ல வந்த விஷயத்த சொல்லு"

"பேபி மக போய் இன்னையோட எத்தனி நாளு அவுதுன்னு உனக்கு தெரியுமா?"

"எனக்கொன்னும் தெரியாதுப்பா.."

"பொய் சொல்லதே.. தப்பு கத்துக்க வந்தவங்களோட அனுப்பி வெச்சது நீதான். பேபி சொல்லுது"

"குமரேசா.. நீ இப்போ குடிச்சிருக்கே... காலையில வா.. எதாயிருந்தாலும் பேசிக்கலாம்."

"நீ குடிக்க மாட்ட... ரொம்ப யோக்கியம். பேபி எங்க சங்கத்துல இருக்கா. அவர் உம்மேல புகார் கொடுத்து இருக்கா. நீ உண்மையை சொல்லாட்டி போலீசுக்கு போக வேண்டியிருக்கும்."

மேற்கொண்டு பேச விரும்பாமல் சற்று தயங்கினார்.

"சொல்லு பூசாரி"

"நான் சொல்லுறதை கேளு. கடவுள் சத்தியமா சொல்றேன். அந்த ரெண்டு பேரையும் என் சொந்தக்காரன் பொட்டுதான் அனுப்பி வெச்சான். அவனுங்க தப்பு கத்துக்கத்தான் வந்துருக்காங்கன்னு தான் நம்பி வீடு புடிச்சுக் குடுத்து தங்க வெச்சான். முழுசா ஒரு மாசம் தங்கி இருப்பாங்க. ஆனா நாள்விடாம முனாச்சிக்கிட்டே தப்பு கத்துக்க போயிருக்கானுவோ. என் மகன் கிட்டே பயிற்சிக்கு விட்டேன். அவன் குடிகாரன். குடிச்சிட்டா எப்பிடி பேசுவான்னு உனக்குத்தான் தெரியுமே... அதனாலத்தான் சேர்க்கல. ஆனா.. அந்த பயலுங்க இந்த நோக்கத்துக்காகத்தான் வந்து இருப்பானுங்கன்னு நான் நெனைக்கல."

சிறுது இடைவெளி விட்டார்.

"அவனுங்களுக்கு என்ன ஊருன்னு தெரியுமா..."

"விளமலுக்கு பக்கந்தான்.... பொட்ட விசாரிச்சா தெரிஞ்சு போகும். போன அன்னக்கி முதல் நாளு என்கிட்டே வந்து ஆசிர்வதம் வாங்கனப்ள... அப்போ எனக்கு இந்த சூட்சம் புரியல.. எப்படி இருந்தாலும் நான் வணங்குற என் தாயி அங்களாம்மா, அய்யா, ஈட்டி மாணிக்கம் மேல ஆணையா சொல்றேன்.... இன்னும் எட்டு நாள்ல.. இந்த தப்பச்சானுக்கு அவனுங்க வருவானுங்க..."

இதைச் சொல்லி முடிக்கும்போது அவரது வார்த்தைகளில் வெப்பம் மின்னியது. அவரது பதில் சற்று திருப்தி தருவதாக இருந்தது. அடித்தது இறங்கிவிட்டது. இன்னும் ஓர் அரைப்பட்டில் சாராயம் குடித்தால்தான் இன்னும் மேலதிகமான விவரங்களை கேட்க முடியும் என்று தோன்றியது.

சரி பூசாரி.. பேபிக்குன்னு யாரு இருக்கா. அவ செல்லம்மா வளர்த்த மக போயி, இன்னக்கி இத்தனை நாள் ஆகுது. மகளத்தேடி அவ ரா பகலா அலையுறா.. கொண்டு போனவனுவோ தாலி கட்டி குடும்பம் நடத்திட்டா பரவாயில்ல. எதாச்சும் பண்ணிட்டா..." என்று சொல்லிவிட்டு அவரையே பார்த்தான்.

நீயும் சொல்றதும் சரிதான்... வேண்ணா சொல்லு... நானும் வர்றேன். விளமல்ல போய் பொட்டுகிட்டே கேட்டு விசாரிட்டு வந்திர்லாம்.."

"நாளக்கி மறு நா போவோம். அம்பது ரூவ இருந்தா கைமாத்தா கொடு.. நாளக்கி காலம்பற தர்றேன்..."

என்ன பதில் சொல்வது என்று தெரியாமல் யோசித்தார்.

"குடு பூசாரி.."

உள்ளுக்கு சென்று நாலைந்து பைகளைத் திறந்து பார்த்தார். கடைசியில் சில நோட்டுகளை எடுத்து நிரடிப் பார்த்தார். அதிலிருந்து ஒரு நோட்டைக் கொடுத்தார்.

"பூசாரி நான் பாத்துக்கிறேன்.. ஒன்னுக்கும் நீ கவலப்படதே.. வர்றேன்" என்று சொல்லிவிட்டு நடக்கத் தொடங்கினான். பேபி வீட்டுக்குள் எதையோ போட்டு கருக்கிக்கொண்டிருந்தாள். இவன் உள்ளே வந்தான்.

யாக்கா.. கேட்டுட்டேன்... ஆளு நடுங்கி போய்ட்டான். நாளக்கி மறுநாள் அவன் சொந்தக்காரன் வீட்டுக்கு விசாரிக்க போகலமுன்னு சொல்லி இருக்கப்புள. சரி எம்புட்டு பணம் வெச்சி இருக்கே... சாப்பிட்டியா..?

"மதியம் ஆக்குன கஞ்சி இருக்கு. அதுக்குத்தான் கருவாடு சுட்டேன்" என்று சொல்லிக்கொண்டே அடுக்குப்பானையில் துழாவினாள். கொஞ்சம் சில்லறையும் சில நோட்டுகளையும் கொடுத்தாள். இதுபோதும் என்று சொல்லிவிட்டுக் கிளம்பினான்.

பேபி மகளை நினைத்து மீண்டும் அழுதாள். இப்படி பண்ணிவிட்டு போய்விட்டளே சிறுக்கி மவ எனப் புலம்பினாள். குமரேசன் திரும்பி வந்தான். பேபி இரண்டு தம்ளரை எடுத்துவந்து வைத்தாள். பாட்டிலைத் திறந்து அவளுக்குக் கொஞ்சம் ஊற்றினான். மீதி எல்லாவற்றையும் தனது தம்ளிரிலே ஊற்றிக்கொண்டான். கருவாட்டைக் கடித்துக்கொண்டே குடித்து முடித்தான்.

அப்போது எதிர் வீட்டருகில் ஆட்டோ ஒன்று வந்து நின்றது. பேபி எழுந்து எட்டிப் பார்த்தாள். மாரியம்மாள்,

நித்யா, ஆல்பர்ட் மூவரும் அதிலிருந்து இறங்கினார்கள். அவர்கள் கையில் நாலைந்து பைகள் இருந்தன. அதைப் பார்த்துவிட்டுச் சடுதியில் திரும்பி வந்தாள். இவனிடம் விவரத்தைச் சொன்னாள். அதைக்கேட்ட கணத்தில் அவனை அறியாமல் கோபம் பொத்துக்கொண்டு வந்தது. வெளியே வந்து "டேய் ஆல்பர்ட்.. இங்கே வாடா" என்று கத்தி அழைத்தான். அவனை வரவேண்டாம் என்று நித்யாவும் மாரியம்மாவும் தடுத்தார்கள். அவன் வெளியே வந்து என்ன என்று கேட்டான். "என் ஊர்ல வந்து என்னையே எதிர்த்து பேசுறியா நீ..?" குமரேசன் அவன்மேல் பாய்ந்து தாக்கத் தொடங்கினான்...

16

செவத்தகன்னியின் இந்த முடிவை ஏற்க முதலில் அவளது அம்மா தயங்கினாள். சில நாட்களாகவே தனது அப்பாவின் மரணத்துக்கு முதல் காரணம் இந்த ஊருக்கு வந்ததுதான், அவர் தப்படிச்சானில் இருந்திருந்தால் அவர் பெரிய ஆளாகியிருப்பார். இங்கே வந்து அவர் நிம்மதியாக இல்லை. அவரை எல்லோரும் வந்தங்குடியான் என்று அழைத்தார்கள். இவர் காணியாச்சி பார்க்கத் தொடங்கினார். அவருக்கு மானியமாக சாகுபடி செய்துகொள்ள வயல் கிடைத்ததும் சிலருக்கு பிடிக்கவில்லை. இவருக்குப் பலவழிகளில் அவ்வப்போது தொல்லை கொடுத்துக்கொண்டு இருந்தார்கள். எல்லாவற்றையும் பொறுத்துக் கொண்டுதான் நாட்களை நகர்த்தினார். அவரை அந்த ஊரில் இவனும் நமது உறவுக்காரன் என்று ஏற்றுக்கொள்வதற்கே பத்து வருடங்களுக்கு மேல் ஆனது. அங்கிருந்து பெரிதாக ஒன்றையும் அவர் சாதிக்கவில்லை. அவர் சாகும்வரை அந்த நிலம் இருந்தன. அதன் பிறகு அதனைப் பறித்துக்கொண்டு விட்டார்கள். திடீரென்று ஏற்பட்ட ஏதோ ஓர் ஆர்வக்கோளாறில் செவத்தகன்னிதான் காணியாச்சியை தான் பார்ப்பதாக சொன்னாள். அவளுக்கு மிக நேர்த்தியாகவும் பிறரை வியப்பில் ஆழ்த்தும்படியும் தப்படிக்க தெரியும். ஆனால் அதனை வெளிக்காட்டிக்கொண்டதில்லை. இவள் சிறுமியாக இருக்கும்போது சிங்காரம் அருகில் தப்பிசையின் அத்தனை அடிமுறைகளையும் சொல்லிக்கொடுத்து இருக்கிறார். அப்போது அக்கம் பக்கத்தினர் மட்டும் இவளின் வாசிப்பைக் கேட்டு வியந்து போனார்கள். தொடர்ந்து அடித்தால் பெரிய ஆளாகிவிடுவாள் என்றுகூட சொன்னார்கள். அப்போது சிங்காரம், "எனக்கே இந்த ஊர்ல மதிப்புல இல்ல.. இதுல என் பொண்ணு வேறயா.." என்று ஒரு கட்டத்துக்குப் பிறகு செவத்த கன்னியை வாசிக்க அனுமதிக்கவில்லை. எட்டாம் வகுப்பு வரை படிக்க பள்ளிக்கூடம் மட்டும் அனுப்பி வைத்தார்.

மீண்டும் சேகரை அழைத்து விவரத்தைச் சொன்னாள். "இந்த இடத்தை யாராச்சும் கேட்டா கூட கொடுத்துர்லாம்" என்றாள்.

“இதை வாங்கி போடுறதுக்கு இப்ப யாருகிட்டே காசு கெடக்கு” என்றான். அம்மாக்காரி அவள் பிறந்த இடத்தை விற்க விரும்பவில்லை. தப்படிச்சான் உள்ள பூர்வீக இடத்தில் அத்தை மட்டும் இருக்கிறாள். அங்கே சென்றுவிடலாம் என்ற முடிவில் தீர்க்கமாக இருந்தாள் செவத்தகன்னி. இது சரியான முடிவுதான் என்று அக்கம்பக்கத்தில் உள்ளவர்கள் சொன்னார்கள்.

ஓர் அதிகாலைப்பொழுதில் திருமதிக்குன்னம் ரெயில்வே நிலையத்தில் இருந்து நாகூர் பாசஞ்சர் ரெயிலில் ஏறி மூட்டை முடிச்சுகளுடன் தப்படிச்சானுக்கு வந்துசேர்ந்தார்கள். அத்தை இதனைச் சற்றும் எதிர்பார்க்கவில்லை. அக்கம்பக்கத்தில் உள்ளவர்கள் வந்து நலம் விசாரித்தார்கள். சிலர், “இப்பத்தான் பாதை தெரிந்ததா” என்று நெருக்கமான தொனியில் சொன்னார்கள். இரத்த உறவுகள் சிலர் வந்து நலம் விசாரித்துப் போனார்கள். சிலர் செவத்தகன்னி அம்மாவைத் திட்டிவைத்தார்கள்.

“என் தம்பிய கொண்டு போய் ஊர்ல வெச்சிருந்தே. கடைசியில என்ன ஆச்சு. அவரு ஊசுரு போனது தான் மிச்சம். என்ன இருந்தாலும் வர வேண்டிய இடத்துக்கு வந்து சேந்துட்ட பாத்திய்யா“ என்று பச்சையன் பெரியப்பா கடிந்து பேசினார்.

முத்துபட்டன் தேடிவந்து நலம் விசாரித்தார். வீட்டைச் சுற்றும்முற்றும் பாரத்தார். “சுவரெல்லாம் நல்லத்தான் இருக்கு. பூச்சு பூசியிருந்தா இன்னும் அம்பது வருஷசத்துக்கு அசைக்க முடியாது...” என்றவர் துண்டை விரித்துப்போட்டு திண்ணையில் அமர்ந்தார். செவத்தகன்னியின் அம்மாவைப் பாரத்தவர், “உனக்கு தெறமை பத்தாது.. பொண்ணுக்கும் வயசு ஏறிட்டு அப்படியே வெச்சுருக்கே. நம் சொந்த பந்தத்துல யாராச்சும் ஒருத்தனை பாத்து புள்ளைக்கி ஒரு கல்யாணத்தை பண்ணி வைக்க முடியல உன்னால.” அதற்கு அவள் பதில் சொல்லாமல் சங்கடத்துடன் நெளிந்தாள்.

“இப்பவாச்சும் வந்திங்களே..” என்று சொல்லிவிட்டு வீட்டுக்கு கீத்து மட்டும் வாங்கி போட்டுருங்க. ரெண்டு வருஷமா மழையில்ல. இந்த வருஷம் கொடுமையான மழை இருக்கும். சரி பொழப்புக்கு என்ன பண்ண போறீங்க...?”

“யாப்போ... நான் தப்பபடிக்க போறேன்ப்பா....”

17

சந்திரனும் ரேகாவும் கடற்கரைக்கு வந்தார்கள். அவன் மனம் குழப்பத்தில் அலைகழிந்து கொண்டிருந்தது. அவசரப்பட்டு ரேகாவை அழைத்துக்கொண்டு வந்துவிட்டோம். இனி தப்படிச்சான் மூலைக்குள் ரேகாவை அழைத்துக்கொண்டு போகமுடியுமா? அதை நினைத்தபோது பதட்டமாக இருந்தது. பத்து வயது சிறுமியின் மனநிலையில் இருந்தாள். அவளது பேச்சு மிகவும் சூதுவாது இன்றி இருந்தது. இருபது நாள் பழக்கத்திலே இவனை நம்பிக் கிளம்பியிருந்தாள். இவன் எதற்காக அழைத்தான் என்று அப்போது அவளுக்குத் தெரியாது. அன்று நடைபெற்ற சம்பவத்தில் இவளின் கற்பை காப்பற்றத்தான் அன்று மயில்ராவணன் உயிரை விட்டார் என்று அவள் சொல்லித்தான் இவனுக்கு தெரியும். ஆனால் போலீசில் அவள் பின்வாங்கி விடக்கூடாது என்பதற்காக இத்தனை நாட்கள் அவளை பாதுகாப்பான இடத்தில் வைத்து அன்று என நடந்தது என்பதை டேப் ரெக்கார்ட்டில் பதிவுசெய்து விட்டான். இதனை அப்படியே அவள் போலீசில் வாக்குமூலமாகச் சொல்ல வேண்டிவரும். இந்தச் சம்பவம் பேபிக்கும் தெரியும், ஆனால் அவள் சொல்லுவாள் என்று இவனுக்குத் தோன்றவில்லை. ஆனால் ரேகா இவனது பார்வையிலும் அவளைப் பின்தொடர்ந்து போனதில் எளிதாக இவனிடம் சிக்கிக்கொண்டு விட்டாள். போலீஸ் பிரச்சினை முடிந்த பிறகு சந்திரன் திருமணம் செய்து கொள்வான் என்று குமார் ரேகாவிடம் சொல்லி ஆசையை வளர்த்துவிட்டிருந்தான். அவளும் நம்பத் தொடங்கிவிட்டாள். ரேகா ஒவ்வொரு கணத்திலும் சந்திரனுடன் வாழ்வது போன்ற மனநிலையில் இருக்கிறாள்.

கடற்கரையில் கூட்டமில்லை. அந்தப் பகுதியைச் சேர்ந்த ஆட்கள் அதிகம் காணப்பட்டார்கள். அதனால் சற்று யோசித்தான். புதிதாக ஆட்கள் எவரேனும் தென்படுகிறார்களா? என்று பார்த்தான். நாளை போலீஸ் ஸ்டேசனுக்கு இன்ஸ்பெக்டர் அழைத்துக்கொண்டு வரச்சொல்லியிருந்தார். அதுவரை பத்திரமாக ரேகாவை வைத்திருக்க வேண்டும். போலீசில்

ஒப்படைத்து குற்றவாளிகளை அடையாளம் காட்டி வாக்குமூலம் கொடுத்துவிட்டால் போதும் அப்புறம் பார்த்துக்கொள்ளலாம். ரேகா இவனைப் பார்த்தால் கடற்கரையில் இருந்த ஓட்டல்களில் மீன் பொரிக்கும் வாசனை காற்றில் மிதந்து வந்தது. குமார் ஊருக்குப் போயிருந்தான். அவனது உறவினர் வீட்டில்தான் ரேகாவை பத்திரமாக வைத்திருந்தான்.

ரேகாவின் பார்வையில், பேச்சில், செயலில், உடல் மொழியில், பாவனைகளில், காதல் பொங்கி வழிந்துகொண்டிருக்கிறது. அவளை அழைத்துக்கொண்டு சற்று தூரம் நடந்தான். கடற்கரையில் இருந்த கலங்கரை விளக்கத்தில் லைட் போட்டுவிட்டார்கள். சாலையில் இருக்கும் மின் கம்பத்திலும் நியான் விளக்குகள் வெளிச்சத்தை பரப்பிக்கொண்டிருந்தன. ஒரு மீன்கடையில் எண்ணெயில் பொரித்த இரண்டு மீன்களையும் ஒரு பாட்டில் தண்ணீரும் வாங்கிக்கொண்டு வந்தான். இருவரும் ஆட்கள் குறைவாகக் காணப்பட்ட பகுதியில் அமர்ந்தார்கள். ரேகா இளம் பச்சை வண்ணப் புடவை அணிந்திருந்தாள். அது சில தினங்களுக்கு முன்பு நாகப்பட்டினம் ஜவுளிக்கடையில் எடுத்தது. அதற்கு ஏற்றாற் போல் ஜாக்கெட் உடனே எடுத்து தைத்து இருந்தான். அவளுக்குக் கச்சிதமாகப் பொருந்தியது. கூந்தலைப் பின்னி சற்று நீண்டதாகப் போட்டிருந்தாள். நெற்றியில் சின்னதாக சாந்துப் பொட்டு இட்டு இருந்தாள். அவளைப் பார்த்தால் ஆட்டக்காரியின் மகள் என்று சொல்லிவிட முடியாது அப்படி இருந்தது அவளது வார்ப்பு. அவளை மிக அருகில் பார்த்ததில் சந்திரன் மனதில் குலைவு ஏற்பட்டது. அன்று பார்த்த நித்யாவின் ஆட்டத்தை சில கணங்கள் நினைத்து பார்த்துக்கொண்டான். ரேகா ஆடினால் எப்படி இருக்கும் என்று யோசித்துப் பார்த்தான். இவள் எல்லாம் ஆட்டக்களத்துக்கு வந்தால் அதகளம் ஆகும் என்று தோன்றியது. பெண் பித்தர்களிடமிருந்து இவளைக் காப்பது பெரும் போராட்டமாக இருக்கும்.

நாளை போலீசில் வாக்குமூலம் அளித்த பிறகு, இவளை எப்படி கொண்டுபோய் தப்படிச்சானில் விடுவது இவள்

போவதற்கு சம்மதிப்பாளா? என்று தெரியவில்லை. போலீஸ் ஸ்டேசன் போவது மட்டும்தான் ரேகாவிடம் சொல்லி இருக்கிறான். வேறு எதுவும் சொல்லவில்லை. ஒரு பெண் பிள்ளையை அழைத்துவந்து இத்தனை நாட்கள் வைத்திருப்பது எத்தனை பெரிய குற்றம். அன்றே போலீசில் ரேகாவை அழைத்துக்கொண்டு போய் புகார் அளித்து விவரங்களைச் சொல்லிருக்க வேண்டும். தப்படிச்சானில் ஒன்றும் பிரச்சனையில்லை. பேபி மட்டும்தான் அழுதுகொண்டிருக்கிறாள் என்று தவில் நாகராசன் தகவல் சொல்லிவிட்டுப் போயிருக்கிறார்.

“என்ன.. யோசிச்சுக்கிட்டே இருக்கிறிங்க...”

“மீன் போதுமா.. இன்னொன்னு வாங்கிட்டு வரட்டுமா?”

வேண்டாம் என்று சொல்லிவிட்டு, தண்ணீர் பாட்டிலைத் திறந்து கையைக் கழுவிக்கொண்டு தண்ணீரில் வாய் கொப்பளித்து துப்பினாள்.. அது திடீரென்று வீசிய கனத்த காற்றில் பறந்து இவன் கன்னத்தில் சில திவலைகள் படிந்தன. அதனைப் பெரிது பண்ணவில்லை. குமாரை நினைத்தபோதுதான் சந்திரனுக்குக் கோபமாக வந்தது. ரேகாவிடமும் மட்டுமல்ல, அவனது உறவினரிடமும் ரேகாவும் சந்திரனும் காதலர்கள் இன்னும் சில நாட்களில் திருமணம் செய்துகொள்ளப் போகிறார்கள் என்று சொல்லி வைத்து இருக்கிறான். இது எதில்போய் முடியும்.. தெரியவில்லை. நீலவேணி வேறு அறுந்த உறவை ஒட்ட வைக்கப் பார்க்கிறாள்.

ரேகா திடீரென்று எதோ முணுமுணுத்தவள் சந்திரன் கையைப் பிடித்து “என் இதயம் எப்படி படபடக்குது பாரு....”

சட்டென்று தனது கையை விடுவிடுத்துக்கொண்டான். அவளது கண்கள் கலங்கத் தொடங்கியது. அவளுக்கு என்ன பதில் சொல்வது என்று தெரியாமல் ஆக்ரோஷமாய் கரைக்கு வந்துசெல்லும் அலைகளை பார்த்துக்கொண்டிருந்தான்.

18

பொட்டும் முத்துபட்டனும் சந்திரனை தேடிக்கொண்டு வந்து கிராமத்தில் இருந்த டீக்கடையில் விசாரித்தபோது ரேகாவுடன் சந்திரன் போலீஸ் ஸ்டேசனில் இருந்தான். ஊர்க்காரர்கள் என்ன விஷயம் என்று துருவித்துருவி விசாரித்தார்கள். சந்திரன் ரேகாவை கூட்டிக்கொண்டு வந்தவிவரத்தைச் சொன்னதோடு, தப்படிச்சான் மூலைக்கு சந்திரனும் குமாரும் தப்பு கற்றுக்கொள்ள வந்ததையும் அவர்களுக்கு வீடு வாடகைக்கு பிடித்துக் கொடுத்து, மூனாச்சியிடம் தப்பு கற்றுக்கொள்ளச் சேர்த்துவிட்டதையும் அதன் பிறகு ஒருசில வாரங்கள் கழித்து ஆட்டக்காரி பேபி மகள் ரேகாவை இவரும் கொண்டு சென்றதையும் விலாவரியாகச் சொன்னார்கள். இதனைக் கேட்ட சிலர் அவர்களைத் திட்டி அப்படியெல்லாம் நடக்க வாய்ப்பில்லை என்று வாக்குவாதம் புரிந்தார்கள். சிலர் இவர்களுக்குப் பரிந்தும் பேசினார்கள். அப்போது இருவரும் வெகுநேரம் அங்கேயே நின்றார்கள். தண்ணீர்குன்னத்தைச் சேர்ந்த மூவரையும் பக்கத்து ஊரான புளிக்கடையில் இரண்டு பேரையும் போலீஸ் இரவில் கைது செய்து விசாரித்து வருவதாகவும் அவர்கள்தான் ராவணனைக் கொலை செய்தவர்கள் என்ற விபரம் ஊர் நட்டாமைக்கு வந்திருப்பதாகவும், அங்கே ஓர் இளம்பெண் சந்திரனுடன் இருப்பதாகவும் அவர்கள் பேச்சில் இருந்து இவர்கள் இருவரும் புரிந்துகொண்டார்கள். அந்தப் பெண் வேறு யாருமல்ல ரேகாதான் என்பதை அவர்கள் அனுமானித்துக்கொண்டு தாலுக்கா காவல் நிலையத்துக்கு இவர்கள் போய் சேர்ந்தபோது அங்கே இருந்த தூங்குமூஞ்சி மர நிழலில் நாலைந்து பேர் நின்றுகொண்டிருந்தார்கள். சற்று தொலைவில் ரேகா மட்டும் நின்றுகொண்டிருந்தாள்.

முத்துப்பட்டனும் பொட்டும் அவர்களைக் கூர்ந்து பார்த்துக்கொண்டு சென்றார்கள். ரேகா முத்துப்பட்டனை அடையாளம் கண்டுகொண்டு, "தாத்தா" என்று குரல் எழுப்பி அருகில் வந்துநின்றாள். அவள் கண்களில் நீர் சுரந்தது. அப்போது அந்த இளைஞர்கள் இவர்களைச் சுற்றிவளைத்து

விசாரித்தார்கள். ரேகா தனது உறவினர் என்று சொன்னாள். அவர்கள் பேச்சில் சந்திரன் நண்பர்கள் என்பதை முத்துப்பட்டன் புரிந்துகொண்டு சில நிமிடங்கள் அமைதியாக இருந்தார். சற்று தொலைவில் இருந்த காவல் நிலையத்திலிருந்து சந்திரனும் குமாரும் வெளியே வந்தார்கள். அவர்கள் இருவரும் முத்துப்பட்டனைக் கண்டதும் சற்று அஞ்சினார்கள். அவர் அவர்களைக் கோபத்துடன் பார்த்தார்.

ரேகா முத்துப்பட்டனிடம் நெருங்கி வந்து, விவரத்தைச் சொன்னாள். "அன்னக்கி இவுங்க ஊர்ல நடந்த ஆட்டத்துக்கு ஒப்பனை செய்ய நானும் அம்மாவும் வந்திருந்தோம். ஆட்டம் முடிஞ்ச பிறகு வயித்து வலின்னு வயல் பக்கமாக போனோம். திடீர்னு நாலைஞ்சு பேரு வந்து எங்கள சுத்தி வளைச்சு புடிச்சு என்னை தூக்கிட்டு மேட்டுக்கு போயிட்டாங்க. அம்மா காப்பாத்துங்கன்னு கத்தினுச்சு. அப்பத்தான் அப்பா வந்து அவுங்க கிட்டே மல்லுக்கு நின்னாங்க. அவரு எங்கள போங்கடின்னு விரட்டினாரு. நாங்க ஓடிவந்துட்டோம். இந்த விஷயத்தை யார்கிட்டேயும் சொல்ல கூடாதுன்னு அம்மா சத்தியம் வாங்கிட்டு, அதனால அதை நான் யாரு கிட்டேயும் சொல்லல.... ஆனா.. இப்போ சொல்லிட்டேன்..." என்று சொல்லி மீண்டும் அழுதாள். "அழுவதே... ஆச்சி..." என்று பொட்டு அவளைத் தேற்றினாள்.

சில நிமிடங்கள் மவுனமாக இருந்த, "ரேகா.. அவுங்க என்னை காப்பத்த போயி குத்துப்பட்டு செத்தாங்க..." என்று சொல்லிவிட்டு சந்திரனைப் பார்த்தாள்.

சந்திரன் முத்துப்பட்டனை மட்டும் தனியாக அழைத்தான். அவர்களை விட்டு சற்று தொலைவிற்குச் சென்றார்கள். அப்போது நாகு எங்கேயிருந்தோ வந்தார். அவரைப் பார்த்து என்ன? என்று கையால் கேட்டார் முத்துப்பட்டன். அவர் பதிலுக்குத் தலையை மட்டும் ஆட்டினார்.

"பெரியவரே.. ரேகா, பொட்டு, நீங்க மூனு பேரும் இல்லாட்டி, எங்கப்பாவை கொன்னவங்கள கண்டு பிடிச்சிருக்க முடியாது. உங்க மூனு பேரையும் எப்பவும் மறக்கமாட்டேன். அதே நேரத்துல ரேகாவை.." என்று சொல்லிவிட்டு பேச்சை நிறுத்தி சற்று தொலைவில் நின்ற அவளைப் பார்த்தான்.

இவன் மேலும் என்ன சொல்லப் போகிறான் என்று சற்று மிரட்சியுடன் பார்த்தார்.

"இந்த விவரத்தை உங்ககிட்டே சொல்லி ரேகாவை அழைச்சிட்டு வந்திருக்கணும். அவகிட்டே பேசினேன். அவளும் நம்பி என் பின்னால வந்திட்டா. அதுக்கு பிறகுதான் எங்கப்பா விஷயத்தை கேட்டேன். எதையும் மறைக்காம போலீஸ் ஸ்டேசன் வரைக்கும் வந்திட்டா. எதுக்கும் பயப்படல. அவளாலத்தான் எங்கப்பா செத்தாருன்னு சொல்லிக்கிட்டே இருக்கா. ஆனா அவ மனசில இந்த பய குமாரு, 'நான் கட்டிக்கப்போறேன்'னு ஆசை வளர்த்து விட்டுட்டான். அதை நெனைச்சா தான் வேதனையா இருக்கு"

அவர் பதிலேதும் சொல்லாமல் சந்திரன் முகத்தைப் பார்த்தார்.

"இந்த உதவிக்கு எவ்வளவு பணமுன்னாலும் தர்றேன். அவள எப்படியாச்சும் பேசி சமாதானம் பண்ணி தப்படிச்சான் அழைச்சிட்டு போயிடுங்க. கோர்டுக்கு வேண்டி இருக்கும். அப்போ அழைச்சிட்டு வாங்க எல்லாத்தையும் நான் பாத்துக்குறேன்.." என்று சொல்லிவிட்டு கையெடுத்துக் கும்பிட்டான். தனது இடுப்பிலிருந்து கற்றையாகப் பணத்தை எடுத்து இவரிடம் நீட்டினான்.

"உன் பணத்தை நீயே வச்சுக்க.. எப்போன்னு சொல்லு.. நான. கூட்டிட்டு வர்றேன்.." என்று உரக்கச் சொன்னார்.

ரேகாவைவின் கையைப் பற்றிக்கொண்டு தப்படிச்சானுக்குக் கிளம்பினார். அவள் பீறிட்டு வந்த அழுகையை அடக்கிக்கொண்டு அவர் பின்னால் நடந்தாள். குமரேசன், நாகு மற்றும் குமார் உள்ளிட்டவர்கள் அவர்கள் போகும் திசையை பதிலற்றுப் பார்த்துக்கொண்டிருந்தார்கள்

மூன்று

உன்னதங்களை கலைத்து போடும்
காவேரியின் ஊற்றுகண்களின் விதையுறக்கத்திலிருந்து
பறையிசைப் பாடல்களின் நடனம்

1

ஊதலான காற்று மேலேயும் கீழேயும் வீசிக்கொண்டு இருக்கிறது. காற்றின் சீற்றத்தில் இருந்து தப்பித்துக்கொள்ள பறவைகள் பதட்டத்துடன் வானில் பறந்து செல்கின்றன. காவிரியில் பெருக்கெடுத்துப் பாயும் வெள்ளத்தை மிரட்சியுடன் பார்க்கிறார்கள். சில வருடங்களுக்கு பிறகு இதுபோன்ற காட்சி. குளிர் நிரம்பிய மார்கழியில் மழை. கரையைத் தொட்டுக்கொண்டு போகும் நீரை பயம் கலந்து, இது உடைத்துக்கொள்ளுமோ? என்ற அச்சத்தில் பார்க்கிறார்கள். பதினைந்து நாட்களாகத் தொடர்ந்து பெய்த மழை தப்படிச்சானில் எல்லோரையும் தங்களது சின்னஞ்சிறு கூட்டுக்குள்ளே சிறை வைத்துவிட்டது. பொதுவாக மார்கழி மாதப் பிழைப்பு என்பது சற்றுக் கடினம் என்றாலும் எப்படியோ நகர்த்திவிடுவார்கள். ஆனால் இப்போது முடியாது என்று தோன்றியது. வெளியே கிளம்ப முடியாத அளவுக்குப் பெரும் மழை ஓய்வின்றி பெய்தது. வானத்தில் இருந்து உடைப்பு ஏற்பட்டதைப் போல அப்படிக் கொட்டிக்கொண்டிருக்கிறது. பருந்துகள், காகங்கள், குயில்கள், கிளிகள், தவிட்டுக் குருவிகள், நார்த்தை குருவிகள் என வெட்டவெளியில் அங்குமிங்கும் குரலிட்டு இரைதேடி அலைந்துகொண்டிருக்கின்றன. சோற்றுக்குக் குழம்பில்லாத மக்கள் வீட்டில் வளர்த்த கோழிகளைப் பிடித்து அடித்துச் சாப்பிடுகிறார்கள். சிலர் மாட்டுப் பொங்கலுக்கு என்று ஆசையாக வளர்த்த ஆடுகளைக்கூட விற்க நினைக்கிறார்கள். மரங்களில் இருந்து இலைதழைகளை வெட்டிவந்து போடுகிறார்கள்.

கருவாட்டுக்கும் ஆற்று மீனுக்கும் ஏங்குகிறார்கள். சில மைல்கள் நடந்து போனால் வயல் காட்டில் நண்டு, நத்தை பிடித்து வரலாம். ஆனால் இப்போது தண்ணீர் ஏறிவிட்டது. பிடிக்க முடியாது. சில வீடுகளில் அரிசி கஞ்சியும் பயிறு துவையலும் சாப்பிட்டு நேரத்தைக் கடத்தினார்கள். சிலர் இரவு ஒருவேளை மட்டும் சாப்பிட்டார்கள். மழை அவர்களை வெளியே விடவில்லை. சிலர் தங்களிடமிருந்த வானொலிப் பெட்டியில் வானிலை அறிக்கை கேட்டார்கள். கீழ்தஞ்சைப் பகுதிகளில் பல இடங்களில் ஆறுகள் உடைப்பு எடுத்து விட்டதாகவும், நூற்றுகணக்கான கிராமங்கள் தண்ணீரில் மிதப்பதாகவும், பல ஆயிரம் ஏக்கர் நெல் வயல்களில் விளைந்த விளைச்சல் தண்ணீருக்குள் மூழ்கி பயிர்கள் அழுகிக்கொண்டிருப்பதாகவும் செய்தி வாசித்தார்கள். அதனைக் கேட்டவர்கள் கவலையில் தலையில் கைவைத்து அய்யோ என உட்கார்ந்து விட்டார்கள். அந்தப் பகுதியில் கிராமங்கள் தோறும் ஊர் காக்கும் தெய்வமாக மாரியம்மனோ, வீரனோ, அய்யனாரோ, பெத்தரண்ணா சாமியோ, பெரியாச்சியோ, பிடாரியோ இன்னும் எத்தனையோ பெயர்களில் கோவில்கள் இருந்தன. அவற்றுக்குள் எல்லாம் தை பிறந்த பிறகுதான் திருவிழா. மூன்று மாதங்கள் ஊருக்கு ஊர் நடக்கும். அப்போது அவர்கள் நிகழ்ச்சி நடத்த ஆட்களைத்தேடி தப்படிச்சானுக்கு நடையாக நடப்பார்கள். இங்கு ஆட்கள் கிடைக்கவில்லை என்றால்தான் புதுக்கோட்டை, மதுரை மாவட்டங்களுக்கு போவார்கள். கடலோர நாகை, வேளாங்கண்ணி, வேதாரண்யம் பகுதி கடல் கிராம மக்களைத் தவிர மற்றவர்கள் வாழ்வாதாரம் நிலத்தோடு தொடர்பு கொண்டது. ஆண்டுக்கு சிலர்தான் இரண்டு போக சாகுபடி. மற்றவர்கள் காவிரி ஆற்றுநீரை நம்பி ஒரே போக சாகுபடிதான். இதில் அழிமானம் ஏற்பட்டுவிட்டால் அதனைச் சரிசெய்ய இரண்டு ஆண்டுகள் ஆகும் என்று சொல்லுவார்கள். இந்த நிலைமையெல்லாம் எடுத்துச்சொல்லி நிகழ்ச்சியில் இதை வைத்து மெட்டுக்கட்டி சிலர் பாட்டாகப் பாடச் சொல்வார்கள்.

இன்னும் இரண்டு வாரத்தில் பொங்கல் வரப்போகிறது. அதற்குள் மழை விட்டுவிடுமா என்று தெரியவில்லை என தப்படிச்சானில் உள்ளவர்கள் புலம்பத் தொடங்கிவிட்டார்கள்.

வீட்டில் இருந்த தோல் கருவிகள் எல்லாம் ஈரம் கோர்த்து சவத்துக் கிடந்தன. அதனைச் சிலர் பார்க்கவே சங்கடப்பட்டார்கள். ஏதோ கொஞ்சம் பணம் சேமித்து வைத்திருந்தவர்கள் இல்லாதவர்களுக்குக் கொடுத்தார்கள். சிலர் பசித்தவர்களுக்கு சோறு போட்டார்கள். அரசாங்க சார்பில் பள்ளிக்கூடத்தில் சோறு சமைத்து வழங்கினார்கள் அதை வாங்கவும் மக்கள் நீ, நான் என்று போட்டி போட்டுக்கொண்டார்கள். தொடர் மழையில் மண்ணால் சுவர் எழுப்பியிருந்த சிலரின் குடிசைகள் விழுந்திருந்தன. அதனைக் கேள்விப்பட்ட கக்கன் நகரைச் சேர்ந்த ஆளுங்கட்சிக்கார ஆட்கள் அரசு அதிகாரிகளை அழைத்துக்கொண்டு வந்து காட்டினார்கள். அவர்கள் எழுதிக்கொண்டு போனார்கள்.

ஒருசில தினங்களிலேயே மழை மெல்லக் குறையத் தொடங்கியது. மக்கள் ஆசுவாசம் அடையத் தொடங்கினார்கள். பொங்கல் நெருங்கி வந்துகொண்டிருந்தது. மழையால் கடும் பாதிப்பு ஏற்பட்டு இருந்தது. அரசாங்கத்தில் இருந்து மழை நிவாரணமாக ஒரு குடும்பத்துக்கு ரூ.100 பணமும் 5 கிலோ அரிசியும் 3 லிட்டர் எண்ணெயும் கொடுத்தார்கள். வெயில் சுள்ளென்று அடித்தது. காவரியாற்றில் வெள்ளம் குறைந்து, சீராகத் தண்ணீர் போனது. சிறுவர்கள் ஆற்றில் குளித்து மகிழ்ச்சியாக விளையாடினார்கள். ஆட்கள் வலை வைத்தும், ஊத்தா போட்டும் மீன்களை அள்ளினார்கள். தப்படிச்சானே மீன் வாசனையால் மணத்துக் கிடந்தது

2

பின்பனிக் காலம் தொடங்கியிருந்தது. தப்படிச்சான் மூலை பரபரப்பாகிவிட்டது. தடாலடி தங்கவேலுவுக்கும் சாவித்திரிக்கும் இடையே மணமுறிவு ஏற்பட்டு சாவித்திரி மணிக்குறவன் நடேசனோடு போய் தொம்பன் குடிசையில் குடியேறிவிட்டாள். தங்கவேலு தப்படிச்சானிலிருந்த தனது தவில், துணிமணிகளை எடுத்துக்கொண்டு மணிகண்டியில் உள்ள தனது மனைவி, குழந்தைகளைத் தேடிச்சென்று இருப்பதாகப் பேசிக்கொண்டார்கள். சாவித்திரி தனிக்குழுவைத் தொடங்கியிருந்தாள். நாகுவின் மனைவி விஜயா திருச்சியில் இரும்புக்கடை ஓனர் ஒருவருக்கு இரண்டடாம் தாரமாகி மேலும் இரண்டு குழந்தைகளைப் பெற்றிருக்கிறாள் என்றும், அவர்கள் வளர்ந்து விட்டதாகவும், மகன் படித்து அரசாங்க உத்தியோகம் பார்ப்பதாகவும் கேள்விப்பட்டார் நாகு. அந்த கணத்திலிருந்து மிகவும் முடங்கிப் போய்விட்டார். படுக்கையில் கிடக்கிறார். தினமும் அவரைச் சென்று, பார்த்து பேசிவிட்டு வரும் பெரியநாயகத்திடம் தனக்கு விரைவில் சாக்காடு வரவேண்டும் என்று புலம்புகிறார் நாகு.

குமரேசன் குடிப்பதை நிறுத்திவிட்டு கச்சேரிக்குப் போகிறான். அவன் ஆளே மாறிவிட்டான். அவனது கழுத்தில் தங்கச்செயின் மினுமினுக்கிறது. அவனைப் பற்றி பெருமையாகப் பேசிக்கொள்கிறார்கள். அவனது வாசிப்பைக் கேட்ட சென்னையைச் சேர்ந்த ஒருவர் வெளிநாட்டுக்கு அழைத்து செல்வதாகக் கூறி பாஸ்போர்ட் எடுக்கச் சொல்லி இருக்கிறார். அவனது மனைவிக்கும் இவனுக்கும் நெருக்கம் அதிகமாகியிருக்கிறது. அவள் ஆண் வாரிசு வேண்டும் என மூன்றாவது முறையாக கர்ப்பம் தரித்து இருக்கிறாள். ஆல்பர்ட் நித்யாவை அழைத்துக்கொண்டு தனது சொந்த கிராமத்துக்குப் போய்விட்டான். அவர்களுடன் மாரியம்மாவும் போய்விட்டாள். அவளுக்கு அழகான ஆண் குழந்தை பிறந்து இருக்கிறது. ஆல்பர்ட் வயிறு பருத்துவிட்டது. ஆள் கொஞ்சம் பூரிப்பில் சிவந்து இருக்கிறான். அவனது சகோதரர்கள் அவனுக்கு அரசாங்க உத்தியோகம் வாங்கித்தரும் முயற்சியில் ஈடுபட்டு

இருப்பதாக தப்படிச்சானில் ஆலமரத்து அடியில் நிழலுக்கு அமர்ந்தவர்கள் பேசிக்கொண்டார்கள்.

பேபி தனது மகள் ரேகாவுக்கு ஆடற்கலையின் அத்தனை நுணுக்கமான பயிற்சியையும் சொல்லிக்கொடுத்து விட்டாள். கட்டைக்குரல் என்பதால் பாட்டு மட்டும் அவ்வளவு சீக்கிரத்தில் கைக்கூடி வரவில்லை. அதற்காக தஞ்சாவூர் டவுன் காகிதக்காரத் தெருவில் இருக்கும் பாட்டு டீச்சர் தெய்வானையிடம் தினமும் அழைத்துச் சென்று பாட்டு கற்றுக்கொள்ள வழிசெய்து இருக்கிறாள். இன்னும் மூன்று மாதத்தில் ரேகா ஆடத் தொடங்கிவிட்டால் குறைந்தது ஒரு பத்து வருஷம் தப்படிச்சானில் ரேகாவின் கொடிதான் பறக்கும் என்று இப்போதே கணித்துவிட்டார்கள். குமரேசனின் தந்தை ராவணனைக் கொன்ற குற்றவாளிகள் சிறையில் இருக்கிறார்கள். அதுதொடர்பான வழக்கிற்கு பேபியும் ரேகாவும் சென்று சாட்சியம் அளித்து வருகிறார்கள். சந்திரன் நீலவேணியை திருமணம் செய்துவிட்டான். ஒருநாள் அவளை அழைத்துக்கொண்டு கோர்ட்டுக்கு வந்தான். அவள் ரேகாவின் கையைப் பற்றிக்கொண்டு நன்றி தெரிவித்தாள். இப்போது ரேகாவைப் பின்தொடரும் எந்த ஆணையும் அலட்சியமாக கடந்துவிடுகிறாள். அவர்கள்தான் சலனம் அடைகிறார்கள்.

பெரியநாயகம் எப்போதும் போல் ஊர் விவகாரங்களைத் தெரிந்துகொள்வதும், தப்படிச்சான் தெருக்களில் அலைவதுமாக இருக்கிறார். அவரிடம் எவராவது பேச்சு கொடுத்தால் போதும், என்னால் இப்போதுகூட அரிச்சந்திர நாடகத்தில் ராஜப்பாட்டையாக நடிக்க முடியும் என்று சவால் விடுவார். இப்படி அவர் பேசாத நாளில்லை. சிலர் அவர் பேச்சை ஊன்றுக் கவனித்துவிட்டால் போதும் ராகத்துடன் பாடவும் தொடங்கிவிடுவார். உருப்படியாக எந்தப் பிழைப்பும் இல்லாமல் இந்த தப்படிச்சானில் அலைந்துகொண்டுதான் இருக்கிறார்.

கலியமூர்த்தி கச்சேரிக்கு செல்லாத நாட்களில் வாய்ப்பு கிடைக்கும் போதெல்லாம் வசந்தாவைத் தேடிச் சென்றுவிடுவான். அவன் வருகை குறித்து இப்போது அவள் ஒன்றும் மறுப்பு சொல்வது இல்லை. இவன் வந்துபோவதால்

பொறுக்கிகள் இவளிடம் வம்பிழுப்பது இல்லை. அவளுக்கு புன்னை நல்லூர் மாரியம்மன் கோவில் முன்பு சின்ன பூக்கடை வைத்துக் கொடுத்து இருக்கிறான். அவளைப் பார்க்கச் சென்றுவருவது குறித்து பாப்பா முன்புபோல் கலியமூர்த்தியிடம் சண்டை பிடிப்பதில்லை. போனால் போகட்டும் என்று விட்டுவிட்டாள். இரண்டு பெண் பிள்ளைகளும் நன்றாகப் படிக்கிறார்கள். அதில் சின்னவள் மட்டும் அப்பன் இல்லாத நேரத்தில் ஆடிப் பழகுகிறாள்.

முத்துப்பட்டன் கண் பார்வை குறைந்து போய் தனது வீட்டுக்குள் முடங்கி விட்டார். அவரது மகன் சின்னப்பன் தப்பாட்டம் போகும் நேரங்களைத் தவிர மீதமுள்ள நேரங்களில் மஞ்சள் வேட்டி அணிந்து கொண்டு நெற்றியில் பட்டையிட்டு சின்ன ஈட்டிமாணிக்கம் கோவிலுக்கு பூஜை வைக்கிறான்.

தப்படிச்சானுக்கு எதிரேயுள்ள கக்கன் நகர் சித்ரா, லெட்சுமியைத் தேடி வெளியூர் செட்டில் இருந்து ஆட்டத்துக்கு புக் பண்ண ஆட்கள் வருகிறார்கள். அவர்களும் ஓரளவுக்கு பேர் வாங்கிவிட்டார்கள். அவர்களும் தங்களுக்கான ரேட்டை தீர்மானித்து இவ்வளவு வேண்டும் என்று கேட்கிறார்கள். லெட்சுமி புதுக்கோட்டை நாயனம் வாசிக்கும் மின்னல்ராசாவை திருமணம் செய்துகொள்ள முடிவெடுத்து இருக்கிறாள். சித்ரா கச்சேரி முடிந்த பிறகு சில நேரங்களில் மதுவருந்துகிறாள். அவளுக்கு முருகேசன் நினைவு வரும்போது அமைதியாக அமர்ந்து சில நிமிடங்கள் கண்ணீர் விடுவாள். அடிக்கடி லெட்சுமியிடம் விசாரிப்பாள். அவளும் அலுத்துக்கொள்ளாமல் பதில் சொல்வாள். முருகேசன் திருமணம் செய்த பிறகு தப்படிச்சான் பக்கமே வருவது இல்லை. யாரோ தெரிந்தவர் மூலம் மனைவியை அழைத்துக்கொண்டு சென்னைக்கு போய்விட்டதாக லெட்சுமி சொல்லித்தான் அவளுக்குத் தெரிந்தது. ஆட்டம் முடிந்து உறங்கும் சில இரவுகளில் முருகேசன் நினைவுகள் எழும்போது உண்மையாக நேசித்தவனுக்கு ஒரு முத்தம் கூட கொடுக்கவில்லை என்று வருந்திக்கொள்வாள்.

காதருக்கு வீட்டில் கட்டாயப்படுத்தி முத்துப்பேட்டையில் ஒரு பெண்ணைப் பார்த்து திருமணம் செய்துவிட்டார்கள்.

இருந்தாலும் அதைப்பற்றி அவன் அலட்டிக்கொள்ளவில்லை. வாரத்தில் தப்படிச்சானில் மூன்று நாளும் மனைவியோடு நான்கு நாட்களும் இருக்கிறான். நாகூரில் தனியாக கருவாட்டுக் கடை ஒன்றை நடத்தி வருகிறான். அதனை அவனது மச்சினன்தான் பார்த்துக்கொள்கிறான். இவன் கணக்கு வரவுசெலவு மட்டும்தான் பார்ப்பான். அதே நேரத்தில் மேரியுடன் ஆட்டத்துக்குப் போவதையும் நிறுத்தவில்லை. அவளது பெண் குழந்தைகளையும் தனது வாரிசாகவே ஏற்றுக்கொண்டு விட்டான்.

சுந்தரமூர்த்தி ஆட்ட நிகழ்ச்சிகளுக்கு எல்லாம் போவது கிடையாது. திருமணம் போன்ற சுப நிகழ்ச்சிகளுக்கு மட்டும் போகிறான். மதுரையில் இருந்து ஒருத்தியை அழைத்துவந்து வல்லத்தில் வைத்திருப்பதாக அவரைப் பற்றி தப்படிச்சானில் ஒரு பேச்சு இருக்கிறது. மகன் படித்துவிட்டு மிலிட்டரிக்கு போய்விட்டான் என்று தப்படிச்சான் வரும்போது பெருமையாகச் சொல்கிறார்.

செவத்தகன்னி பெண்கள் மட்டுமே வாசிக்கும் தப்பாட்டக் குழுவை தொடங்கி இருக்கிறாள். அவளது வாசிப்பையும் ஆட்டத்தையும் பார்த்தவர்கள் மதிமயங்கிப் போய் நிற்கிறார்கள். தஞ்சாவூர் ஜில்லா முழுக்க அவளைப் பற்றிய பேச்சுத்தான். அவளிடம் தேதி கேட்டுத்தான் அதிகம் பேர் புக் பண்ண வருகிறார்கள். அவள் தோளில் தப்பை மாட்டி வாசிக்கும் போது அனைத்து கால்களும் ஆனந்த நடனம் ஆடுகின்றன.

அவள்

1

வானம் அந்திப்பொழுதில் வெண்மையும் நீலமுமாகக் காட்சியளிப்பதை அவள் பார்த்தாள். கண்களில் உறங்கிக்கிடந்த நீண்ட நெடுங்காலத்தின் உறக்கமும் துயரமும் சில நிமிடங்களில் சற்று தொலைவுக்கு அப்பால் சென்று ஒளிந்துகொண்டது. உற்சாகம் கொண்டவளாய் சிறுகுழந்தை போல ஒரு துள்ளல் போட்டாள். சங்கடங்கள் அற்ற இரவுகள், தனிமை வாழ்க்கை என தனது வாழ்க்கையை சுருக்கிக்கொண்டு விட்டாள். எல்லாவற்றிலும் இருந்து வெளியேறி இந்த ஊருக்கு வந்து ஓராண்டு ஆகிவிட்டிருந்தது. இந்த ஊரின் பருவ காலங்கள் இவளுக்குப் பிடித்திருந்தன. மழையால் சேறும் சகதியுமாகக் கிடந்த சாலைகள் காய்ந்துவிட்டன. சுள்ளென்று அடிக்கும் வெயில் அவளுக்குள் பழுப்பேறிக் கிடந்த அத்தனை கசப்பான அடர்ந்த நினைவுகளையும் கழுவிவிட்டிருந்தது. இன்றுதான் வெகுநாட்களுக்குப் பிறகு மஞ்சள்நிறப் புடவையை அணிந்துகொண்டாள். சலங்கைகள் கட்டி தழும்பேறிப் போயிருந்த கால்களின் தடங்களைப் பார்த்து ஒருவிதமான அலுப்புடன் யாரிடமாவது உள்ளுக்குள் உள்ளதை பகிர்ந்துகொள்ள வேண்டும் என நினைத்தாள். செல்போனில் சில எண்களைப் பார்த்துவிட்டு தவிர்த்து விட்டாள்.

வெயிலைக் கண்டதிலிருந்தே அடிக்கடி குளிக்க வேண்டும் என்ற ஆர்வம் அவளுக்குள் பீறிட்டுக்கொண்டிருந்தது. திடீரென்று அணிந்திருந்த ஆடைகளைக் களைந்துவிட்டு பாவாடையுடன் கீற்று மறைப்பில் இருந்த அறைக்குள் குளிக்கச் சென்றாள். தடுப்பு தட்டியை மறைத்து வைத்துவிட்டு நிர்வாணமாய் குளிக்கத் தொடங்கினாள். தனது உடலை வெளிச்சத்தில் பாரத்தாள். கீறல்களும் காயங்களும் தழும்பாய் கறுத்துக் கிடந்தன. அது ஒவ்வொன்றுக்கும் ஒரு கதை இருந்தது. அதனை யாரிடமாவது சொல்லித் தீர்க்க வேண்டும் என்ற தவிப்பு சில நாட்களாகத்தான் மூர்க்கமாய் எழுந்தது. எத்தனை கொடூரமான கரங்கள் அவளது முலைகளைப்

பிசைந்து குருதி குடித்து இருக்கின்றன. மூர்க்கமும் முரட்டுத்தனமான எத்தனை உடல்கள் அவளை வேட்டையாடித் தீர்த்திருக்கின்றன. அந்த பயங்கரமான இரவுகளை அதன் கொடூரக் கண்களை இப்போது நினைத்தாலும் ஈரக்குலை நடுங்கியது. சமயங்களில் பசப்புமிக்க வார்த்தைகளை, உருகி உருகி வழியும் சொற்களைக் கேட்டு அலுத்துப் போயிருக்கிறாள். அவை அவள் மீதான கூடலுக்குப் பிறகு காற்றில் கரைந்து போகும். பிறகு அசிங்கமான வசவுகளைப் பேசும். உயிரை வதைத்துக் கொல்லும். உயிரோடு வைத்து சித்ரவதை செய்யும். இவள் பேசும் கலை குறித்தும், ஆட்டங்களின் அடவுகள், பாவனைகள் பற்றியும் அவர்களுக்குத் தெரியாது. அவளது உறுப்புகளையும் வசீகரமான முகத்தையும் பற்றி வக்கிரமாகப் பேசுவதோடு அவர்கள் உரையாடல் முடிந்து போகும். இப்படித்தான் ஆட்டத்துக்கு வந்த இருபத்து மூன்று ஆண்டுகளாய் பல ஆண்களைக் கடந்து வந்திருந்தாள். எத்தனை கூடல்கள், மனமுறிவுகள் அவற்றை எல்லாம் காலம் சகிக்கச் சொன்னது.

கடந்துபோன இத்தனை ஆண்டுகளை நினைக்கையில் அதில் சொல்லிக் கொள்ளும்படியான வியப்பூட்டும் அல்லது நினைத்து இதம் கூட்டும் எந்த நிகழ்வும் இல்லை. அனைத்தும் அறுவெறுப்பும் கசப்பும் நிறைந்து வழியும் ரணம் மிக்கச் செயல்பாடுகள். அவற்றை ஒரு கனவைப்போல கடந்துவிட வேண்டும் என அவள் நினைத்தாள். அவளது ஆசைகள், விருப்புகள், சந்தோஷங்கள் யாவும் இந்தக் கலை தாகத்தால் வீழ்த்தப்பட்டது என்று அவளால் தெளிவாக உணர முடிந்தது. இந்த உள்ளுணர்வு அவளை தடுத்தும் கூட அதனைக் கடந்து ஒருவகை தீவிரத்தால் உந்தப்பட்டு ஆட்டக்களத்தில் தன்னை நிரூபித்துக்கொண்டிருந்தாள். அவள் அப்படி செய்திருக்காவிட்டால் அவள் என்னவாகியிருப்பாள் என்று நன்றாகத் தெரியும். குழந்தைகளைப் பெற்று அன்புமிக்க தாயாகியிருப்பாள். ஓர் ஆணுக்கு நம்பகமான மனைவியாகி இருந்திருக்கலாம். அது அவளுக்கு சிறுவயது முதலே விருப்பம் இல்லாத ஒன்று போலவே தோன்றியது. அது பெரும் பாதாளத்தில் தள்ளி சமயங்களில் எத்தனையோ பெண்களை காவு வாங்கியதும் அவளுக்குத் தெரியும். இது எல்லாவற்றையும்

விட ஓர் ஆண் துணையற்ற ஆட்டக்காரிக்கு வாழ்க்கை என்பது விசித்திர விளையாட்டு என்றும் அதனை ஆடும் சூத்திரம் தெரிந்தவள் தான் மட்டுமே என்பதில் தீர்க்கமாய் இருந்தாள்.

ஆட்டங்கள் குறித்த அவளது பிரக்ஞை தனிமையை கோரிய பொழுதெல்லாம் அவர்கள் அவளது உடலை நடனங்கள் அற்றுப்போன சதைப்பிண்டமாக மாற்றுவதற்கான உத்திகளை வகுத்துக்கொண்டார்கள். அதே நேரத்தில்தான் ஆட்டக்காரி என்ற கர்வத்தில் இருந்து அவளால் மீள முடியவில்லை. அப்போது அவளிடமிருந்து அவள் உடல் நழுவிக்கொண்டு விடும். தன்னை ஆட்டக்களத்தில் பார்வையாளர்கள் அவளது கலை தாகத்தை பாராட்டவில்லை என்பதை உணர்ந்தும் அவளால் ஆட்டத்திலிருந்து பின்வாங்க முடியாமல் ஆண்டுகள் நகர்ந்திருந்தன. சக ஆட்டக்காரிகளால் அவளுக்குச் சொல்லப்பட்ட கதைகள் அவளின் நிகழ்காலத்தை இவ்வாறாக சிதைவுறச் செய்யும் என்பதும் சராசரியாக வாழ முடியாது என்பதைப் பற்றியும் அவள் பல நேரங்களில் தனக்கு நெருக்கமான சிலரிடம் உரையாடி உணர்ந்து இருக்கிறாள். அதிலிருந்து ஒரு தெளிவான முடிவுக்கு வந்திருந்தாள். ஆட்டமற்ற இரவுகளில் அவளது உடல் தேடி அவர்கள் வரிசைகட்டி நின்றார்கள்.

குளித்துக்கொண்டே இருந்தவளுக்கு அவன் நினைவு வந்தது. சமீபத்தில் அவன் மீட்டிய தனது உறுப்புகளை மெல்ல தடவிப் பார்த்தாள். அவன் மட்டும்தான் அத்தனை பேரையும் தாண்டி தன்னை நாவினால், இனிய சொற்களால், அன்புமிக்க முத்தங்களால் நிறைவு செய்தவன் என்று நினைத்தபோது அவனை இக்கணமே பார்க்க வேண்டும் என்று ஒரு கிளர்வு துளிர்த்தது.

இதுவரை வாழ்ந்த அந்த வேறு உலகத்தில் இருந்து மீண்டுகொண்டிருப்பதாக நம்பினாள். அது பிரேமை அல்ல என்றும் நினைத்தாள். முன்பு அந்தக் களத்தில் இருந்து கேட்ட சாராய நெடிமிக்க கெட்ட வார்த்தைகளுக்கு பதிலடி கொடுக்கும் வகையில் இவளும் தன்னை வசவுகளின் அட்சயப் பாத்திரமாக மாற்றிக்கொண்டிருந்தாள். அவர்களுக்குத் தெரிந்ததைவிடப் பல ஆயிரம் வார்த்தைகள் அவளுக்குத் தெரிந்திருந்தன. அந்த

வார்த்தைகளுக்கு அவர்கள் அஞ்சினார்கள். “தேவிடியா மவனே.. போதும் எந்திரிடா..” என இவள் உதிர்க்கும் சொற்களுக்கு அஞ்சினார்கள். சில நிமிடங்களிலேயே அவர்களது பிறப்பை தாறுமாறாகச் சிதைத்து எறிந்து விடுவாள். பதிலுக்கு அவர்கள் தாக்குவார்கள், பேசிய பணத்தை கொடுக்காமல் செல்வார்கள். அதற்கு ஒருபோதும் அஞ்சியது இல்லை.

பதினேழு வயதில் சதங்கையைக் கட்டிக்கொண்டு ஆட்டக்களத்துக்கு வந்தபோது அவளுக்கான பேரம் தொடங்கியது. அதிகாரமற்றுப் போன முன்னாள் ஜமீன்கள், தொழிலாளிகளின் உழைப்பை உறிஞ்சும் பண்ணையார்கள், மைனர்கள், போக்கிரிகள் ஓர் இரவுக்கு இவ்வளவு என்று வெட்கமின்றி விலை பேசினார்கள். இவளது விலை குறித்து ஆட்டக்காரக் கோஷ்டியினர் பெருமை பொங்கப் பேசுவார்கள். அவர்கள் பணம் வைத்திருக்கும் அதிகாரமிக்கவர்களின் கடைக்கண் பார்வைக்கு ஏங்கினார்கள்.

தனக்கு என்று எல்லைகளை வகுத்துக்கொள்ளவோ அல்லது கோடுகளைப் போட்டுக்கொள்ளவோ அவளால் முடியாது போயிற்று. தரப்பட்ட சன்மானங்கள் சொல்லப்பட்ட வார்த்தைகள் யாவும் தனக்கு ஈடில்லாத ஒன்று என்று அவள் மனம் நம்பியது. அவளுக்கு சில காலங்கள் தோழிகளாக வாய்த்தவர்கள் வேறுவிதமான மனநிலை கொண்டவர்களாக இருந்தார்கள். அவர்களுடன் நட்பு பாராட்ட முடியவில்லை. அவர்களுக்கு கணவர், காதலர், நண்பர், குழந்தைகள், உறவுகள் இருக்கவே செய்தன. அவர்கள் நிஜ வாழ்விலும் பாவனையுடன் வாழ்ந்தார்கள். அதில் இவளுக்கு உடன்பாடு இல்லை. இவளை நோக்கி வந்த ஆண்கள் இவளது உடம்போடு விளையாடி விட்டு அச்சத்துடன் ஓடிப்போனர்கள். அவர்கள் அந்தக் கணத்தில் பேசும் அந்த வார்த்தைகளில் வஞ்சகமும் விஷமும் சம அளவில் நிறைந்து வழிந்துகொண்டிருந்தது.

நாற்பது வயதுக்குள்ளேயே அத்தனை அனுபவங்களையும் பெற்று இருந்தாள். ஆட்டக்களத்தில் உள்ளவர்களை நம்ப முடியவில்லை. இப்போது கூட இவளின் வசீகரம் அதற்கு கிடைக்கும் விலை குறித்துதான் அவர்கள் பேசினார்கள்.

அதனாலேயே சமீப நாட்களில் அவர்களின் தொடர்புகளை முற்றிலுமாக துண்டித்தாள். சேமித்தவை போதும் என்று ஒரு முடிவுக்கு வந்திருந்தாள். எல்லாவற்றையும் விட தனிமை அவளுக்குப் பிடித்திருந்தது. எல்லாம் கடந்த பிறகும் அந்த கசப்பான நினைவுகளில் இருந்து மீள்வதுதான் சற்று பலப்பரீட்டையாக நினைத்தாள்.

சில மாதங்களுக்கு முன்பு ஒரு ரெயில் பயணத்தில்தான் அவனைச் சந்தித்தாள். அவன் ஏதோ ஒரு செய்தி நிறுவனத்தில் வேலை பார்ப்பதாகச் சொன்னான். எதிர் இருக்கையில் அவன் இவள் கண்களை ஊடுருவிப் பார்த்தான். அவனது பார்வையில் எந்த உள் நோக்கமுமில்லை. அவன் பார்வை அவளது ஆன்மாவைத் தேடியது. அவனது கண்களை ஒரு பூரிப்புடன் பார்த்தாள். இவளைவிட ஓரிரு வயது குறைவாகவோ அல்லது அதிகமாகக்கூட இருக்கலாம் என்று தோன்றியது. பக்கத்து கிராமம் ஒன்றுக்கு நாட்டுப்புறப் பாடகர் ஒருவரைக் காணச் செல்வதாகக் கூறினான். அவனது தொடர்பு எண்ணைக் கேட்டு வாங்கிக்கொண்டாள்.

இரண்டு நாட்கள் கழித்து ஏதோ ஓர் எண்ணத்தில் அவனது எண்ணுக்கு மிஸ்டு கால் செய்தாள். சிலமணி நேரங்களுக்குப் பிறகு பேசிய அவன் இவளிடம் குரவையாட்டம் என்றால் என்ன என்று கேட்டான். இவளுக்கு உடனடியாகப் பதில் சொல்லத் தெரியவில்லை. யோசனை செய்து சொல்வதாக தெரிவித்தாள். பிறகு அவனைத் தொடர்புகொண்டு, பழந்தமிழர்கள் உழைப்புக்குப் பிறகு இரவில் பொது இடத்தில் கூடி கள் பானம் அருந்தி பறையிசைத்து பெண்கள் முதலில் ஆடுவார்கள் அதனைத் தொடர்ந்து சிறுவர்கள் மற்றும் ஆண்கள் ஆடினார்கள் அதனை குரவையாட்டம் என்று அழைத்தார்கள் என்று கூறினாள்.

2

உரையாடல் தொடர்ந்தது. அவன் இணைப்பை அணைத்து வைத்திருந்தாலோ அல்லது தொடர்பு எல்லைக்கு அப்பால் இருந்தாலோ அவளுக்குப் பதட்டம் பற்றிக்கொண்டு விடும். அவன் போனை ஆன் செய்யும் வரை இடைவிடாது தொடர்புகொண்டேயிருப்பாள். அவனுடன் பேசும் தருணங்களில் அவளையறியாமல் மகிழ்ச்சியாக இருந்தாள். உரையாடலின் போது விரைவாக நாம் சந்திக்க வேண்டும் என்று வலியுறுத்தினாள். அவனும் சரியென்று ஒப்புக்கொண்டான். இரவு முழுக்கப் பேசி களைத்துப் போனாள். தன்னிடமிருந்த அத்தனை காயங்களையும் சொல்லி அதற்கு மருந்திட வேண்டினாள். வடுக்களின் ரணங்களைச் சொல்லி தடம் நீக்க கோரினாள். தனது பிறப்பின் வழியாக இனி காணப்போகும் புது உலகம் எப்படி இருக்கும் என்று கேட்டுத் தெரிந்துகொண்டாள். தன்னுடைய கடந்த கால அழுக்குகள் அனைத்தும் நீங்கிப்போக புதிய வாழ்க்கை அமைய வழி கோரி விவாதித்தாள். ஒரு கட்டத்தில் அவனும் அவளும் எந்த முகமூடியும் இன்றி ஓர் அன்பின் விளக்கை ஏற்றி வைத்து ஒருவரை ஒருவர் தீர்க்கமாகப் பார்த்துக்கொண்டார்கள்.

மழைக்காலம் தொடங்கி முடிவுக்கு வந்திருந்த ஒரு சனிக்கிழமையின் சாரலும் காற்றும் வீசிய காலைப்பொழுதில் அவன் வந்து சேர்ந்திருந்தான். அவன் வீட்டு வாசலில் நின்று குரலிட்டபோது அவளது இதயம் பன்மடங்கு துடித்து நின்றுவிடுவது போலிருந்தது. அவனைக் கண்ட கணத்தில் அவளால் எதுவுமே பேசமுடியவில்லை. அவனை இறுக்கிச் கோர்த்து அணைத்துக்கொண்டு தேம்பித்தேம்பி அழுதாள். அவன் சற்று குழம்பிய மனநிலையில் இவளைத் தேற்றுவது போல அவளது நெற்றியில் கை வைத்து கலைந்திருந்த கூந்தல் கற்றைகளைச் சரிசெய்து நீவிக்கொடுத்தான். அவளால் அவனுடன் பேச முடியவில்லை. அவனை அள்ளிக்கொண்டு படுக்கையறைக்குச் சென்றாள். அந்த கணத்தில்தான்

அவளுக்குள் இத்தனை காலம் உள்ளடங்கியிருந்த பதுங்கியிருந்த பால் உறுப்புகள் பெரும் தாகத்துடன் எழுந்து ஆட்டம் போடுவதைக் கண்டாள். அவள் தனது இளம் வயதை இப்போதுதான் உணர்ந்தாள். அவன் அவளை தனது அன்பினால், மென்னுணர்வால் ஒரு நரம்பு வாத்தியத்தை மீட்டுவது போல சுருதி சேர்த்து பல புதிய ராகங்களை மீட்டினான். அன்று அவனும் அவளும் புதிய ராகங்களையும் பாடல்களையும் உருவேற்றி மாறிமாறிப் பாடிக்கொண்டிருந்தார்கள். அவன் ஊருக்குக் கிளம்பியபோது அவள் குழந்தையைப் போல அடம்பிடித்து நீண்ட நேரம் அழுதாள்.

அத்தனை தொடர்புகளையும் துண்டித்து விட்டு ஆட்டம், நயனம், தவில், குறவன், குறத்தி, பபூன், மைனர்கள், போக்கிரிகள், பொறுக்கிகள், பணம் போன்ற சொற்களைத் தவிர்க்க வேண்டும் என்ற உறுதியுடன் தனது நாற்பதாண்டு கால வாழ்வின் நினைவுகளை அழித்துவிட வேண்டும் என்ற தீவிரத்துடன் அவனை நோக்கி கிளம்பியிருந்தாள்.

***